വന്യതയുടെ വിളി

vanyathayude vili
(novel)

•

original title
the call of the wild

•

jack london

•

first edition
january 2017

•

typesetting
megha

•

published
chintha publishers, thiruvananthapuram

•

printed
repro india ltd, mumbai

•

cover
midas

•

വിതരണം

ദേശാഭിമാനി ബുക്ക് ഹൗസ്

H O തിരുവനന്തപുരം–695 035
phone: 0471-2303026, 6063026
www.chinthapublishers.com
chinthapublishers@gmail.com

ബ്രാഞ്ചുകൾ

ഹെഡ്ഡാഫീസ് ബ്രാഞ്ച് കുന്നുകുഴി • സ്റ്റാച്യു തിരുവനന്തപുരം • കെ എസ്
ആർ ടി സി ബസ് സ്റ്റേഷൻ ആലപ്പുഴ • കെ എസ് ആർ ടി സി ബസ്
സ്റ്റേഷൻ എറണാകുളം • മച്ചിങ്ങൽ ലെയ്ൻ തൃശൂർ • ഐ ജി റോഡ് കോഴി
ക്കോട് • മാവൂർ റോഡ് കോഴിക്കോട് • എൻ ജി ഒ യൂണിയൻ ബിൽഡിങ്
കണ്ണൂർ • സെൻട്രൽ ബസ് ടെർമിനൽ കോംപ്ലക്സ് താവക്കര കണ്ണൂർ

CO - 2465 / 4068
ISBN - 978-93-86364-37-1

വന്യതയുടെ വിളി
(നോവൽ)

ജാക്ക് ലണ്ടൻ

പരിഭാഷ
കെ എസ് റിച്ചാർഡ്

ചിന്ത പബ്ലിഷേഴ്സ്
തിരുവനന്തപുരം-695 035

ജാക്ക് ലണ്ടൻ (1876 – 1916)

ജാക്ക് ലണ്ടൻ 1876 ജനുവരിയിൽ അമേരിക്കൻ ഐക്യനാടിലെ സാൻഫ്രാൻസിസ്കോയിൽ ജനിച്ചു. അമ്മ ഫ്ളോറ വെൽമാൻ. ഫ്ളോറയുടെ അമ്മ മരിക്കുകയും അച്ഛൻ പുനർവിവാഹം ചെയ്യുകയും ചെയ്തതോടെ അവർ ജന്മദേശമായ ഒഹിയോവിൽനിന്നും സാൻഫ്രാൻസിസ്കോയിൽ എത്തി. സംഗീതാദ്ധ്യാപികയായി പ്രവർത്തിച്ചു. ഫ്ളോറ വില്യം ചാനി എന്നയാളോടൊപ്പം താമസിച്ചു. അവർ നിയമപരമായി വിവാഹിതരായിരുന്നോ എന്ന കാര്യം വ്യക്തമല്ല. ഗർഭിണിയായ ഫ്ളോറയോട് ഗർഭച്ഛിദ്രം നടത്താൻ ചാനി ആവശ്യപ്പെട്ടു വെങ്കിലും അവർ ആ ആവശ്യം നിരാകരിച്ചു. ആ കുഞ്ഞിന്റെ പിതൃത്വം ഏറ്റെടുക്കാൻ അയാൾ തയ്യാറായില്ല. നൈരാശ്യംമൂലം ഫ്ളോറ ആത്മഹത്യക്ക് ശ്രമിച്ചു. പ്രസവാനന്തരം ഫ്ളോറ കുഞ്ഞിനെ മുൻ അടിമയായ ബിർജിനിയ പ്രെന്റിസിനെ ഏല്പിച്ചു. കുഞ്ഞിന് ജോൺ എന്ന് നാമകരണം ചെയ്തു. പില്ക്കാലത്ത് ഒറ്റയ്ക്ക് ലണ്ടന്റെ മുന്നിൽ മാതൃരൂപമായി അവർ നിറഞ്ഞുനിന്നു. 1876 ൽ ഫ്ളോറ ജോൺ ലണ്ടനെ വിവാഹം കഴിച്ചു. വിവാഹാനന്തരം കുഞ്ഞായ ജോൺ അമ്മയ്ക്കും വളർത്തച്ഛനുമൊപ്പമായി. അവൻ ജാക്ക് എന്നറിയപ്പെട്ടു. ഓക്ലാന്റിൽ ആ കുടുംബം താമസമുറപ്പിച്ചു. ജാക്ക് സ്കൂൾ വിദ്യാഭ്യാസം അവിടെ വച്ച് പൂർത്തിയാക്കി. 1897 ൽ കാലിഫോർണിയ യൂണിവേഴ്സിറ്റിയിൽ ചേർന്നു. പഴയ പത്രത്താളിൽനിന്നും അമ്മയുടെ ആത്മഹത്യാശ്രമം മനസ്സിലാക്കിയ ജാക്ക് ലണ്ടൻ യഥാർത്ഥ പിതാവിനെ തേടിപ്പിടിച്ചു. തനിക്ക് ഷണ്ഡത്വമുള്ളതിനാൽ ജാക്കിന്റെ യഥാർത്ഥ പിതാവ് താനല്ലെന്ന് വില്യം ചാനി അറിയിച്ചു. ഫ്ളോറയ്ക്ക് വേറൊരാളുമായി ഉണ്ടായിരുന്ന ബന്ധത്തെപ്പറ്റി സൂചന നല്കുകയും ചെയ്തു. നിരാശനായ ജാക്ക് യൂണിവേഴ്സിറ്റി പഠനം ഉപേക്ഷിച്ചു. കപ്പലിലും ചണമില്ലിലും റെയിൽവേ പവർപ്ലാന്റിലും ജോലി നോക്കി. 1897 ൽ തന്റെ 21–ാം വയസ്സിൽ സ്വസഹോദരിയുടെ ഭർത്താവിനൊപ്പം സ്വർണ്ണവേട്ടയ്ക്കായി ക്ലോൺഡെക്കിലേക്ക് പോയി. ധ്രുവപ്രദേശത്തെ കഠിനമായ ജീവിതാനുഭവങ്ങൾ ജാക്ക് ലണ്ടനെ സോഷ്യലിസ്റ്റ് ആശയങ്ങളിലേക്ക് അടുപ്പിച്ചു. എഴുതിജീവിക്കണം എന്ന നിശ്ചയദാർഢ്യത്തോടെ അദ്ദേഹം ഓക്ലാന്റിലേക്ക് മടങ്ങി.

ജാക്ക്ലണ്ടന്റെ പ്രസിദ്ധീകൃതമായ ആദ്യകഥ *To the man on Trial* ഓവർലാന്റ് മാസികയിൽ 1898 ൽ പ്രസിദ്ധീകരിക്കപ്പെട്ടു. അഞ്ചു ഡോളറായിരുന്നു പ്രതിഫലം. എഴുത്തുനിർത്താൻ ആലോചിച്ചിരിക്കെ *A thousand Deaths* എന്ന കഥയ്ക്ക് 40 ഡോളർ ലഭിച്ചു. പ്രിന്റിങ് രംഗത്ത് അത്ഭുതങ്ങൾ സംഭവിക്കുകയായിരുന്നു. പുതിയ മാസികകൾ പുറത്തുവരുവാൻ തുടങ്ങി. ജാക്ക് ലണ്ടൻ കഥകൾ ശ്രദ്ധിക്കപ്പെട്ടു. പ്രതിഫലവും ഉയർന്നു. ആത്മവിശ്വാസം വർദ്ധിച്ചു. 1903 ആദ്യം തന്നെ

Call of the Wild എന്ന നോവൽ *ദി സാറ്റർഡേ ഈവനിങ് പോസ്റ്റ്* എന്ന മാസികയിൽ പ്രത്യക്ഷപ്പെട്ടു. തുടർന്ന് മാക്മില്ലൻ പ്രസാധകർ പുസ്തകരൂപത്തിൽ പ്രസിദ്ധീകരിച്ചു. ഈ നോവൽ ജാക്ക് ലണ്ടനെ പ്രശസ്തിയുടെ കൊടുമുടിയിൽ എത്തിച്ചു. 1900 ഏപ്രിൽ മാസത്തിൽ ജാക്‌ലണ്ടൻ എലിസബത്ത് ബെസ്സി മാഡേർണിനെ വിവാഹം കഴിച്ചു. ദീർഘകാലം ലണ്ടന്റെ സുഹൃത്തായിരുന്നു ബെസ്സി. 1904 ൽ വിവാഹമോചനം. 1905 ൽ ചാരിമാൻ കിട്രെഡ്ജിനെ വിവാഹം കഴിച്ചു. അവർ അപൂർവ്വമായ ഹൃദയ ഐക്യമുള്ളവരായിരുന്നു. ലണ്ടന്റെ തുടർന്നുള്ള രചനകളിൽ കിട്രെഡ്ജിന്റെ സ്വാധീനമുണ്ട്. അവർ ചേർന്ന് നിരവധി യാത്രകൾ നടത്തി. 1905 ൽ ആയിരം ഏക്കർ വരുന്ന എസ്റ്റേറ്റ് വാങ്ങി രമ്യഹർമ്മ്യം പണിതു. കൃഷിയിലും പ്രകൃതി നിരീക്ഷ ണത്തിലും ശ്രദ്ധയുന്നി. അദ്ദേഹം രൂപം നല്കിയ പല പദ്ധതികളും പരാജയമടഞ്ഞു. ക്രമേണ മദ്യാസക്തിയിൽ ആണ്ടു. കിഡ്നി സംബ ന്ധമായ അസുഖം അദ്ദേഹത്തെ അലട്ടിയിരുന്നു. 1916 നവംബർ മാസം 22 ന് ജാക് ലണ്ടൻ അന്തരിച്ചു. അദ്ദേഹം തികഞ്ഞ ഭൗതികവാദി യായിരുന്നു. അദ്ദേഹത്തിന്റെ അഭിലാഷപ്രകാരം 1955 ൽ മരണമടഞ്ഞ ഭാര്യ ചാരിമാനൊപ്പം ലണ്ടന്റെ ഭൗതികാവശിഷ്ടവും അടക്കം ചെയ്തു. പ്രശസ്തിക്കൊപ്പം വർണ്ണവിവേചനത്തിനും സാഹിത്യചോരണത്തിനും ലണ്ടൻ വിമർശനവിധേയമായിട്ടുണ്ട്. അതിനെല്ലാം ഫലപ്രദമായ മറുപടിയും അദ്ദേഹം നല്കി. *The Call of the Wild* നു പുറമെ *White fang, The sea-wolf the Iron Heel, Martin Eden* എന്നീ നോ വലുകളും നിരവധി ചെറുകഥകളും അദ്ദേഹത്തിന്റെതായുണ്ട്. വന്യതയുടെ വിളി തന്നെയാണ് അദ്ദേഹത്തിന്റെ ഏറ്റവും മികച്ചതും ശ്രദ്ധേയവുമായ രചന.

ഉള്ളടക്കം

പ്രസാധകക്കുറിപ്പ്

അമേരിക്കൻ എഴുത്തുകാരനായ ജാക്ക് ലണ്ടന്റെ *'The Call of the Wild'* എന്ന നോവലിന്റെ പരിഭാഷയാണിത്. 1903 ൽ ഈ പുസ്തകം പുറത്തുവന്നു. 19-ാം നൂറ്റാണ്ടിൽ യൂക്കൺ (Yukon) കേന്ദ്രീകരിച്ചു നടന്ന സംഭവങ്ങളുടെ പശ്ചാത്തലമാണ് നോവലിൽ ആവിഷ്കൃത മാകുന്നത്. ക്ലോൺഡൈക്ക് (Klondike) സ്വർണ്ണവേട്ടയുടെ കാലം. കാലിഫോർണിയയിലെ സാന്താക്ലാര താഴ്‌വരയിൽ മില്ലർ ജഡ്ജിയുടെ നായയായിരുന്നു ബക്ക്. സെന്റ്‌ ബർണാഡ്‌-സ്കോട്ടിഷ് വംശജനാ യിരുന്നു അവൻ. സ്വർണ്ണം എന്ന മഞ്ഞലോഹം തേടി ആർട്ടിക് പ്രദേശങ്ങളിലേക്ക് ആയിരക്കണക്കിന് ആളുകൾ തള്ളിക്കയറുന്ന കാലമായിരുന്നു അത്. മഞ്ഞുവണ്ടി വലിക്കാനും മറ്റും കായികശേ ഷിയുള്ള നായ്ക്കളെ തേടി ആളുകൾ പരക്കം പാഞ്ഞു. ശക്തമായ മാംസപേശികളും പൊള്ളുന്ന മഞ്ഞിൽനിന്നും രക്ഷനേടാനുള്ള കട്ടി രോമങ്ങളുള്ള നായ്ക്കൾക്കായിരുന്നു ഏറെ ആവശ്യക്കാരുള്ളത്. ബക്കിനെ ഒരാൾ മോഷ്ടിച്ച് സിയാറ്റലിലേക്കും പിന്നെ കാനഡയിലെ മഞ്ഞുമലകളുടെ പ്രദേശത്തേക്കും കടത്തി. കടുത്ത തണുപ്പിൽ പ്രതി കൂല സാഹചര്യങ്ങളും വെല്ലുവിളികളും അവന് നേരിടേണ്ടിവരുന്നു. കഠിനമായ അദ്ധ്വാനവും മറ്റു നായ്ക്കളിൽനിന്നുള്ള എതിർപ്പും അവന് അതിജീവിക്കേണ്ടിയിരുന്നു. അവന്റെയുള്ളിലുള്ളവന്യതയുടെ ആദി രൂപം ശക്തിപ്രാപിക്കുന്നു. പ്രകൃതിയുമായുള്ള മല്ലിടലിൽ കരുത്തൻ അതിജീവിക്കും എന്ന തത്ത്വത്തിന്റെ, പ്രകൃതിയിലേക്കു മടങ്ങി വരാനുള്ള ത്വരയുടെ ആവിഷ്കാരമായി ജാക്ക് ലണ്ടന്റെ വന്യതയുടെ

വിളി വ്യാഖ്യാനിക്കപ്പെട്ടിട്ടുണ്ട്. അപാരമായ ഉൾക്കാഴ്ച, സൂക്ഷ്മമായ പ്രകൃതി നിരീക്ഷണം, ഉൽക്കണ്ഠയുടെ മുൾമുനയിൽ നിർത്തുന്ന ആഖ്യാനം-ഈ നോവലിന്റെ പ്രത്യേകതകളാണ്. മൂലകൃതിയുടെ ജീവൻ ഒട്ടും ചോരാതെ നിർവ്വഹിക്കപ്പെട്ടിട്ടുള്ള വിവർത്തനം. ഈ ലോകക്ലാസിക്കിന്റെ ചിന്താ പതിപ്പ് സന്തോഷത്തോടെ അവതരി പ്പിക്കുന്നു.

ചിന്ത പബ്ലിഷേഴ്സ്

1

പ്രാകൃതാവസ്ഥയിലേക്ക്

"പൂർവ്വാഭിലാഷങ്ങളുടെ ദേശാടന കുതിപ്പ്,
ആചാരങ്ങളുടെ ചങ്ങലയിലെ ഉരസൽ;
ശൈത്യത്തിൻ സുഷുപ്തിയിൽനിന്ന് വീണ്ടും
ഉണർന്നെണീക്കുന്ന വന്യമാം പാരമ്പര്യ ഗുണം."

ബക്ക് ദിനപത്രങ്ങൾ വായിച്ചില്ല, അല്ലെങ്കിൽ അവന് അറിയാൻ കഴിയുമായിരുന്നു, കുഴപ്പങ്ങൾ തലപൊക്കുകയാണെന്ന്; അവന് മാത്ര മല്ല, പ്യൂഗെറ്റ് സൗണ്ടു മുതൽ സാന്തിയാഗോ വരെയുള്ള എല്ലാ നായ്ക്കൾക്കും ബലമുള്ള മാംസപേശികളും ചൂടുള്ള നീണ്ട രോമവും ഉള്ള ശുനകന്മാർക്കെല്ലാം. എന്തുകൊണ്ടെന്നാൽ, ആർട്ടിക്കിലെ അന്ധ കാരത്തിൽ തപ്പിനടന്ന മനുഷ്യർ ഒരു മഞ്ഞലോഹം കണ്ടെത്തിയിരുന്നു. ഈ കണ്ടുപിടിത്തത്തെ കപ്പലുടമകളും ഗതാഗതക്കമ്പനികളും കൊട്ടി ഘോഷിക്കുന്നതുകൊണ്ട്, ആയിരക്കണക്കിന് ആൾക്കാർ വടക്കൻ നാട്ടി ലേക്ക് തള്ളിക്കയറുകയായിരുന്നു. ഈ ആളുകൾക്കെല്ലാം നായ്ക്കളെ ആവശ്യമായിരുന്നു, അതും നല്ല ഭാരമുള്ളതും, അദ്ധ്വാനിക്കാൻ തക്ക ശക്തമായ മാംസപേശികളുള്ളതും മരംകോച്ചുന്ന മഞ്ഞിൽനിന്നും അവരെ സംരക്ഷിക്കാൻ പോന്ന കട്ടിരോമമുള്ളതുമായ നായ്ക്കളെ.

സാന്താ ക്ലാരാ താഴ്വരയിലെ വെയിൽ മുത്തമിടുന്ന ഒരു വലിയ വീട്ടിലാണ് ബക്ക് ജീവിച്ചുവന്നത്. അതിനെ മില്ലർ ജഡ്ജിയുടെ സ്ഥല മെന്നാണ് വിളിച്ചിരുന്നത്. റോഡിൽനിന്നും കുറച്ച് അകത്തേക്കു മാറി, മരങ്ങൾകൊണ്ട് പകുതിയും മറഞ്ഞാണ് ആ വീട് നിന്നതെങ്കിലും, അവയ് ക്കിടയിലൂടെ ആ വീടിന് നാലുചുറ്റുമായുള്ള വീതിയുള്ളതും കുളിർമ്മ യുള്ളതുമായ വരാന്ത കാണാമായിരുന്നു. ആ വീട്ടിലേക്കുള്ള വഴികൾ ചരൽ വിരിച്ചതും, വിശാലമായ പുൽത്തകിടികളെ ചുറ്റിപ്പോകുന്നവയു

മായിരുന്നു; അതിനു മുകളിലായി ഉയരമുള്ള പോപ്ലാർ മരച്ചില്ലകൾ പടർന്ന് പന്തലിച്ച് നിന്നിരുന്നു. വീടിന്റെ പുറകിലാകട്ടെ മുൻവശത്തേതി നേക്കാൾ വിസ്താരത്തിലായിരുന്നു ക്രമീകരണങ്ങൾ. വിശാലമായ കുതിരലായങ്ങൾ, അതിൽ കുതിരകളെ തുടയ്ക്കുന്നവരും പയ്യന്മാരു മായ ഒരു ഡസൻ ആളുകൾ. മുന്തിരിവള്ളികൾ പടർന്നുകയറിയ പരി ചാരകരുടെ ഗൃഹങ്ങൾ, ക്രമത്തിൽ നില്ക്കുന്ന ഔട്ട്ഹൗസുകളുടെ നിര കൾ, നീളത്തിലുള്ള മുന്തിരിവള്ളിക്കുടിലുകൾ, പച്ചവിരിച്ച മേച്ചിൽ സ്ഥല ങ്ങൾ, പഴത്തോട്ടങ്ങൾ, പിന്നെ ബെറികൾ കൃഷിചെയ്യുന്ന സ്ഥലവും. അതോടൊപ്പം കുഴൽ കിണറിൽനിന്നും വെള്ളം അടിച്ചുകയറ്റാനുള്ള പമ്പും, തൊട്ടുതന്നെ വലിയൊരു സിമന്റ് ടാങ്കും. അതിൽ മില്ലർ ജഡ്ജി യുടെ പുത്രന്മാർ പ്രഭാതത്തിൽ കൂപ്പുകുത്തുകയും ചൂടുള്ള സായാഹ്നങ്ങ ളിൽ ഇറങ്ങിക്കിടന്ന് ശരീരം തണുപ്പിക്കുകയും ചെയ്യും.

ഈ വലിയ അധീനദേശത്തെയാണ് ബക്ക് ഭരിച്ചിരുന്നത്. ഇവിടെ യാണ് അവൻ ജനിച്ചത്, അവന്റെ ജീവിതത്തിലെ നാലു വർഷവും ജീവി ച്ചതും ഇവിടെയാണ്. അവിടെ മറ്റ് നായ്ക്കളും ഉണ്ടായിരുന്നു എന്നത് വസ്തുതയാണ്. ഇത്രയും വലിയൊരു സ്ഥലത്ത് വേറെ നായ്ക്കൾ ഇല്ലാ തിരിക്കാൻ കഴിയില്ലല്ലോ; പക്ഷേ, അവയൊന്നും കണക്കിൽപ്പെടുന്നില്ല. അവയൊക്കെ വരുകയും പോകുകയും ചെയ്യും, ഒന്നുകിൽ മറ്റ് നായ്ക്ക ളുടെകൂടെ കൂടുകളിൽ, അല്ലെങ്കിൽ ആ ജാപ്പനീസ് പഗ്ടുട്ടിനെ പ്പോലെയോ, രോമമില്ലാത്ത മെക്സിക്കൻ നായ യസാബെല്ലിനെക്കൂട്ട് ആ വീടിന്റെ പിന്നാമ്പുറത്ത് എവിടെയെങ്കിലും അറിയപ്പെടാതെ ജീവി ക്കും- വല്ലപ്പോഴും മാത്രം വീടിന്റെ പുറത്തേക്ക് മൂക്കു നീട്ടുകയോ, നിലത്ത് കാലു കുത്തുകയോ ചെയ്യുന്ന അപൂർവ്വ ജന്തുക്കൾ. നേരെ മറിച്ച്, കുറെ 'ഫോക്സ് ടെറിയേഴ്സ്' ഉണ്ടായിരുന്നു, ചുരുങ്ങിയത് ഇരുപത് എണ്ണമെങ്കിലും; അവർ തങ്ങളെ സംരക്ഷിക്കാനായി കൈകളിൽ ചൂലുകളും തറതുടയ്ക്കുന്ന തുണിയുമായി നില്ക്കുന്ന വീട്ടുജോലിക്കാർ കാൺകെ ജനലുകളിലൂടെ നോക്കി ടൂട്ടിനോടും യസാബെല്ലിനോടും ഭയപ്പാടോടെ വാഗ്ദാനങ്ങൾ വിളിച്ചു കൂവുമായിരുന്നു.

പക്ഷേ, ബക്ക് വീട്ടിലെ നായയോ കൂട്ടിലെ നായയോ അല്ലായി രുന്നു. ആ സാമ്രാജ്യം മുഴുവൻ അവന്റേതായിരുന്നു. അവൻ ആ നീന്തൽ ടാങ്കിലേക്ക് എടുത്തുചാടും, അല്ലെങ്കിൽ ജഡ്ജിയുടെ പുത്രന്മാരോടൊപ്പം വേട്ടയ്ക്കു പോകും. ജഡ്ജിയുടെ പുത്രിമാരായ മോളിയും ആലീസും പ്രഭാതത്തിലോ സായാഹ്നത്തിലോ ദീർഘമായ നടത്തയ്ക്ക് പോകു മ്പോൾ ബക്ക് അകമ്പടി സേവിക്കും. ശിശിരകാലരാവുകളിൽ ജഡ്ജി യുടെ ലൈബ്രറിയിൽ ആളിക്കത്തുന്ന തീയുടെ മുന്നിൽ അദ്ദേഹത്തിന്റെ പാദങ്ങളിൽ അവൻ കിടക്കും. ജഡ്ജിയുടെ പേരക്കുട്ടികളെ അവൻ മുതു കിലിരുത്തി നടക്കും, അല്ലെങ്കിൽ അവരെ പുല്ലിലിട്ട് ഉരുട്ടും. ആ കുട്ടി കൾ കുതിരലായത്തിനടുത്തുള്ള ജലധാരവരെയോ, അല്ലെങ്കിൽ അതിന പ്പുറത്ത് കളിക്കളങ്ങൾവരെയോ, ബെറികൾ നില്ക്കുന്ന തടങ്ങൾ

വരെയോ നടത്തുന്ന സാഹസിക യാത്രകളിൽ അവൻ അവരുടെ കാല്പാദങ്ങളെ സംരക്ഷിച്ചു. അവിടത്തെ 'ടെറിയറുകളുടെ' ഇടയിൽ അവൻ രാജകീയ പ്രൗഢിയോടെ ഞെളിഞ്ഞു നടന്നു, ടൂട്ടിനെയും യസാ ബെല്ലിനെയും അവൻ തീർത്തും അവഗണിച്ചു, കാരണം അവൻ രാജാ വായിരുന്നു; മില്ലർ ജഡ്ജിയുടെ സ്ഥലത്തെ ഇഴയുകയും നുഴയുകയും പറക്കുകയും ചെയ്യുന്ന എല്ലാ ജീവികളുടെയും, മനുഷ്യരടക്കം എല്ലാവ രുടെയും രാജാവായിരുന്നു അവൻ.

അവന്റെ അച്ഛൻ എൽമോ, ഒരു തടിയൻ സെന്റ് ബർണാർഡ് നായ, ജഡ്ജിയുടെ വേർപിരിയാനാവാത്ത ചങ്ങാതിയായിരുന്നു. ബക്കും അവന്റെ അച്ഛന്റെ പാത പിന്തുടരുന്നതിൽ നന്നായി ശോഭിച്ചു. അവൻ അത്രയേറെ വലിപ്പം ഇല്ലായിരുന്നു. വെറും നൂറ്റിനാല്പത് പൗണ്ട് തൂക്കം മാത്രം; കാരണം അവന്റെ അമ്മ ഒരു സ്കോച്ച് ഷെപ്പേർഡ് പട്ടിയായി രുന്നു. എന്നിരുന്നാലും ഈ നൂറ്റിനാല്പതുപൗണ്ടിന്റെ കൂടെ നല്ല ജീവിത നിലവാരത്തിന്റെയും സാർവ്വത്രികമായ ബഹുമാനത്തിന്റെയും ഫലമായു ണ്ടാകുന്ന പ്രൗഢിയും കൂടിയായപ്പോൾ ബക്കിന് സ്വയം ഒരു രാജകീയ പ്രൗഢിയോടെ വിരാജിക്കാൻ കഴിഞ്ഞു. ഒരു നായക്കുട്ടി എന്ന അവസ്ഥ യ്ക്കുശേഷം അവൻ ജീവിച്ച നാല് വർഷവും ഒരു പരിപോഷിപ്പിക്ക പ്പെട്ട പ്രഭുവിന്റെ ജീവിതമാണ് നയിച്ചുപോന്നത്. അവൻ സ്വയം നല്ല ആത്മാഭിമാനമായിരുന്നു, ഒരല്പം അഹന്തയെന്നുപോലും പറയാം, പുറംലോകവുമായി ബന്ധമില്ലാതെ കഴിയുന്നതുമൂലം നാട്ടിൻപുറത്തെ ചില മനുഷ്യർക്ക് ഉണ്ടായിത്തീരുന്നതുപോലെ. പക്ഷേ, അമിതമായ ലാള നമേറ്റു വളരുന്ന വെറുമൊരു വീട്ടുനായ എന്ന സ്ഥിതിവരാതെ അവൻ സ്വയം സംരക്ഷിച്ചുപോന്നു. വേട്ടയ്ക്ക് പോകലും അതുമായി ബന്ധ പ്പെട്ട പുറംലോക ഉല്ലാസവുംകൂടിയായപ്പോൾ അവന് ദുർമ്മേദസ് വന്നി ല്ലെന്നു മാത്രമല്ല മാംസപേശികൾ നല്ല കരുത്തുള്ളവയായിത്തീരുകയും ചെയ്തു. അവനെ സംബന്ധിച്ചിടത്തോളം, തണുത്ത വെള്ളത്തൊട്ടിയിൽ കുളിക്കുന്ന വർഗ്ഗങ്ങൾക്കെല്ലാമുള്ളതുപോലെ, വെള്ളത്തോടുള്ള ഇഷ്ടം ഒരു ടോണിക്കും ആരോഗ്യപരിരക്ഷാ മാർഗ്ഗവുമായിരുന്നു.

1897 ലെ ഇലപൊഴിയും കാലംവരെ ബക്കിന്റെ ജീവിതരീതി ഇങ്ങ നെയൊക്കെയായിരുന്നു. അപ്പോഴാണ് ക്ലോൺ ഡൈക്കിലെ സ്വർണ്ണം കണ്ടെത്തൽ ലോകത്തിന്റെ എല്ലാ ഭാഗത്തുനിന്നും മനുഷ്യരെ മഞ്ഞുറ ഞ്ഞുകൂടിയ വടക്കൻ ദിക്കിലേക്ക് വലിച്ചുകൊണ്ട് വന്നത്. പക്ഷേ, ബക്ക് ദിനപത്രങ്ങൾ വായിച്ചിരുന്നില്ല, അതുകൊണ്ട് തോട്ടക്കാരനെ പണിക ളിൽ സഹായിക്കുന്ന ഒരുവനായ മാനുവൽ എന്നയാൾ കൊള്ളരുതാത്ത ഒരു പരിചയക്കാരനാണെന്ന് അവൻ അറിഞ്ഞില്ല. മാനുവലിന് ആപ ത്തിൽപ്പെടുത്തുന്ന ഒരു പാപം ഉണ്ടായിരുന്നു. അവന് ചൈനീസ് ലോട്ട റിയിൽ വലിയ കമ്പമായിരുന്നു. ആ ചൂതുകളിയിലും അവനൊരു ആപല് ക്കരമായ ബലഹീനതയുണ്ടായിരുന്നു, ഒരു പ്രത്യേക സമ്പ്രദായത്തി ലുള്ള വിശ്വാസം; അത് അവന്റെ നാശം ഉറപ്പാക്കുകയും ചെയ്തു. എങ്ങ

നെയെന്നാൽ, ആ സമ്പ്രദായത്തിൽ കളിക്കണമെങ്കിൽ കുറച്ചു പണം വേണം. പക്ഷേ, ഒരു തോട്ടക്കാരന്റെ സഹായിക്ക് കിട്ടുന്ന ശമ്പളത്തിൽ നിന്ന് ഭാര്യക്കും അനേകം കുട്ടികൾക്കും ചെലവിന് കൊടുത്തശേഷം ഒന്നുംതന്നെ മിച്ചം കിട്ടുകയുമില്ല.

മാനുവൽ ആ ചതി ചെയ്ത സ്മരണീയമായ രാത്രിയിൽ, മുന്തിരി വളർത്തുകാരുടെ സംഘടനയുടെ ഒരു മീറ്റിങ്ങിൽ പങ്കെടുക്കാൻ പോയി രിക്കുകയായിരുന്നു ജഡ്ജി; കുട്ടികളാകട്ടെ ഒരു സ്പോർട്സ് ക്ലബ് സംഘ ടിപ്പിക്കുന്ന തിരക്കിലുമായിരുന്നു. മാനുവലും ബക്കുംകൂടി പഴത്തോട്ടത്തി ലൂടെ കടന്നു പോകുന്നത് ആരും കണ്ടില്ല. ബക്ക് കരുതിയത് അത് വെറുമൊരു നടത്തയാണെന്നായിരുന്നു. ഒരൊറ്റ മനുഷ്യനൊഴികെ മറ്റാരും തന്നെ അവർ കോളേജ് പാർക്ക് എന്ന് അറിയപ്പെടുന്ന ചെറിയ റെയിൽവേ സ്റ്റേഷനിൽ എത്തുന്നത് കണ്ടില്ല. ഈ മനുഷ്യൻ മാനുവലു മായി സംസാരിച്ചു, അവർക്കിടയിൽ നാണയത്തിന്റെ കിലുകിലാശബ്ദം കേൾക്കുകയും ചെയ്തു.

"സാധനങ്ങൾ കൈമാറുന്നതിനുമുമ്പേ അതൊന്ന് ചുറ്റിക്കെട്ടണ മല്ലോ", ആ അപരിചിതൻ കാർക്കശ്യത്തോടെ പറഞ്ഞു. അപ്പോൾ മാനു വൽ ഒരു കട്ടിയുള്ള ചരട് രണ്ടായി മടക്കി ബക്കിന്റെ കഴുത്തിൽ കോള റിന് താഴെയായി കെട്ടി. എന്നിട്ട് പറഞ്ഞു:

"അതൊന്ന് തിരിച്ചാൽ മതി, അവന്റെ ശ്വാസം നില്ക്കുന്നതുപോലെ മുറുകിക്കൊള്ളും."

അപ്പോൾ അത് ശരിവയ്ക്കുന്നപോലെ അപരിചിതൻ ഒന്ന് മുരണ്ടു.

ബക്ക് നല്ല മാന്യതയോടെയാണ് ആ ചരട് സ്വീകരിച്ചത്. ശരിക്ക് പറഞ്ഞാൽ, അത് പതിവില്ലാത്തൊരു നടപടിയായിരുന്നു; പക്ഷേ, തനിക്ക് അറിയാവുന്ന മനുഷ്യരെ വിശ്വസിക്കാൻ അവൻ പഠിച്ചിരുന്നു, അതേ പോലെ തന്റെ സ്വന്തം ബുദ്ധിയേക്കാൾ കൂടുതൽ ബുദ്ധിയുള്ളവർക്ക് അതിന്റെ മതിപ്പ് നല്കാനും. എങ്കിലും ആ ചരടിന്റെ തുമ്പുകൾ ആ അപരിചിതന്റെ കൈകളിലേക്ക് കൊടുത്തപ്പോൾ, അവൻ ഭയപ്പെടു ത്തുന്ന രീതിയിൽ മുരണ്ടു. അവൻ തന്റെ അനിഷ്ടം അറിയിക്കുക മാത്ര മാണ് ചെയ്തത്, അപ്പോഴും തന്റെ അഹന്തകൊണ്ട് അവൻ വിശ്വസി ച്ചത്, അറിയിക്കുകയെന്നാൽ ആജ്ഞാപിക്കുക തന്നെയാണെന്നാണ്. പക്ഷേ, അവനെ അത്ഭുതപ്പെടുത്തിക്കൊണ്ട് അവന്റെ കഴുത്തിന് ചുറ്റു മുള്ള ചരട് മുറുകുകയും ശ്വാസംമുട്ടുകയും ചെയ്തു. പെട്ടെന്നുണ്ടായ ദേഷ്യത്തിൽ അവൻ ആ മനുഷ്യന്റെ നേർക്ക് കുതിച്ചു ചാടി. അയാളാ കട്ടെ അവനെ പാതിവഴിക്കുവച്ച് പിടികൂടി, പിടലിക്കുപിടിച്ച് തിരിച്ച് തന്റെ തോളിലൂടെ പുറകോട്ടെറിഞ്ഞു. അപ്പോഴേക്കും ആ ചരട് കരുണയി ല്ലാതെ മുറുകി. ദേഷ്യത്തോടെ കൈയും കാലുമിട്ടടിച്ച ബക്കിന്റെ നാക്ക് പുറത്തേക്ക് ചാടുകയും അവന്റെ വലിയ നെഞ്ച് ശ്വാസത്തിനുവേണ്ടി കിതയ്ക്കുകയും ചെയ്തു. അവന്റെ ജീവിതത്തിൽ ഇതിനുമുമ്പ് ഒരി ക്കലും ഇത്ര നീചമായി ആരും പെരുമാറിയിട്ടില്ല. അതേപോലെ അവന്റെ

ജീവിതത്തിലൊരിക്കലും അവനിത്ര ദേഷ്യവും തോന്നിയിട്ടില്ല. പക്ഷേ, അവന്റെ ശക്തി ക്ഷയിച്ചുപോയി, അവന്റെ കണ്ണുകൾ തിളങ്ങി, അവൻ ഒന്നുംതന്നെ അറിഞ്ഞില്ല; ആ രണ്ടുപേരും ചേർന്ന് എപ്പോഴാണ് തന്നെ ട്രെയിനിന്റെ ലഗേജ് വാനിലേക്ക് എറിഞ്ഞതെന്നോ എപ്പോഴാണ് ട്രെയിൻ ചൂളംവിളിച്ചുകൊണ്ട് വിട്ടുപോയതെന്നോ ഒന്നും.

പിന്നീട് അവൻ അറിഞ്ഞത്, അതിന്റെ നേരിയ ഓർമ്മയേ ഉള്ളൂ, തന്റെ നാക്കിന് വേദനയുണ്ടായിരുന്നുവെന്നും, താൻ ഏതോ ഒരുതരം വാഹനത്തിൽ കുലുങ്ങി കുലുങ്ങി സഞ്ചരിക്കുകയാണെന്നും. ഒരു ക്രോസിങ്ങിൽ എത്തിയപ്പോൾ തീവണ്ടിയുടെ പരുക്കൻ ചൂളംവിളി താൻ എവിടെയാണെന്ന് അവനോട് പറഞ്ഞു. ഒരു ലഗേജ് വാനിന്റെ ഇളക്കമി ല്ലാതെ അവൻ പലപ്പോഴും ജഡ്ജിയോടൊപ്പം സഞ്ചരിച്ചിട്ടുണ്ടായിരുന്നു. അവൻ കണ്ണുകൾ തുറന്നു, അവയിലേക്ക് കടന്നുവന്നത് തട്ടിക്കൊണ്ടു പോകപ്പെട്ട ഒരു രാജാവിന്റെ അനിയന്ത്രിതമായ രോഷമായിരുന്നു. ആ മനുഷ്യൻ അവന്റെ കഴുത്തിന് പിടിക്കാനായി ചാടിയെണീറ്റു, പക്ഷേ, ബക്ക് അതിനേക്കാൾ വേഗത്തിലായിരുന്നു. അവന്റെ താടിയെല്ലുകൾ അയാളുടെ കൈയിൽ മുറുകി, അവയുടെ പിടി അവന്റെ ബോധം ഒരി ക്കൽക്കൂടി മറയുന്നതുവരെ അയഞ്ഞതുമില്ല.

"ശപ്പൻ, അവന് ജന്നിയുണ്ട്", ആ മനുഷ്യൻ തന്റെ കടിയേറ്റകൈ മറച്ചുപിടിച്ചുകൊണ്ട് ലഗേജുവാനിലെ ആളോട് പറഞ്ഞു; ഒരു ബഹള ത്തിന്റെ ശബ്ദംകേട്ട് എത്തിയതായിരുന്നു അയാൾ. "ഞാൻ ഇവനെ എന്റെ യജമാനനുവേണ്ടി ഫ്രിസ്കോയിലേക്ക് കൊണ്ടുപോകുകയാണ്" ആ മനുഷ്യൻ തുടർന്ന് പറഞ്ഞു. "അവിടെയുള്ള ഒരു വട്ടൻ ശ്വാനഡോ ക്ടർ കരുതുന്നത് ഇവനെ ചികിത്സിച്ച് ഭേദപ്പെടുത്താമെന്നാണ്."

ആ രാത്രിയിലെ യാത്രയെക്കുറിച്ച് ആ മനുഷ്യൻ വളരെ വാചാല നായിട്ടാണ് സാൻഫ്രാൻസിസ്കോയിലെ നദീതീരത്തുള്ള ഒരു ഭക്ഷണ ശാലയുടെ പിൻഭാഗത്തുള്ള ഷെഡ്ഡിൽ വച്ച് സംസാരിച്ചത്.

"ആകെക്കൂടി എനിക്ക് ഇതിന് കിട്ടുന്നത് അമ്പത് മാത്രമാണ്", അവൻ മുറുമുറുത്തു. "ഇനിമേലിൽ ആയിരം രൊക്കം എണ്ണിത്തരാമെന്നു പറഞ്ഞാലും ഞാൻ ഇപ്പണി ചെയ്യില്ല."

അയാളുടെ കൈ രക്തക്കറ പിടിച്ച ഒരു തുവാലകൊണ്ട് കെട്ടിയി രുന്നു, അയാളുടെ ട്രൗസറിന്റെ വലത്തേ കാലുറ മുട്ടുമുതൽ കണങ്കാലു വരെ കീറിയിരുന്നു. "മറ്റേ കക്ഷിക്ക് എത്ര കിട്ടി?" ഭക്ഷണശാലയുടമ ചോദിച്ചു.

"ഒരു നൂറ്" എന്ന് അയാൾ മറുപടി പറഞ്ഞു. "ഒറ്റപ്പൈസ കുറ ഞ്ഞാൽ അയാൾ എടുക്കില്ല. അതുകൊണ്ട് എന്നെയൊന്ന് സഹായി ക്കണം."

"രണ്ടുംകൂടി നൂറ്റിയമ്പതായി." ഭക്ഷണശാലക്കാരൻ കണക്കുകൂ ട്ടിയിട്ട് പറഞ്ഞു. "അതിന് അത്രയും കൊടുക്കണം, അല്ലെങ്കിൽ പിന്നെ ഞാൻ വട്ട് പറയുകയായിരിക്കും." ആ തട്ടിക്കൊണ്ടുപോക്കുകാരൻ തന്റെ

കൈയിലെ രക്തംപുരണ്ട തുണി അഴിച്ച് മുറിവിൽ നോക്കിക്കൊണ്ട് പറഞ്ഞു, "എനിക്ക് പേ പിടിക്കാതിരുന്നാൽ മതിയായിരുന്നു....."

"അതൊന്നുമില്ലെന്നേ, താൻ തൂക്കിക്കൊല്ലപ്പെടാൻ ജനിച്ചവനല്ലേ" എന്നു പറഞ്ഞ് ചിരിച്ചുകൊണ്ട് ഭക്ഷണശാലക്കാരൻ തുടർന്നു, "താൻ തന്റെ ചരക്ക് എടുക്കുന്നതിനുമുമ്പേ എനിക്കൊരു കൈസഹായം ചെയ്തേക്ക്."

കഴുത്തിനും നാക്കിനുമുള്ള അസ്സഹനീയമായ വേദനയും തന്നിൽ നിന്ന് പകുതി ജീവൻ കവർന്നെടുത്തതിലുള്ള ക്ഷീണവുംകൊണ്ട് പകച്ചു പോയ ബക്ക് തന്നെ കഷ്ടപ്പെടുത്തുന്നവരെ നേരിടാൻ ഒരു ശ്രമം നടത്തി. പക്ഷേ, അവൻ വീണ്ടും വീണ്ടും നിലത്ത് എറിയപ്പെടുകയും കഴുത്തിലെ കുരുക്ക് മുറുക്കപ്പെടുകയും ചെയ്തു. ഒടുവിൽ അവന്റെ കഴുത്തിലുണ്ടായിരുന്ന പിത്തള കോളർ രാകി മുറിച്ചുമാറ്റുന്നതിൽ അവർ വിജയിക്കുകയും ചെയ്തു. അതിനുശേഷം അവന്റെ കഴുത്തിലെ ചരട് മാറ്റുകയും അവനെ അഴികളുള്ള ഒരു കൂട്ടിലേക്ക് എറിയുകയും ചെയ്തു.

അവശനായി ആ രാത്രിയുടെ അവശേഷിച്ച ഭാഗം മുഴുവൻ അവൻ അവിടെക്കിടന്നു, മുറിവേറ്റ തന്റെ അഭിമാനത്തെയും രോഷത്തെയും താലോലിച്ചുകൊണ്ട്. ഇതിന്റെയൊക്കെ അർത്ഥം എന്താണെന്ന് അവന് മനസ്സിലായില്ല. തന്നെക്കൊണ്ട് ഇവർക്ക് എന്താണ് വേണ്ടത്, അപരിചിത രായ ഈ മനുഷ്യർക്ക്? എന്തിനാണ് അവർ ഈ ഇടുങ്ങിയ കൂടിൽ എന്നെ അടച്ചിടുന്നത്? അത് എന്തിനാണെന്ന് അവൻ അറിഞ്ഞുകൂടാ യിരുന്നു, പക്ഷേ, വരാൻപോകുന്ന ദുരന്തത്തിന്റെ അവ്യക്തമായ ബോധം അവനെ അലട്ടാൻ തുടങ്ങിയിരുന്നു. ആ ഷെഡ്ഡിന്റെ വാതിൽ കരകരാ ശബ്ദമുണ്ടാക്കിക്കൊണ്ട് രാത്രിയിൽ നിരവധി പ്രാവശ്യം തുറന്നപ്പോൾ അവൻ ചാടിയെണീറ്റ് നിന്നു, ജഡ്ജിയെ കാണാമെന്ന പ്രതീക്ഷയോടെ, ചുരുങ്ങിയത് ആ കുട്ടികളെയെങ്കിലും. പക്ഷേ, ഓരോ പ്രാവശ്യവും ആ ഭക്ഷണശാലക്കാരന്റെ വീർത്തമുഖമാണ് അവനെ തുറിച്ചുനോക്കിയത്, കൊഴുപ്പിൽ നിർമ്മിച്ച മെഴുകുതിരിയുടെ ക്ഷീണിച്ച പ്രകാശത്തിൽ ഓരോ പ്രാവശ്യവും ബക്കിന്റെ തൊണ്ടയിൽ രൂപംകൊണ്ട സന്തുഷ്ട മായ കുര വിറയലായി മാറി വളഞ്ഞൊടിഞ്ഞ് ഒരു മോങ്ങലായിത്തീർന്നു.

എന്തായാലും ആ ഭക്ഷണശാലക്കാരൻ അവനെ അവന്റെ പാട്ടിന് വിട്ടു. അങ്ങനെ പ്രഭാതമായപ്പോൾ നാല് ആൾക്കാർ കടന്നുവന്ന് ആ കൂട് പൊക്കിയെടുത്തു. കഷ്ടപ്പെടുത്താൻ കൂടുതൽ ആൾക്കാർ വന്നിരി ക്കുന്നുവെന്ന് ബക്ക് തീരുമാനിച്ചു, കാരണം മുഷിഞ്ഞ വസ്ത്രങ്ങൾ ധരിച്ച വൃത്തിഹീനരായ അവരെ കണ്ടാൽ നീചന്മാരാണെന്ന് തോന്നും. അവൻ ആ കൂടിന്റെ അഴികൾക്കിടയിലൂടെ അവരുടെ നേർക്ക് കയർക്കു കയും രോഷംകൊള്ളുകയും ചെയ്തു. അവർ അവനെ നോക്കി ചിരിക്കു കയും മരക്കമ്പുകൾ അകത്തേക്ക് നീട്ടുകയും ചെയ്തു. അവൻ ഉടനെ അതിലേക്ക് ചാടി കടിച്ചുമുറിക്കാൻ തുടങ്ങി, അവർ അതുതന്നെയാണ് ഉദ്ദേശിച്ചത് എന്ന് തിരിച്ചറിയുന്നതുവരെ. അതിനുശേഷം അവൻ ശുണ്ഠി

യോടെ അടങ്ങിക്കിടക്കുകയും അവരെ ആ കൂട് പൊക്കി ഒരു ലഗേജ് വാനിൽ വയ്ക്കാൻ അനുവദിക്കുകയും ചെയ്തു. പിന്നീട് അവനും അവൻ തടവിലാക്കപ്പെട്ട ആ കൂടും, നിരവധി കൈ മറിഞ്ഞുള്ള ഒരു പ്രയാണം ആരംഭിച്ചു. എക്സ്പ്രസ് ഓഫീസിലെ ക്ലാർക്കുമാർ അവന്റെ ചാർജ്ജ് ഏറ്റെടുത്തു; അവനെ മറ്റൊരു ട്രെയിനിൽ കയറ്റിക്കൊണ്ടു പോയി. അതിനുശേഷം ഒരു ലോറിയിൽ അവനെ കൊണ്ടുപോയി, മറ്റ് നിരവധി പാഴ്സലുകളും പെട്ടികളോടുമൊപ്പം. പിന്നെ ഒരു വലിയ കട ത്തുബോട്ടിൽ. ആ കടത്തുബോട്ടിൽനിന്നും മറ്റൊരു ലോറിയിൽ കയറ്റി വലിയൊരു റെയിൽവേ ഡിപ്പോയിലേക്കും അവിടെനിന്ന് അവസാനമായി ഒരു എക്സ്പ്രസ് കാറിൽ നിക്ഷേപിക്കുകയും ചെയ്തു.

രണ്ട് രാവും രണ്ട് പകലും ഈ എക്സ്പ്രസ് കാറിനെ കൂവിപ്പാ യുന്ന തീവണ്ടികൾ വാലിൽകെട്ടി വലിച്ചുകൊണ്ടുപോയി; ഈ രണ്ട് രാവും പകലും ബക്ക് എന്തെങ്കിലും കുടിക്കുകയോ കഴിക്കുകയോ ചെയ് തില്ല. അവന്റെ അരിശംകൊണ്ട് എക്സ്പ്രസ് മെസഞ്ചേഴ്സിന്റെ ആദ്യ നീക്കങ്ങളെ അവൻ നേരിട്ടത് മുരൾച്ചയിലൂടെയായിരുന്നു, അവരാകട്ടെ അവനെ ഉപദ്രവിച്ചുകൊണ്ട് തിരിച്ചടിച്ചു. അവൻ വിറച്ചുകൊണ്ടും നുരയും പതയും പുറപ്പെടുവിച്ചുകൊണ്ടും കൂടിന്റെ അഴികളിലോട്ട് സ്വയം ചാടി വീണപ്പോൾ, അവർ ചിരിച്ചുകൊണ്ട് അവനെ പരിഹസിച്ചു. അവർ മുര ളുകയും വൃത്തികെട്ട പട്ടികളെപ്പോലെ കുരയ്ക്കുകയും പൂച്ചയുടെ ശബ്ദ മുണ്ടാക്കുകയും കൈകൾ തട്ടിക്കൊണ്ട് ആഹ്ലാദിക്കുകയും ചെയ്തു. അതൊക്കെ വളരെ ബാലിശമാണെന്ന് അവന് അറിയാമായിരുന്നു; പക്ഷേ, അതുകൊണ്ടുതന്നെ അവന്റെ അഭിമാനത്തെ കൂടുതൽ ആക്ര മിക്കുന്നതായി തോന്നിയപ്പോൾ, അവന്റെ ദേഷ്യം വർദ്ധിച്ചു വർദ്ധിച്ചു വന്നു. വിശപ്പ് അവൻ അത്ര കാര്യമാക്കിയില്ല, പക്ഷേ, വെള്ളം കിട്ടാതെ വന്നപ്പോൾ അവന്റെ ദുരിതം ഏറെ കഠിനമാകുകയും അത് അവന്റെ കോപത്തെ ജ്വരത്തിന്റെ വക്കുവരെ എത്തിക്കുകയും ചെയ്തു. അക്കാര്യം പറയുകയാണെങ്കിൽ, അധിക വിജ്യംഭിതനും പെട്ടെന്ന് വികാരംകൊ ള്ളുന്നവനുമായ അവനെ, ഇപ്രകാരമുള്ള മോശമായ പെരുമാറ്റം, ഒരു പനിയിലേക്കാണ് തള്ളിവിട്ടത്; അതിന് ആക്കം കൂട്ടിയത് അവന്റെ വരണ്ട വിങ്ങിയ തൊണ്ടയുടെയും നാക്കിന്റെയും നീർവീക്കവും.

ഒരു കാര്യത്തിൽ അവൻ സന്തുഷ്ടനായിരുന്നു, ആ ചരട് അവന്റെ കഴുത്തിൽനിന്ന് പോയതിന്, ആ ചരട് അവർക്ക് അനർഹമായൊരു ആനു കൂല്യമാണ് നല്കിയിരുന്നത്, പക്ഷേ, ഇപ്പോൾ അത് പോയ സ്ഥിതിക്, അവൻ അവർക്ക് കാണിച്ചുകൊടുക്കും. അവന്റെ കഴുത്തിൽ ഇനിയൊരു ചരട് ഇടാൻ അവർക്കൊരിക്കലും ആവില്ല. അക്കാര്യത്തിൽ അവൻ ദൃഢ നിശ്ചയം ചെയ്തിരുന്നു. രണ്ട് രാവും പകലും അവൻ ഒന്നും കഴിക്കു കയോ കുടിക്കുകയോ ചെയ്തില്ല. ആ രണ്ട് രാവുകളിലെയും പകലുക ളിലെയും പീഡനങ്ങൾക്കിടയിൽ, അവൻ കോപത്തിന്റെ ഒരു നിധി സംഭ രിച്ചിരുന്നു, അത് അവനോട് ആദ്യം ഇടയുന്നത് ആരായാലും അവർക്ക്

ദോഷമാകുമെന്ന് ഉറപ്പായിരുന്നു. അവന്റെ കണ്ണുകൾ രക്തം കട്ടിപിടിച്ച പോലെ ചുവന്നു, അങ്ങനെ അവൻ വിറളി പിടിച്ചൊരു ഭൂതംപോലെ രൂപാന്തരപ്പെട്ടു. ജഡ്ജിക്കുപോലും തിരിച്ചറിയാൻ പറ്റാത്തവിധം അവൻ അത്രയ്ക്ക് മാറിപ്പോയിരുന്നു. സിയാറ്റിൽ റെയിൽവേ സ്റ്റേഷനിൽവച്ച് അവനെ കയറ്റി അയച്ച ശേഷമാണ് എക്സ്പ്രസ് മെസഞ്ചേഴ്സിന് ആശ്വാസത്തോടെ ശ്വാസംവിടാൻ കഴിഞ്ഞത്.

നാലുപേർ ചേർന്ന് വളരെ ജാഗ്രതയോടെയാണ് ആ കൂട് കുതിര വണ്ടിയിൽ നിന്നിറക്കി ഉയർന്ന മതിൽക്കെട്ടുകളുള്ള ഒരു ചെറിയ പിമ്മുറ്റത്ത് കൊണ്ടുവന്നത്. കഴുത്തിന്റെയടുത്ത് നല്ലപോലെ അയഞ്ഞു കിടന്ന ചുവന്ന സ്വറ്ററിട്ട ഒരു തടിയൻ പുറത്തിറങ്ങിവന്ന് ഡ്രൈവർക്കു വേണ്ടി ഒരു ബുക്കിൽ ഒപ്പിട്ടുകൊടുത്തു. ഇയാളായിരിക്കും അടുത്തതായി എന്നെ പീഡിപ്പിക്കാൻ പോകുന്നത്, എന്ന് മനസ്സിൽ കരുതിയ ബക്ക് സ്വയം കൂടിന്റെ അഴികൾക്കുനേരെ ചാടി വീണു. ആ മനുഷ്യൻ ഗൗരവ ത്തിൽ ഒന്ന് പുഞ്ചിരിച്ചിട്ട് ഒരു കൈക്കോടാലിയും ഒരു ഗദയും കൊണ്ടു വന്നു.

"നിങ്ങൾ ഇപ്പോൾതന്നെ അവനെ പുറത്തേക്ക് വിടുന്നില്ലല്ലോ അല്ലേ?" ആ ഡ്രൈവർ ചോദിച്ചു.

"തീർച്ചയായും ഇപ്പോൾതന്നെ പുറത്തുവിടും" എന്ന് പറഞ്ഞു കൊണ്ട് അയാൾ ആ കൈക്കോടാലിയുടെ വായ്ത്തല കൂടിന്റെ ഒരു വിടവിലേക്ക് കയറ്റി തിക്കി നീക്കി.

ആ കൂട് അകത്തേക്ക് കൊണ്ടുവന്ന നാലുപേരും നിമിഷനേരം കൊണ്ട് തിക്കിത്തിരക്കി ഓടി മതിലിന്റെ മുകളിൽ സുരക്ഷിത സ്ഥാനങ്ങ ളിൽ കയറി എന്താണ് നടക്കാൻ പോകുന്നതെന്ന് കാണാനായി തയ്യാറെ ടുത്ത് നിന്നു.

ഒടിഞ്ഞുമടങ്ങുന്ന തടിക്കഷ്ണത്തിന്റെയടുത്തേക്ക് ഓടിയെത്തിയ ബക്ക് അവന്റെ പല്ലുകൾ അതിലേക്ക് ആഴ്ത്തി, മുന്നോട്ടാഞ്ഞ് അതു മായി ഗുസ്തി പിടിച്ചു. കൂടിന്റെ പുറത്ത് എവിടെയൊക്കെ കോടാലി വീണോ, അവിടെയൊക്കെ അകത്ത് അവൻ എത്തി, മുരളുകയും പല്ലിളി ക്കുകയും ചെയ്തുകൊണ്ട്. ചുവന്ന സ്വറ്ററിട്ട ആ മനുഷ്യൻ എത്ര സമാ ധാനത്തോടെയാണ് അവനെ പുറത്തുകൊണ്ടുവരുവാൻ ശ്രമിച്ചത് അത്ര യേറെ ദേഷ്യത്തോടും ഉൽക്കണ്ഠയോടും കൂടിയാണ് അവൻ പുറത്തിറ ങ്ങാൻ ആഗ്രഹിച്ചതും. "ചുവന്ന കണ്ണുള്ള ചെകുത്താനേ, ഇതാ" അയാൾ പറഞ്ഞു. അപ്പോഴേക്കും ബക്കിന്റെ ശരീരം കടന്നുപോകാൻ പാകത്തിലുള്ള ഒരു ദ്വാരം അയാൾ ഉണ്ടാക്കിയിരുന്നു. അന്നേരംതന്നെ അയാൾ കൈക്കോടാലി താഴെയിട്ട് ഗദ വലതുകൈയിലെടുത്തു.

ശരിക്കും ബക്ക് ചുവന്ന കണ്ണുള്ളൊരു ചെകുത്താനായിരുന്നു. അവൻ പുറത്തേക്ക് ചാടാനായി ഒരുങ്ങി നിന്നു, രോമങ്ങൾ എണീറ്റു നിന്നു, വായിൽ നുരപൊങ്ങി, ചോര കട്ടപിടിച്ച കണ്ണുകളിൽ ഭ്രാന്തമായ ഒരു തിളക്കവും. ആ മനുഷ്യന്റെ നേർക്കുതന്നെ അവൻ തന്റെ നൂറ്റി

നാല്പത് പൗണ്ട് ദേഷ്യവും തൊടുത്തുവിട്ടു; രണ്ട് രാത്രിയും രണ്ട് പകലും തടഞ്ഞുനിറുത്തിയിരുന്ന ആവേശത്തിന്റെ അകമ്പടിയോടെ. വായുവിൽ, അവന്റെ താടിയെല്ലുകൾ ആ മനുഷ്യന്റെമേൽ ആഞ്ഞുപതിക്കാൻ പോയ അതേസമയത്ത് അവനൊരു അടി കിട്ടി, അത് അവന്റെ ശരീരഗതിയെ നിയന്ത്രിക്കുകയും അവന്റെ പല്ലുകളെ വേദനയോടെ അടപ്പിക്കുകയും ചെയ്തു. അവൻ വട്ടംചുറ്റി, പുറവും ഒരു വശവും ചേർന്ന് നിലത്ത് വീണു. അവന്റെ ജീവിതത്തിൽ ഒരിക്കലും ഒരു ഗദകൊണ്ടുള്ള അടി ഏറ്റിട്ടില്ലാതിരുന്നതുകൊണ്ട് അത് എന്താണെന്ന് അവന് മനസ്സിലായില്ല. ഭാഗികമായി കുരയും കൂടുതൽ അലർച്ചയുമായ ഒരു മുരൾച്ചയോടെ അവൻ വീണ്ടും എണീറ്റുനിന്ന് അയാളുടെ നേർക്ക് ചാടി വീണു. വീണ്ടും ആ അടി വന്നു, അവൻ തകർന്ന് നിലത്തുവീണു. ഇത്തവണ അവന് മനസ്സിലായി അത് ആ ഗദയുടെ പ്രയോഗമാണെന്ന്, പക്ഷേ, അവന്റെ ഭ്രാന്തമായ ആവേശം ഒരു താക്കീതും വകവച്ചില്ല. പത്തു പന്ത്രണ്ട് പ്രാവശ്യം അവൻ ചാടിവീണു, അത്രയും തവണ ആ ഗദ അവനെ പ്രഹരിച്ച് നിലത്തിടുകയും ചെയ്തു.

ഒരു ഭീകരമായ അടിക്കുശേഷം, ചാടാൻ നിവൃത്തിയില്ലാതെ, അവൻ കാലുകളിൽ ഇഴഞ്ഞു. അവിടെയൊക്കെ മുടന്തിക്കൊണ്ട് പ്രാഞ്ചി നടന്ന അവന്റെ മൂക്കിൽനിന്നും വായിൽനിന്നും ചെവികളിൽനിന്നും രക്തം ഒഴുകി, മനോഹരമായ അവന്റെ രോമമാകെ ചോരയും ഉമിനീരും നോള യുംകൊണ്ട് വികൃതമായി. അപ്പോൾ ആ മനുഷ്യൻ അവന്റെ നേർക്ക് നടന്നുചെന്ന് കരുതിക്കൂട്ടി അവന്റെ മൂക്കിന് ഭീകരമായ ഒരടി കൊടുത്തു. ഇതിന്റെ അതിഭയങ്കരമായ വേദനയുമായി തുലനം ചെയ്യുമ്പോൾ അവൻ അതുവരെ സഹിച്ചത് ഒന്നുമല്ലായിരുന്നു. ശൗര്യത്തിൽ സിംഹത്തിനോടൊപ്പമെത്തുന്ന ഒരു അലർച്ചയോടെ, അവൻ വീണ്ടും അയാൾക്കു നേരെ ചാടി. പക്ഷേ, അയാൾ, തന്റെ വലതുകൈയിലിരുന്ന ഗദ ഇടതുകൈയിലേക്ക് മാറ്റിയശേഷം, ആയാസരഹിതമായി അവന്റെ കീഴ്ത്താടിയിൽ പിടിച്ച് മുറുക്കുകയും, അതേസമയംതന്നെ അവനെ താഴോട്ടും പുറകോട്ടും പിടിച്ച് തിരിക്കുകയും ചെയ്തു. ബക്ക് അന്തരീക്ഷത്തിൽ ഒരു പൂർണ്ണവൃത്തവും പിന്നെ പകുതിയും ചുറ്റി, തലയും നെഞ്ചും കുത്തി നിലത്ത് വീണു.

അവസാനമായി അവൻ ഒന്നുകൂടി ചാടി. ആ മനുഷ്യനാകട്ടെ മനഃപൂർവ്വം ഇത്രയുംനേരം എടുക്കാതെ വച്ചിരുന്ന തന്ത്രപൂർവ്വമായ ഒരടി അടിച്ചു. അതോടെ ബക്ക് ചുരുണ്ടുകൂടി ഒന്ന് എണീറ്റു, പിന്നെ വീണു പോയി, തീർത്തും ബോധരഹിതനായി കിടന്നു.

"നായയെ തകർക്കുന്നതിൽ അയാൾ അത്ര ലക്ഷണംകെട്ടവനല്ല, എന്നാണ് എനിക്ക് പറയാനുള്ളത്", മതിലിനു മുകളിൽ കയറിനിന്നവരിൽ ഒരുവൻ ഉത്സാഹത്തോടെ പറഞ്ഞു.

"ഏത് ദിവസവും ഈ ഡ്രതർ കൂട് പൊളിക്കും, ഞായറാഴ്ച ദിവസങ്ങളിൽ രണ്ട് പ്രാവശ്യവും", എന്നായിരുന്നു ആ ഡ്രൈവറുടെ മറുപടി,

അയാൾ കുതിരവണ്ടിയിൽ കയറിനിന്ന് കുതിരകളെ പുറപ്പെടാൻ തയ്യാ
റാക്കിക്കൊണ്ടാണ് അതു പറഞ്ഞത്.

ബക്കിന്റെ ബോധം തിരിച്ചുവന്നിരുന്നു, പക്ഷേ, അവന്റെ ശക്തി
തിരിച്ചെത്തിയില്ല. അവൻ വീണിടത്തുതന്നെ കിടക്കുകയായിരുന്നു,
അവിടെക്കിടന്ന് അവൻ ചുവന്ന സ്വറ്ററുള്ള ആ മനുഷ്യനെ ശ്രദ്ധിച്ചു.

"ബക്കിന്റെ പേരിനുള്ള മറുപടികൾ", അയാൾ അത് പറഞ്ഞത്
ആ കടയുടമ ആ കൂടും അതിൽ അയച്ച സാധനവും സംബന്ധിച്ച
കത്തിൽനിന്ന് ഉദ്ധരിച്ചുകൊണ്ടായിരുന്നു.

"കൊള്ളാം, ബക്കേ, എന്റെ പയ്യാ" അയാൾ അല്പം മയത്തോടെ
പറഞ്ഞു, "നമ്മുടെ കലഹം കഴിഞ്ഞു, ഇനി നമുക്ക് ചെയ്യാവുന്ന ഏറ്റവും
നല്ല സംഗതി അത് അവിടെ അങ്ങനെ വിട്ടേക്കുക എന്നതാണ്. നിന്റെ
സ്ഥാനം എന്താണെന്ന് നീ പഠിച്ചു, എന്റേത് എനിക്കും അറിയാം. ഒരു
നല്ല നായ ആയിരുന്നാൽ എല്ലാം ഭംഗിയായി നടക്കും, നല്ല ശാപ്പാടും
കിട്ടും. അതല്ല നീ മോശം നായ ആയാൽ ഞാൻ നിന്റെ കുടൽ പറിച്ചെ
ടുക്കും; മനസ്സിലായോ?"

അയാൾ അത് പറയുന്നതിനിടെ താൻ തന്നെ കരുണയില്ലാതെ തല്ലി
ച്ചതച്ച ആ തലയിൽ നിർഭയം തലോടി. ആ കൈ തൊട്ടപ്പോൾ ബക്കിന്റെ
ശരീരത്തിലെ രോമം അപ്രേരിതമായി എണീറ്റുനിന്നെങ്കിലും, അവൻ
പ്രതിഷേധമില്ലാതെ അത് സഹിച്ചു. അയാൾ വെള്ളം കൊണ്ടുവന്ന
പ്പോൾ, അയാളുടെ കൈയിൽനിന്നുതന്നെ ആർത്തിയോടെ കുടിച്ചു;
കുറെക്കഴിഞ്ഞ് ഭക്ഷണമായി അയാൾ വേവിക്കാത്ത ഇറച്ചി കൊണ്ടുവ
ന്നപ്പോൾ, അയാളുടെ കൈയിൽ നിന്നുതന്നെ അത് വയറുനിറയെ തിന്നു
കയും ചെയ്തു.

അവന് നല്ല അടികിട്ടി (അവനത് അറിഞ്ഞു); പക്ഷേ, അവൻ ഒടിക്ക
പ്പെട്ടില്ല. ഒരുകാര്യം അവൻ കണ്ടറിഞ്ഞു, എന്നെന്നേക്കുമായി തന്നെ,
അതായത് ഗദ കൈയിലുള്ള ഒരാളുമായി എതിരിട്ടുനില്ക്കാൻ തനിക്ക്
ആവില്ല. അവൻ ആ പാഠം പഠിച്ചു, തന്നെയുമല്ല അതിനുശേഷമുള്ള
അവന്റെ ജീവിതത്തിലുടനീളം അവൻ അത് മറന്നതുമില്ല. ആ ഗദ ഒരു
വെളിപാട് ആയിരുന്നു. പ്രാഥമിക നിയമവാഴ്ചയിലേക്കുള്ള അവന്റെ
ഒരു പരിചയപ്പെടുത്തലായിരുന്നു അത്; അവൻ ആ പരിചയപ്പെടുത്ത
ലിനെ പാതിവഴിയിൽ സന്ധിക്കുകയും ചെയ്തു. ജീവിത യാഥാർത്ഥ്യ
ങ്ങൾ ഭയാനകമായ രൂപംപൂണ്ടു; ആ രൂപത്തെ അവൻ ഭയരഹിതമായി
അഭിമുഖീകരിച്ചപ്പോൾ അവന്റെ പ്രകൃതത്തിൽ അന്തർലീനമായിരുന്ന
എല്ലാ സൂത്രങ്ങളും ഉയർത്തി അഭിമുഖീകരിക്കുകയും ചെയ്തു.

ദിവസങ്ങൾ കടന്നുപോയപ്പോൾ, കൂടുതൽ നായ്ക്കൾ വന്നു
ചേർന്നു, കൂടുകളിലായും ചരടുകളുടെ അറ്റത്തായും മറ്റും. ചിലതൊക്കെ
ശാന്തരായിരുന്നു, ചിലരൊക്കെ അവനെപ്പോലെതന്നെ അലറിക്കൊണ്ടും
അരിശപ്പെട്ടുമാണ് വന്നത്. എല്ലാവരുംതന്നെ ചുവന്ന സ്വറ്ററിട്ട ആ മനു
ഷ്യന്റെ ആധിപത്യത്തിൻ കീഴിലൂടെ കടന്നുപോകുന്നത് അവൻ

ശ്രദ്ധിച്ചു. വീണ്ടും വീണ്ടും ഓരോ പ്രാവശ്യവും ക്രൂരമായ കൃത്യം നോക്കിക്കണ്ട ബക്കിന് ആ പാഠം നന്നേ മനസ്സിലായി: കൈയിൽ ഗദ യുള്ള മനുഷ്യൻ ഒരു നിയമപാലകനാണ്, അനുസരിക്കപ്പെടേണ്ട ഒരു യജമാനൻ, പ്രസാദിപ്പിക്കപ്പെടേണ്ട ആവശ്യമില്ലാത്തയാൾ. പ്രസാദിപ്പി ക്കുക എന്ന കുറ്റം ഒരിക്കലും ബക്ക് ചെയ്തില്ല, അടികിട്ടിയ നായ്ക്കൾ ആ മനുഷ്യനെ സേവ പിടിക്കുന്നതും വാലാട്ടുന്നതും അയാളുടെ കൈ നക്കുന്നതുമൊക്കെ അവൻ കണ്ടെങ്കിലും. ഒരിക്കൽ അവൻ അതും കണ്ടു, ഒരു നായ അനുസരിക്കുന്നുമില്ല, സേവ പിടിക്കുന്നുമില്ല, ഒടു വിൽ ആധിപത്യത്തിനുവേണ്ടിയുള്ള സമരത്തിൽ അവൻ കൊല്ലപ്പെട്ടു.

ഇടയ്ക്കിടെ ആൾക്കാർ വന്നുകൊണ്ടിരുന്നു. എല്ലാം അപരിചിതർ, അവരെല്ലാം ചുവന്ന സ്വറ്ററിട്ടയാളോട് സംസാരിച്ചു. ചിലർ ആവേശ ത്തോടെ, മറ്റുചിലർ ഒത്താശചെയ്യുന്നതുപോലെ, അങ്ങനെ എല്ലാവിധ ശൈലികളിലും. ഒടുവിൽ പൈസ കൈമാറ്റം നടന്ന അവസരങ്ങളി ലെല്ലാം ഈ അപരിചിതർ ഒന്നോ അതിലധികമോ നായ്ക്കളെ അവരുടെ കൂടെ കൊണ്ടുപോയി. ബക്ക് അത്ഭുതപ്പെടുകയായിരുന്നു, ഇവരെ യൊക്കെ എങ്ങോട്ടാണ് കൊണ്ടുപോകുന്നതെന്ന്; കാരണം അവർ ഒരി ക്കലും മടങ്ങിവന്നില്ല. പക്ഷേ, ഭാവിയെക്കുറിച്ചുള്ള ഭയം അവന്റെയു ള്ളിൽ ശക്തി പ്രാപിച്ചു, എങ്കിലും അവനെ തെരഞ്ഞെടുക്കാതിരുന്ന ഓരോ അവസരത്തിലും അവൻ സന്തോഷിച്ചു.

അങ്ങനെയിരിക്കെ ഒടുവിൽ അവന്റെ സമയവും വന്നെത്തി, ഒരു മെലിഞ്ഞ ചെറിയ മനുഷ്യന്റെ രൂപത്തിൽ. അയാൾ മുറി ഇംഗ്ലീഷാണ് തട്ടിവിട്ടത്, അതും ബക്കിന് മനസ്സിലാക്കാൻ കഴിയാതെ പോയ അപരി ചിതവും സഭ്യേതരവുമായ വ്യാക്ഷേപങ്ങളോടെ,

"അത്യുഗ്രൻ" അയാൾ വിളിച്ചു പറഞ്ഞു, അയാളുടെ ദൃഷ്ടി ബക്കി ന്റെമേൽ പതിച്ചപ്പോൾ. "ഇവൻ ഒരു ചെറിയ മൂരിക്കുട്ടൻ നായയാണല്ലോ! ഏയ്? ഇവന് എത്രയാണ്?"

"മുന്നൂറ്, എന്നാലും നല്ല ലാഭമാണ്", ചുവന്ന സ്വറ്ററിട്ട മനുഷ്യൻ ഉടൻ മറുപടി പറഞ്ഞു. "ഇത് സർക്കാരിന്റെ കാശാണെന്ന് തോന്നു ന്നല്ലോ, പെരാൾട്ടേ, തനിക്ക് കമ്മീഷൻ ഒന്നും കിട്ടില്ലേ?"

പെരാൾട്ട് ഒന്ന് പല്ലിളിച്ചു കാണിച്ചു. അപ്രതീക്ഷിതമായി ആവശ്യ ക്കാർ വർദ്ധിച്ചപ്പോൾ നായ്ക്കളുടെ വില ആകാശംമുട്ടെ കുതിച്ചുയർന്നത് പരിഗണിക്കുമ്പോൾ, ഇത്രയും നല്ലൊരു നായയ്ക്ക് ആ തുക അത്ര കൂടുതൽ അല്ലായിരുന്നു. കാനഡയിലെ സർക്കാരിന് നഷ്ടമൊന്നും വരില്ല, മാത്രവുമല്ല, പെരാൾട്ടിന് നായ്ക്കളെക്കുറിച്ച് വിവരമുണ്ടായിരുന്നു, അതുകൊണ്ട് അയാൾ ബക്കിനെ നോക്കിയപ്പോൾ മനസ്സിലായി അവൻ ആയിരത്തിൽ ഒരുവനാണെന്ന് — അല്ല, 'പതിനായിരത്തിൽ ഒരുവൻ' എന്ന് അയാൾ മനസ്സിൽ അഭിപ്രായം പറഞ്ഞു.

അവർ തമ്മിൽ പൈസ കൈമാറ്റം ചെയ്യുന്നത് ബക്ക് കണ്ടു. അതു കൊണ്ട് അവനെയും, നല്ല സ്വഭാവമുള്ള ന്യൂഫൗണ്ട്ലാൻഡ് ഇനത്തിൽ

 പ്പെട്ട കേർളി എന്ന നായയെയുംകൊണ്ട് ആ മെലിഞ്ഞ ചെറിയ മനു ഷ്യൻ പോയപ്പോൾ അവന് അത്ഭുതം തോന്നിയില്ല. അതായിരുന്നു ചുവന്ന സ്വറ്ററിട്ട ആ മനുഷ്യനെ അവൻ അവസാനമായി കണ്ടത്. അങ്ങനെ ബോട്ടിന്റെ ഡെക്കിൽനിന്ന് പിൻവാങ്ങുന്ന സിയാറ്റിൽ പട്ടണത്തെ നോക്കിയപ്പോൾ കേർളിയും അവനും ചൂടുള്ള തെക്കൻ ദേശം അവസാനമായി കാണുകയുമായിരുന്നു. കേർളിയെയും അവ നെയും കൂടെ പെറാൾട്ട് താഴേക്ക് കൊണ്ടുപോയി. ഭീമാകാരനായ കറുത്ത മുഖമുള്ള ഫ്രാങ്കോയ് എന്നുപേരുള്ള ഒരാളുടെയടുത്ത് വിട്ടു. ഇരുണ്ട നിറമുള്ള ഒരു ഫ്രഞ്ച് കനേഡിയനായിരുന്നു പെറാൾട്ട്; പക്ഷേ, അർദ്ധ ഫ്രഞ്ച്–കനേഡിയനും, കൂടുതൽ ഇരുണ്ടനിറമുള്ളവനുമായിരുന്നു ഫ്രാങ്കോയ്. ബക്കിനെ സംബന്ധിച്ചിടത്തോളം അവർ പുതിയൊരിനം മനുഷ്യരായിരുന്നു (അവൻ ഇനിയും നിരവധിയിനം ആൾക്കാരെ കാണാൻ വിധിക്കപ്പെട്ടവനായിരുന്നു). ബക്കിന് അവരോട് പ്രത്യേക മമത യൊന്നും തോന്നിയില്ലെങ്കിലും അവരെ ബഹുമാനിക്കാൻ അവൻ ശീലിച്ചു. അവൻ ഒരുകാര്യം വേഗത്തിൽ പഠിച്ചു, അതായത് പെറാൾട്ടും ഫ്രാങ്കോയും ഭേദപ്പെട്ട മനുഷ്യരായിരുന്നു, ശാന്തരും നീതിനിർവ്വഹണ ത്തിൽ നിഷ്പക്ഷരും, പിന്നെ നായ്ക്കളാൽ കബളിപ്പിക്കപ്പെടാതിരിക്കാൻ തക്കവിധം നായ്ക്കളുടെ പെരുമാറ്റരീതികളെക്കുറിച്ചു വിവരമുള്ളവരും.

'നാർവാൽ' എന്ന ആ കപ്പലിന്റെ രണ്ട് ഡെക്കുകൾക്കുമിടയിലെ ഇടനാഴിയിൽവച്ച് ബക്കും കേർളിയും മറ്റ് രണ്ട് നായ്ക്കളുമായി ചേർന്നു. അതിൽ ഒരുത്തൻ നല്ല വണ്ണമുള്ള മഞ്ഞുപോലെ വെളുത്തവനായിരുന്നു. അവനെ തിമിംഗലവേട്ടക്കാരുടെ കപ്പിത്താനായിരുന്ന, പിന്നീട് ധ്രുവപ്രദേ ശത്തെ ഒരു ഭൂഗർഭഗവേഷണ സർവ്വേയിൽ അംഗമായിരുന്നയാൾ സ്പിറ്റ്സ് ബെർജനിൽനിന്ന് കൊണ്ടുവന്നതാണ്. അവൻ വളരെ സൗഹൃദം കാട്ടും, ഒരുതരം വേലവയ്ക്കുന്ന മട്ടിൽ, ഒരാളിന്റെ മുഖത്തു നോക്കി ചിരിക്കുമ്പോൾതന്നെ എന്തെങ്കിലും സൂത്രം കാട്ടാനുള്ള ആലോ ചന നടത്തുകയും ചെയ്യും; ഉദാഹരണത്തിന് ആദ്യമായി ഭക്ഷണം നല്കി യപ്പോൾതന്നെ അവൻ ബക്കിന്റെ ആഹാരത്തിൽനിന്നും മോഷ്ടിച്ചു. ബക്ക് അവനെ ശിക്ഷിക്കാനായി ചാടിയെണീറ്റപ്പോൾ, ഫ്രാങ്കോയുടെ ചാട്ടവാർ വായുവിലൂടെ മൂളിപ്പറന്നു, കുറ്റക്കാരന്റെമേൽ ആദ്യം പതിച്ചു. പക്ഷേ, അപ്പോഴേക്കും എല്ല് ഒഴികെ മറ്റൊന്നും ബക്കിനുവേണ്ടി ബാക്കി യുണ്ടായിരുന്നില്ല. ഫ്രാങ്കോയെ സംബന്ധിച്ചിടത്തോളം അത് ഗുണകര മായി എന്ന് അവൻ കരുതി, അതോടെ ബക്കിന്റെ മനസ്സിൽ ആ അർദ്ധ കാനഡക്കാരനെക്കുറിച്ചുള്ള മതിപ്പ് ഉയരാൻ തുടങ്ങി.

മറ്റേ നായ പ്രത്യേക നീക്കങ്ങൾ ഒന്നും നടത്തിയില്ല, ഒന്നും മേടിച്ചു കൂട്ടിയതുമില്ല; അവൻ നവാഗതരുടെ പക്കൽനിന്നും മോഷ്ടിക്കാൻ ശ്രമി ച്ചതുമില്ല. അവൻ എപ്പോഴും മ്ലാനനും ദുർമ്മുഖനുമായിരുന്നു, കേർളി യോട് അവൻ വ്യക്തമായി കാട്ടിക്കൊടുക്കുകയും ചെയ്തു അവനെ അവന്റെ പാട്ടിനുവിട്ടേക്കുക എന്നത് മാത്രമേ അവൻ ആഗ്രഹിച്ചുള്ളൂ

വെന്ന്, മാത്രവുമല്ല, അവനെ തനിയെ വിട്ടില്ലെങ്കിൽ കുഴപ്പവുമാണെന്ന്. അവനെ വിളിച്ചിരുന്നത് "ഡേവ്" എന്നായിരുന്നു. അവൻ ഭക്ഷണം കഴിക്കുകയും ഉറങ്ങുകയും ചെയ്യും, അല്ലെങ്കിൽ ഇടയ്ക്കിടെ കോട്ടുവായിടും, ഇതല്ലാതെ മറ്റൊന്നിലും താല്പര്യം കാണിച്ചില്ല. 'നാർവാൽ' ക്യൂൻ ഷാലെറ്റ് കടലിടുക്ക് കടന്നുപോകുമ്പോൾ ഭൂതബാധിതയെപ്പോലെ തിരിയുകയും മറിയുകയും ചാഞ്ചാടുകയും ചെയ്തിട്ടുപോലും അവൻ അനങ്ങിയില്ല. ബക്കും കേർളിയും ആവേശഭരിതരായി, പകുതിയും ഭയംകൊണ്ടാണെങ്കിലും; എന്നിട്ടും അവൻ അലോസരപ്പെടുത്തിയപോലെ തലയൊന്നു പൊക്കി, അവരെ അശേഷം ജിജ്ഞാസയില്ലാതെ ഒരുനോട്ടം നോക്കി, ഒന്നു കോട്ടുവായിട്ടു, വീണ്ടും ഉറങ്ങാൻ തുടങ്ങി.

ആ ബോട്ട് പ്രൊപ്പല്ലറിന്റെ തളരാത്ത നാഡിമിടിപ്പിനൊപ്പം തുടിച്ചുകൊണ്ടിരുന്നു. ഓരോ ദിവസവും ഏറിയകൂറും തലേദിവസത്തെപ്പോലെ തന്നെ ആയിരുന്നെങ്കിലും ബക്കിന് പ്രകടമായി ഒരു കാര്യം മനസ്സിലായി, അതായത് കാലാവസ്ഥ ക്രമമായി തണുത്തുവരുകയാണെന്ന്. ഒടുവിൽ, ഒരു സുപ്രഭാതത്തിൽ, ബോട്ടിന്റെ പ്രൊപ്പല്ലർ നിശ്ചലമായി, 'നാർവാലി'ന്റെ അന്തരീക്ഷത്തിൽ ആവേശം പടരുകയും ചെയ്തു. ബക്കിന് അത് അനുഭവപ്പെട്ടു, അതുപോലെതന്നെ മറ്റ് നായ്ക്കൾക്കും; ഒരു മാറ്റം ആസന്നമാണെന്ന് അവർ അറിഞ്ഞു. ഫ്രാങ്കോയ് അവരുടെ ചരടുകൾ ബന്ധിച്ച് അവരെ ഡെക്കിലേക്ക് കൊണ്ടുവന്നു. തണുത്ത ആ പ്രതലത്തിലേക്ക് ആദ്യത്തെ ചുവടുവച്ച ഉടനെ തന്നെ, ബക്കിന്റെ പാദങ്ങൾ ചെളിപോലെ കുഴഞ്ഞ വെള്ളനിറത്തിലുള്ള എന്തോ ഒന്നിലേക്ക് താഴ്ന്നുപോയി. ഒരു ചീറ്റലോടെ അവൻ പുറകോട്ടു ചാടി. ആ വെളുത്ത സാധനം വായുവിലൂടെ കൂടുതൽ കൂടുതൽ വീണുകൊണ്ടിരുന്നു. അവൻ സ്വയം അവന്റെ ശരീരം കുടഞ്ഞു, പക്ഷേ, അത് അധികമായി അവന്റെമേൽ വീണു. അവൻ ജിജ്ഞാസയോടെ അതിനെ മണപ്പിച്ചുനോക്കി, പിന്നെ നാക്കുകൊണ്ട് കുറച്ച് നക്കിയെടുത്തു. അത് തീപോലെ നാക്കിൽ കടിച്ചു, പക്ഷേ, അടുത്തക്ഷണം വിട്ടുപോയി. ഇത് അവനെ സംഭ്രമിപ്പിച്ചു. വീണ്ടും അവൻ അതൊന്ന് പരീക്ഷിച്ചുനോക്കി, ഫലം അതുതന്നെ. ഇത് കണ്ടുനിന്നവർ ആർത്തുചിരിച്ചു, അവന് നാണംതോന്നി, എന്തിനാണെന്ന് അവന് മനസ്സിലായില്ല, എന്തുകൊണ്ടെന്നാൽ അവൻ ആദ്യമായി മഞ്ഞ് കാണുകയായിരുന്നു.

2

ഗദയുടെയും വിഷപ്പല്ലിന്റെയും നിയമം

ദേയാ കടൽത്തീരത്തെ ബക്കിന്റെ ആദ്യദിനം ഒരു പേടിസ്വപ്നം പോലായിരുന്നു. ഓരോ നാഴികയും ആശ്ചര്യവും ആഘാതവും നിറഞ്ഞ തായിരുന്നു. നാഗരികതയുടെ ഹൃദയത്തിൽനിന്നും അവനെ പെട്ടെന്ന് തട്ടിമാറ്റി പ്രാചീനമായ കാര്യങ്ങളുടെ ഹൃദയത്തിലേക്ക് എറിയുകയാണു ണ്ടായത്. ഒന്നും ചെയ്യാനില്ലാതെ വെറുതെ ചുറ്റിത്തിരിഞ്ഞ് ബോറടി ക്കുന്ന, അലസമായ, സൂര്യചുംബനമേൽക്കുന്ന ജീവിതമല്ലായിരുന്നു ഇത്. ഇവിടെ സമാധാനമില്ല, വിശ്രമമില്ല, ഒരുനിമിഷത്തെ സുരക്ഷപോ ലുമില്ല. ആകെക്കൂടി ഒരു കുഴഞ്ഞുമറിയൽ; പ്രവൃത്തിമാത്രം, അതും ഓരോ നിമിഷവും അവയുടെ ആയുസ്സും അപകടത്തിലും. സ്ഥിരമായി ജാഗ്രത പുലർത്തേണ്ടതിന്റെ അനുപേക്ഷണീയത ഉണ്ടായിരുന്നു; കാരണം, ഈ നായ്ക്കളും മനുഷ്യരും നഗരത്തിലെ നായ്ക്കളും മനു ഷ്യരുമല്ലായിരുന്നു. അവർ പ്രാകൃതരായിരുന്നു. എല്ലാവരുംതന്നെ, അവർക്ക് ഗദയുടെയും വിഷപ്പല്ലിന്റെയും നിയമമല്ലാതെ മറ്റൊരു നിയ മവും അറിയില്ലായിരുന്നു.

ചെന്നായ്ക്കളെപ്പോലുള്ള ഈ ജന്തുക്കൾ ശണ്ഠകൂടുന്നതുപോലെ മറ്റ് നായ്ക്കൾ ശണ്ഠകൂടുന്നത് അവൻ ഒരിക്കലും കണ്ടിരുന്നില്ല. അവന്റെ ആദ്യ അനുഭവംതന്നെ അവിസ്മരണീയമായ ഒരു പാഠമാണ് അവനെ പഠിപ്പിച്ചത്. അത് മറ്റൊരു നായയുടെ അനുഭവത്തിൽനിന്നുള്ള പാഠമാ ണെന്നത് സത്യമാണ്, അല്ലെങ്കിൽ അതിൽനിന്ന് ഗുണം ലഭിക്കുവാനായി അവൻ ജീവിച്ചിരിക്കില്ലായിരുന്നു. കേർലി ആയിരുന്നു അതിന്റെ ഇര. അവരെല്ലാവരും കൂടെ തടികൊണ്ടുള്ള ആ പുരയിൽ താമസിക്കുകയായി രുന്നു. അവിടെവെച്ച് കേർലി അവളുടെ സൗഹൃദരീതിയിൽ ഒരു കർക്കശ നായ നായയെ സമീപിച്ചു. അവൻ പൂർണ വളർച്ചയെത്തിയ ഒരു ചെന്നാ

യുടെ വലിപ്പമേ ഉണ്ടായിരുന്നുള്ളൂ, കേർളിയുടെ പകുതിപോലും വലുപ്പം വരില്ല. യാതൊരു മുന്നറിയിപ്പുമില്ലായിരുന്നു, മിന്നൽപ്പിണർ പോലൊരു ചാട്ടം, ലോഹ നിർമ്മിതമായ പല്ലുകൾക്കൊണ്ടെന്നപോലെ ഒരൊറ്റക്കടി, അതേ വേഗത്തിൽതന്നെയൊരു തിരിച്ചുചാട്ടവും; കേർളിയുടെ മുഖം കണ്ണുമുതൽ താടിവരെ കീറിപ്പറിഞ്ഞുപോയി.

ഇത് ചെന്നായ്ക്കളുടെ യുദ്ധരീതിയായിരുന്നു, കടിച്ചിട്ട് ചാടിമാറുക; പക്ഷേ, ഇതിൽ അതിനേക്കാൾ കൂടുതലുണ്ടായിരുന്നു. മുപ്പതോ നാല്പതോ കർക്കശന്മാർ ഒരിടത്തേക്ക് ഓടിയെത്തി എതിരിടുന്നവരെ ചുറ്റിവളയുക, നിശ്ശബ്ദവും നിശ്ചിതവുമായ ഒരു വൃത്തത്തിൽ. ബക്കിന് ആ നിശ്ശബ്ദമായ അതിതാല്പര്യം മനസ്സിലായില്ല, അതേപോലെ അവർ ആ മാംസക്ഷണങ്ങൾ നക്കുന്നതിലുള്ള താല്പര്യത്തിന്റെ രീതിയും. കേർളി അവളുടെ എതിരാളിയെ വേഗം ഒഴിഞ്ഞുമാറി, പക്ഷേ, അവൻ വീണ്ടും കടിച്ചശേഷം ഒരുവശത്തേക്ക് ചാടി. അവൻ അവളുടെ അടുത്ത ഒഴിഞ്ഞുമാറ്റത്തെ നെഞ്ചുകൊണ്ടാണ് നേരിട്ടത്. ഒരു പ്രത്യേക രീതിയി ലുള്ള ആ അടിയോടെ അവളുടെ കാല്പാദങ്ങൾക്ക് നിലത്തുള്ള പിടി വിട്ടുപോയി. പിന്നീട് ഒരിക്കലും അവൾക്ക് അത് വീണ്ടെടുക്കാൻ കഴി ഞ്ഞില്ല. ഈ അവസരത്തിനുവേണ്ടിയാണ് നോക്കിനിന്ന കർക്കശന്മാർ കാത്തുനിന്നത്. അവർ അവളുടെ ചുറ്റും വളഞ്ഞുകൂടിനിന്നു, മുരളു കയും ഓരിയിടുകയും ചെയ്തുകൊണ്ട്. വേദനകൊണ്ട് അലറിവിളിച്ച അവൾ രോമങ്ങൾ എഴുന്നുനില്ക്കുന്ന ശരീരങ്ങൾക്കുതാഴെ ശവമടക്ക പ്പെട്ടു.

ഇതെല്ലാം വളരെ വേഗത്തിലും തികച്ചും അപ്രതീക്ഷിതവുമായിരു ന്നതുകൊണ്ട്, ബക്ക് അന്തംവിട്ട് നിന്നുപോയി. സ്പിറ്റ്സ് അവന്റെ ചുവന്ന നാക്ക് പുറത്തേക്കു തള്ളിയിട്ടിരുന്നത് കണ്ടാൽ ചിരിക്കുന്നൊരു രീതിയാ ണെന്ന് തോന്നും. ഫ്രാങ്കോയ് ഒരു കോടാലിയും ചുഴറ്റിക്കൊണ്ട് നായ്ക്ക ളുടെ ആ കൂട്ടത്തിലേക്ക് ചാടിവീഴുന്നത് കണ്ടു. കൈയിൽ ഗദകളുമായി മൂന്നുപേർ അയാളെ സഹായിക്കുന്നുണ്ടായിരുന്നു, ആ നായ്ക്കളെ ചിതറി ഓടിക്കാൻ. അതിന് അധികസമയമെടുത്തില്ല. കേർളി നിലത്തുവീണ് രണ്ടുമിനിറ്റിനകം അവളെ ആക്രമിച്ചവരിൽ അവസാനത്തെതിനെയും ഗദകൊണ്ട് തുരത്തിവിട്ടു. പക്ഷേ, അവൾ അവിടെ കിടന്നു, തളർന്നും ചേതനയറ്റും, ചോരപ്പാടുകളുള്ള കുഴഞ്ഞുമറിഞ്ഞ മഞ്ഞിൽ, അക്ഷ രാർത്ഥത്തിൽ കഷണങ്ങളായി കീറിമുറിക്കപ്പെട്ട് ഇരുണ്ട നിറമുള്ള ആ അർദ്ധ-കനേഡിയൻ അവളുടെ മുകളിൽനിന്ന് ഭയങ്കരമായ ശാപവാക്കു കൾ ഉതിർക്കുന്നുണ്ടായിരുന്നു. ഈ രംഗം പലപ്പോഴും മടങ്ങിവന്ന് ബക്കിന്റെ ഉറക്കത്തെ ശല്യപ്പെടുത്തുമായിരുന്നു. അപ്പോൾ അതാണ് അതിന്റെ രീതി. നീതി എന്നൊന്നില്ല. ഒരിക്കൽ വീണുപോയാൽ, അതോടെ നിന്റെ അന്ത്യമാണ്. കൊള്ളാം, താൻ ഒരിക്കലും വീണുപോ കാതിരിക്കാൻ അവൻ നോക്കിക്കൊള്ളും. സ്പിറ്റ്സ് അവന്റെ നാക്ക് വെളി യിലിട്ട് വീണ്ടും ചിരിച്ചു; ആ നിമിഷം മുതൽ ബക്ക് അവനെ വെറു

ക്കാൻ തുടങ്ങി, കയ്പേറിയതും ഒടുങ്ങാത്തതുമായ വെറുപ്പ്.

കേർളിയുടെ ദുരന്തംനിറഞ്ഞ വേർപാടിന്റെ ആഴത്തിൽനിന്നും കരകയറുന്നതിനുമുമ്പേ മറ്റൊരു ആഘാതംകൂടി ഏറ്റു-നാടകളും ബക്കി ളുകളും ചേർന്നുള്ള ഒരു സജ്ജീകരണം ഫ്രാങ്കോയ് ബക്കിന്റെമേൽ ബന്ധിച്ചിരുന്നു. വീട്ടിൽ കുതിരകളുടെമേൽ വയ്ക്കുമായിരുന്ന ഒരുതരം ചമയംപോലെയായിരുന്നു അത്. കുതിരകളെക്കൊണ്ട് പണിയെടുപ്പിച്ചി രുന്നതുപോലെ, അവനെയും പണിചെയ്യാൻ ഏർപ്പെടുത്തി, താഴ്വരയുടെ അരികു ചേർന്നുള്ള വനത്തിലേക്ക് ഒരു ഹിമശകടത്തിൽ ഇരുത്തി ഫ്രാങ്കോയെ വലിച്ചോണ്ടു പോകണം, തിരികെ ഒരു ലോഡ് വിറകു മായി വരുകയും വേണം. ഇങ്ങനെ ഒരു ഭാരം വലിക്കുന്ന മൃഗമായി മാറിയതിലൂടെ അവന്റെ അഭിമാനത്തിന് കാര്യമായ ക്ഷതമേറ്റെങ്കിലും പ്രതിഷേധിക്കാതിരിക്കാൻവേണ്ട ബുദ്ധി അവനുണ്ടായിരുന്നു. ആ ജോലി തീർത്തും പുതിയതും അപരിചിതവും ആയിരുന്നെങ്കിലും, അവൻ മന സ്സോടെ തന്റെ കഴിവിന്റെ പരമാവധി ഭംഗിയായി അത് ചെയ്തു. ഫ്രാങ്കോയ് കർക്കശനായിരുന്നു, പറയുന്നത് ഉടനെ അനുസരിക്കണം, അല്ലെങ്കിൽ ചാട്ടവാറുകൊണ്ട് തൽക്ഷണം അനുസരിപ്പിക്കുകയും ചെയ്യും. അതേസമയം ഡേവ് പരിചയസമ്പന്നനായൊരു വണ്ടിച്ചക്രം ഉന്തുകാരനായതുകൊണ്ട് എന്തെങ്കിലും തെറ്റ് കാണിച്ചാൽ അവന്റെ പുറ കിൽ നുള്ളിവിടുകയേ ഉള്ളൂ. സ്പിറ്റ്സ് ആയിരുന്നു അവരുടെ നേതാവ്, നല്ല പരിചയമുള്ളവൻ, അതുകൊണ്ട് അവന് ബക്കിന്റെ അടുത്തെത്താൻ പറ്റിയില്ലെങ്കിൽ ഇടയ്ക്കിടെ ദേഷ്യത്തിൽ മുരളും, അല്ലെങ്കിൽ സൂത്ര ത്തിൽ അവന്റെ ഭാരം ബക്കിന്റെമേൽ വരത്തക്കവിധത്തിൽ ചരടുകൾ ചാടിച്ചു വിടും. ബക്ക് കാര്യങ്ങളെല്ലാം വേഗത്തിൽ പഠിച്ചു, പിന്നെ അവന്റെ രണ്ട് കൂട്ടാളികളുടെയും ഫ്രാങ്കോയുടെയും സംയുക്തമായ ശിക്ഷണത്തിൻ കീഴിൽ ശ്ലാഘനീയമായ പുരോഗതി നേടുകയും ചെയ്തു. അവർ ക്യാമ്പിലേക്ക് മടങ്ങുന്നതിനുമുമ്പേ അവൻ 'ഹോ' എന്ന ശബ്ദം കേൾക്കുമ്പോൾ നടത്തം നിറുത്താനും 'മഷ്' എന്നു കേൾക്കു മ്പോൾ മുന്നോട്ട് പോകാനും വളവുകളിൽ വീതിയിൽ ആടാനും, ഭാരം കയറ്റിയ ഹിമശകടം ഇറക്കം ഇറങ്ങി വരുമ്പോൾ ചക്രങ്ങളുടെയെടുത്തു നിന്നും വിട്ടുനില്ക്കാനുമൊക്കെ അവൻ പഠിച്ചു.

"ഇവർ മൂവരും നല്ല നായ്ക്കളൊണ്" ഫ്രാങ്കോയ് പെറാൾട്ടിനോട് പറഞ്ഞു, "ആ ബക്ക് ഉണ്ടല്ലോ, അവൻ അപാരമായിട്ട് ഭാരം വലിക്കും. എത്രയെളുപ്പത്തിൽ എനിക്ക് അവനെ പഠിപ്പിക്കുവാൻ കഴിയുമെന്നോ!"

സായാഹ്നമായപ്പോൾ, തന്റെ ചരക്കുകളുമായി തിരിക്കാൻ ധൃതി പിടിച്ച പെറാൾട്ട് മറ്റ് രണ്ടു നായ്ക്കളുമായി തിരിച്ചെത്തി. അയാൾ അവരെ 'ബില്ലി' എന്നും 'ജോ' എന്നും വിളിച്ചു. അവർ രണ്ടുപേരും സഹോദര ങ്ങളായിരുന്നു, രണ്ടും ശരിക്കും കർക്കശരും. അവർ രണ്ടുപേരും ഒരമ്മ യുടെ മക്കളായിരുന്നെങ്കിൽപ്പോലും, രാവും പകലുംപോലെ വ്യത്യസ്ത രായിരുന്നു. ബില്ലിയുടെ ഒരു കുഴപ്പം അവന്റെ അധികരിച്ച നല്ല പ്രകൃത മായിരുന്നു. അതേസമയം ജോ അതിന് നേരെ വിപരീതവും, ദേഷ്യക്കാ

രനും ഉൾവലിഞ്ഞവനും, സ്ഥിരമായുള്ള മുരൾച്ചയും കണ്ണുകളിൽ ശൗര്യവും. ബക്ക് ഇവരെ സൗഹൃദഭാവത്തിൽ സ്വീകരിച്ചു. ഡേവ് അവരെ അവഗണിച്ചു, സ്പിറ്റ്സ് ആകട്ടെ ആദ്യം ഒരുവനുമായും പിന്നീട് രണ്ടാമനുമായും കടിപിടികൂടി. ബില്ലി വാലാട്ടിക്കൊണ്ട് അനുനയത്തിന് ശ്രമിച്ചു. പക്ഷേ, ആ അനുനയനം ഫലിക്കുന്നില്ലെന്ന് കണ്ടപ്പോൾ ഓടി, പിന്നീട് അവന്റെ പാർശ്വത്തിൽ സ്പിറ്റ്സിന്റെ പല്ലുകൾ ആഴ്ന്നിറങ്ങിയ പ്പോൾ കരയാൻ തുടങ്ങി, അതും അനുനയഭാവത്തിൽതന്നെ. പക്ഷേ, സ്പിറ്റ്സ് എത്ര തവണ അവനെ വലംവച്ചിട്ടും, ജോ അവന്റെ കാലുക ളിൽ ചുറ്റിത്തിരിഞ്ഞ് അവനെ അഭിമുഖീകരിച്ചതേയുള്ളൂ; അപ്പോൾ അവന്റെ കുഞ്ചിരോമങ്ങൾ എണീറ്റ് നിന്നു, ചെവികൾ പുറകോട്ടുമടങ്ങി, ചുണ്ടുകൾ കോട്ടുകയും മുരളുകയും ചെയ്തു; അവൻ ആകുന്നത്ര വേഗ ത്തിൽ താടിയെല്ലുകൾ ചേർക്കുകയും തുറക്കുകയും ചെയ്തു, കണ്ണു കളിൽ പൈശാചികമായ തിളക്കവും — ആകെക്കൂടി പോരാട്ടഭീതി മൂർത്തീഭവിച്ചപോലെ. അവന്റെ രൂപവും ഭാവവും അത്രയ്ക്ക് ഭീതിജന കമായിരുന്നതുകൊണ്ട് അവനെ അനുസരണ പഠിപ്പിക്കുകയെന്നത് സ്പിറ്റ്സിന് ഉപേക്ഷിക്കേണ്ടിവന്നു, പക്ഷേ, അവന്റെ സ്വന്തം പരാജയം മൂടിവയ്ക്കാൻ അവൻ നിരുപദ്രവിയായി കരഞ്ഞുകൊണ്ടിരുന്ന ബില്ലി യുടെ നേർക്ക് തിരിയുകയും അവനെ ക്യാമ്പിനകത്ത് വട്ടത്തിൽ ഓടി ക്കുകയും ചെയ്തു.

സായാഹ്നമായപ്പോഴേക്കും പെറാൾട്ട് മറ്റൊരു നായയെക്കൂടി സംഘ ടിപ്പിച്ചു. പ്രായമായൊരു കർക്കശൻ, നീളംകൂടി മെലിഞ്ഞ് ശുഷ്കിച്ച്, മുഖത്ത് നിറയെ കടിപിടി കൂടിയതിന്റെ പാടുകളുള്ള ഒരു ഒറ്റക്കണ്ണൻ. ആ കണ്ണുകളിൽ തിളങ്ങിയ ശക്തിയുടെ മുന്നറിയിപ്പ് ആദരം നേടിയെ ടുത്തു. അവന്റെ പേര് 'സോൾ-ലെക്സ്' എന്നായിരുന്നു, അതിന്റെ അർത്ഥം കുപിതനായ ഒരുവൻ എന്നും. ഡേവിനെപ്പോലെ ഇവനും ഒന്നും ചോദിച്ചില്ല, ഒന്നും നല്കിയില്ല, ഒന്നും പ്രതീക്ഷിച്ചതുമില്ല. അവൻ അവ രുടെയിടയിലേക്ക് നിശ്ചയദാർഢ്യത്തോടെ മെല്ലെ കടന്നുചെന്നപ്പോൾ, സ്പിറ്റ്സ് പോലും അവനെ അവന്റെ പാട്ടിനുവിട്ടു. അവൻ ഒരു പ്രത്യേ കതയുണ്ടായിരുന്നത് കഷ്ടകാലത്തിന് ബക്ക് കണ്ടുപിടിക്കുകയും ചെയ്തു. അവന്റെ കാഴ്ചയില്ലാത്ത വശത്തുകൂടെ ആരെങ്കിലും അവനെ സമീപിക്കുന്നത് ഇഷ്ടമല്ലായിരുന്നു. ബക്ക് ഒരിക്കൽ അറിയാതെ ഈ കുറ്റം ചെയ്തുപോയതിന് അവന് ലഭിച്ച ശിക്ഷ സോൾ-ലെക്സ് അവന്റെ മേൽ ചാടിവീണ് അവന്റെ ചുമലിൽ എല്ലുവരെ താഴുന്ന മുന്നിഞ്ച് ആഴ ത്തിൽ പല്ലുകൾ ഇറക്കി വലിച്ചെടുത്തു എന്നതായിരുന്നു. അതിനുശേഷം എല്ലായ്പ്പോഴും ബക്ക് അവന്റെ കാഴ്ചയില്ലാത്ത വശം ഒഴിവാക്കിയതു കൊണ്ട് അവരുടെ ചങ്ങാത്തം അവസാനിക്കുന്നതുവരെയും ഒരു കുഴ പ്പവും ഉണ്ടായില്ല. അവന്റെ ഏകമോഹം ഇതാണെന്ന് തോന്നി, ഡേവിനെ പ്പോലെ, അവനെയും അവന്റെ പാട്ടിനുവിട്ടേക്കുക. ബക്ക് പിന്നീട് മനസ്സി ലാക്കിയതുപോലെ, അവർക്ക് ഓരോരുത്തർക്കും ഒന്നോ അതിൽ കൂടു തലോ കാതലായ മോഹങ്ങളുണ്ടായിരുന്നു.

അന്നുരാത്രി ബക്കിന് ഉറങ്ങാൻ വലിയ പ്രശ്നങ്ങളുണ്ടായി. നിര
പ്പായ സ്ഥലത്ത് വീണ മഞ്ഞിന്റെ വെണ്മയ്ക്കു നടുവിൽ കത്തിച്ചുവച്ച
വലിയ മെഴുകുതിരി വെളിച്ചത്തിൽ ആ കൂടാരം പ്രകാശിച്ചുനിന്നു. ബക്ക്
സാധാരണഗതിയിൽ അതിനകത്ത് പ്രവേശിച്ചപ്പോൾ പെറാൾട്ടും
ഫ്രാങ്കോയും ഒപ്പം പാചകം ചെയ്യുന്ന പാത്രങ്ങൾ എടുത്തിട്ടും ശാപ
വാക്കുകളുടെ പടക്കംപൊട്ടിച്ചും അവനെ ഓടിച്ചു. ഒടുവിൽ വെപ്രാള
ത്തിൽനിന്ന് രക്ഷപ്പെട്ട അവൻ അപഹാസ്യനായി വെളിയിലെ തണുപ്പി
ലേക്ക് ഓടി. അപ്പോൾ വീശിക്കൊണ്ടിരുന്ന തണുത്ത കാറ്റ് അവനെ
കടിച്ചുപറിച്ചെന്നു മാത്രമല്ല, മുറിവേറ്റ അവൻ ചുമലിൽ ഒരു പ്രത്യേക
ദേഷ്യത്തോടെ ഉരസുകയും ചെയ്തു. അവൻ മഞ്ഞിൽക്കിടന്ന് ഉറങ്ങാൻ
ഒരു ശ്രമം നടത്തി, പക്ഷേ, ഹിമപാതം ഞൊടിയിടയിൽ അവനെ വിറ
പ്പിച്ച് എഴുന്നേല്പിച്ച് നിറുത്തി. ആശ്വാസമില്ലാതെ ദുരിതത്തിലായ അവൻ
അവിടുള്ള കൂടാരങ്ങൾക്കിടയിൽ അലഞ്ഞു നടന്നു, പക്ഷേ, ഓരോ
സ്ഥലവും മറ്റൊന്നുപോലെ തണുത്തുറഞ്ഞതായിരുന്നു. അവിടെയും
ഇവിടെയുമായി ചില കാട്ടുനായ്ക്കൾ അവന്റെ നേർക്ക് ചാടിവീണു;
പക്ഷേ, അവൻ കുഞ്ചിരോമങ്ങൾ എണീപ്പിച്ച് നിറുത്തി മുരണ്ടതോടെ
(അവൻ വേഗത്തിൽ കാര്യങ്ങൾ പഠിച്ചിരുന്നു) അവനെ ശല്യം ചെയ്യാതെ
വിട്ട് അവറ്റകൾ പാട്ടിനുപോയി.

ഒടുവിൽ അവന്റെ മനസ്സിൽ ഒരാശയം തോന്നി. മടങ്ങിപ്പോയി തന്റെ
സ്വന്തം ടീം അംഗങ്ങൾ എങ്ങനെ കഴിഞ്ഞുകൂടുന്നുവെന്ന് നോക്കാമെന്ന്
കരുതി. അവനെ അത്ഭുതപ്പെടുത്തിക്കൊണ്ട് അവരെല്ലാം അപ്രത്യക്ഷ
രായിരുന്നു. അവൻ വീണ്ടും ആ വലിയ ക്യാമ്പിനുചുറ്റും അലഞ്ഞു
തിരിഞ്ഞ് നടന്ന് അവരെനോക്കി, വീണ്ടും മടങ്ങി വന്നു. അവരിനി കൂടാര
ത്തിനകത്ത് ആയിരിക്കുമോ? ഏയ് അതിന് വഴിയില്ല, അങ്ങനെയാണെ
ങ്കിൽ അവനെ ഓടിച്ച് വെളിയിൽ വിടില്ലല്ലോ. അപ്പോൾപ്പിന്നെ അവർ
എവിടെയായിരിക്കും? താഴ്ത്തിയ വാലും വിറയ്ക്കുന്ന ശരീരവുമായി,
തീർത്തും നിരാലംബനായ അവൻ യാതൊരു ലക്ഷ്യവുമില്ലാതെ കൂടാ
രത്തെ വലംവച്ചു. പൊടുന്നനെ അവന്റെ മുൻകാലുകൾക്കടിയിലെ
മഞ്ഞുനീങ്ങി അവൻ താഴ്ന്നുപോയി. അവന്റെ പാദങ്ങൾക്ക് താഴെ
എന്തോ പിടഞ്ഞു. അവൻ പുറകോട്ടു ചാടി, രോമങ്ങൾ എഴുന്ന് നില്ക്കു
കയും അവൻ മുരളുകയും ചെയ്തു, കാണാത്തതും അറിയാത്തതുമായ
എന്തിനെയോ കുറിച്ചുള്ള ഭയംകൊണ്ട്. പക്ഷേ, സൗഹൃദപൂർവ്വമായ
ഒരു ചെറിയ ഓരിയിടൽ അവന് ആശ്വാസം നല്കി. അത് എന്താണെന്ന്
പരിശോധിക്കാൻ അവൻ തിരിച്ചുപോയി. നേരിയ ചൂടുള്ള വായു അവന്റെ
നാസാരന്ധ്രങ്ങളിലേക്ക് ഉയർന്നുവന്നു; അതാ അവിടെ, മഞ്ഞിനുതാഴെ
ഒരു പന്തുപോലെ ചുരുണ്ടുകൂടി കിടക്കുകയാണ് ബെയ്ലി. അവൻ സമാ
ശ്വസിപ്പിക്കാനെന്നപോലെ മുക്കുകയും മൂളുകയും ചെയ്തു, അവന്റെ
സമ്മനസ്സും ഉദ്ദേശവും കാണിച്ചുകൊണ്ട് വളയുകയും പുളയുകയും
ചെയ്തു. സന്ധിക്കുവേണ്ടിയുള്ള ഒരു കൈമടക്കംപോലെ അവന്റെ

ചൂടുള്ള നനഞ്ഞ നാക്കുകൊണ്ട് ബക്കിന്റെ മുഖം നക്കാൻ ധൈര്യപ്പെ
ടുകപോലും ചെയ്തു.

മറ്റൊരു പാഠം. അപ്പോൾ അങ്ങനെയാണ് അവർ ചെയ്യുന്നത്, അല്ലേ? ബക്ക് ആത്മധൈര്യത്തോടെ ഒരു സ്ഥലം കണ്ടെത്തി, കുറച്ചൊക്കെ അദ്ധ്വാനം നഷ്ടപ്പെടുത്തിയും വെപ്രാളം കാട്ടിയും സ്വപ്രയത്നത്താൽ ഒരു മാളം കുഴിച്ചെടുത്തു. അല്പനേരത്തിനകം അവന്റെ ശരീരത്തിലെ ചൂടുകൊണ്ട് ആ ചെറിയ സ്ഥലം നിറയുകയും അവൻ സുഖമായി ഉറങ്ങു കയും ചെയ്തു. അന്നത്തെ പകൽ ദൈർഘ്യമേറിയതും ശ്രമപൂർണ്ണവു മായിരുന്നതിനാൽ അവൻ സുഖമായിട്ട് ഉറങ്ങി, ഇടയ്ക്കിടെ ദുഃസ്വപ്ന ങ്ങൾ കണ്ട് കുരയ്ക്കുകയും മുരളുകയും ഗുസ്തിപിടിക്കുകയും ചെയ്തെ ങ്കിലും.

ഉറക്കം ഉണർന്നുവരുന്ന ക്യാമ്പിന്റെ ശബ്ദങ്ങൾ കേൾക്കുന്നതു വരെ അവൻ കണ്ണുകൾ തുറന്നതേയില്ല. ആദ്യം താൻ എവിടെയാണെന്ന് അവന് മനസ്സിലായില്ല. രാത്രിയിൽ മഞ്ഞുവീഴ്ചയുണ്ടായിരുന്നതുകൊണ്ട് അവൻ പൂർണ്ണമായും കുഴിച്ചു മൂടപ്പെട്ടിരുന്നു. എല്ലാ വശങ്ങളിൽനിന്നും ഹിമഭിത്തികൾ അവന്റെമേൽ സമ്മർദ്ദം ചെലുത്തിയപ്പോൾ ഒരു ഭയം അവനിലൂടെ കടന്നുപോയി—വന്യജീവികൾക്ക് കെണിയെക്കുറിച്ചുള്ള ഭയം. തന്റെ സ്വന്തം ജീവിതത്തിലൂടെ അവൻ തന്റെ മുൻഗാമികളുടെ ജീവിതത്തിലേക്ക് മടങ്ങിപ്പോകുന്നതിന്റെ ഒരടയാളമായിരുന്നു അത്. എന്തുകൊണ്ടെന്നാൽ അവൻ ഒരു പരിഷ്കൃതനായ നായ ആയിരുന്നു, അതുമല്ല അനർഹമായവിധം പരിഷ്കൃതൻ, അതുകൊണ്ട് അവന്റെ സ്വന്തം നിലയ്ക്ക് ഒരു കെണിയെക്കുറിച്ചുള്ള അനുഭവമില്ലാതിരുന്നതു കൊണ്ട് സ്വയം അതിനെ ഭയപ്പെടേണ്ട ആവശ്യവുമില്ലായിരുന്നു. അവന്റെ ശരീരത്തിലെ പേശികളെല്ലാം നൈസർഗ്ഗികമായും ക്ഷണനേരംകൊണ്ടും ചുരുങ്ങി, അവന്റെ കഴുത്തിലും ചുമലുകളിലുമുള്ള രോമം എണീറ്റു നിന്നു, പിന്നെ ഭീതിദമായൊരു മുരളിച്ചയോടെ അവൻ വെട്ടിത്തിളങ്ങുന്ന പകൽവെളിച്ചത്തിലേക്ക് കുതിച്ചുചാടി, അവനുചുറ്റും ചിതറിവീണ ഹിമ കണങ്ങൾ മേഘംപോലെ മിന്നി. അവൻ തന്റെ കാലുകളിൽ ഉറച്ചുനില് ക്കുന്നതിനുമുമ്പേ, തനിക്ക് മുന്നിലായി പരന്നു കിടക്കുന്ന ക്യാമ്പ് കണ്ടു, അതോടൊപ്പം തലേന്ന് മാനുവലുമൊത്ത് ഒരു നടത്തയ്ക്ക് പോയതും അവനുവേണ്ടി രാത്രിയിൽ ഒരു കുഴികുഴിച്ചതുമൊക്കെ ഓർമ്മയിൽ വരു കയും ചെയ്തു.

ഫ്രാങ്കോയിൽനിന്നുള്ള ഒരു വിളിച്ചുപറയൽ അവന്റെ പ്രത്യക്ഷപ്പെ ടലിനെ സ്വാഗതം ചെയ്തു. "ഞാൻ എന്ത് പറഞ്ഞു?" ആ നായയെ തെളിക്കുന്നവൻ പെറാൾട്ടിനോട് പറഞ്ഞു, "ഈ ബക്ക് തീർച്ചയായും എല്ലാ കാര്യങ്ങളും പെട്ടെന്ന് പഠിക്കും."

പെറാൾട്ട് ഗൗരവത്തിൽ തലകുലുക്കി. കനേഡിയൻ സർക്കാരിന്റെ കൊറിയർ എന്ന നിലയ്ക്ക്, അയാൾക്ക് പ്രധാനപ്പെട്ട ചുമതലകൾ ഉണ്ടാ യിരുന്നു. പക്ഷേ, ഏറ്റവും നല്ല നായ്ക്കളെ കരസ്ഥമാക്കാൻ അയാൾക്ക് ഉൽക്കണ്ഠയും ഉണ്ടായിരുന്നു, ബക്കിനെ കൈയിൽ കിട്ടിയതിൽ അയാൾക്ക് പ്രത്യേക സന്തോഷം തോന്നി.

ഒരു മണിക്കൂറിനകം മൂന്ന് കർക്കശന്മാർകൂടി ആ ടീമിനോട് കൂട്ടി ചേർക്കപ്പെട്ടു. അപ്പോൾ അവരുടെ മൊത്തം എണ്ണം ഒമ്പതായി. പിന്നീട് കാൽമണിക്കൂർ കൂടി കഴിയുന്നതിനുമുമ്പേ അവരെയെല്ലാം ആവശ്യമായ ചമയങ്ങളിടുവിച്ച് 'ദേയാ കാനനി'ലേക്കുള്ള വഴിത്താരയിൽ നടത്തിവിട്ടു. ബക്കിന് പോകാൻ സന്തോഷമായിരുന്നു, ജോലി കഠിനമായിരുന്നെങ്കിലും അവന് പ്രത്യേകിച്ച് അതിനോടൊരു ഇഷ്ടക്കേട് തോന്നിയില്ല. ആ ടീമിനെ മൊത്തം സജീവമാക്കിയ ഉത്സാഹത്തിലും അത് അവനെ അറി യിച്ചതിലും ബക്കിന് ആശ്ചര്യമായിരുന്നു. അതിനേക്കാളേറെ അത്ഭുതം തോന്നിയത് ഡേവിനും സോൾ-ലെക്സിനും വന്ന മാറ്റത്തിലായിരുന്നു; അവർ പുതിയ നായ്ക്കളായിരുന്നു, ചമയങ്ങൾകൊണ്ട് തീർത്തും രൂപാ ന്തരപ്പെട്ടവർ. അവരുടെ എല്ലാ അകർമ്മണ്യതയും താല്പര്യരാഹിത്യവും വിട്ടുപോയിരുന്നു. അവർ ജാഗ്രതയുള്ളവരും കർമ്മനിരതരുമായി, ജോലി നന്നായി നടക്കണമെന്നതിൽ ഉൽക്കണ്ഠയുള്ളവരായി, ആ ജോലിയു മായി ബന്ധപ്പെട്ട് എന്തെങ്കിലും കാലതാമസമോ, അവ്യക്തതയോ ഉണ്ടാ യാൽ അവർക്ക് ഭയങ്കര അസ്വാസ്ഥ്യം തോന്നും. അവരുടെ ജീവിത ത്തിന്റെ പരമമായ പ്രകടനം ആ വണ്ടിവലിക്കലിലെ അദ്ധ്വാനമാണെന്ന് തോന്നും, അതിനുവേണ്ടിയാണ് അവർ ജീവിക്കുന്നതെന്നും ആ ഒറ്റക്കാ ര്യത്തിൽ മാത്രമാണ് അവർ ആഹ്ലാദിച്ചതെന്നും.

ഡേവായിരുന്നു ലീഡർ അല്ലെങ്കിൽ ഹിമ ശകടം തൊട്ടു നില്ക്കു ന്നവൻ, അതിന്റെ മുമ്പിലായി വലിക്കുന്നയാളാണ് ബക്ക്, അതിനുശേഷം സോൾ ലെക്സ്, ടീമിലെ മറ്റുള്ളവരെല്ലാം ഒറ്റവരിയായി മുന്നോട്ട് കെട്ടിയി രിക്കും, നേതാവിന്റെയടുത്തേക്ക്, ആ സ്ഥാനം സ്പിറ്റ്സ് ആണ് ഏറ്റെടു ത്ത്.

ബക്കിനെ ഡേവിനും സോൾ-ലെക്സിനും ഇടയിലായി നിറുത്തിയി രുന്നത് പ്രത്യേക ഉദ്ദേശ്യത്തോടെ ആയിരുന്നു, അവന് നിർദ്ദേശങ്ങൾ നല്കാൻ വേണ്ടി. അവൻ എപ്രകാരം ഒരു പണ്ഡിതനായിരുന്നോ, അതേ പോലെ വിദഗ്ദ്ധരായ അദ്ധ്യാപകരായിരുന്നു അവരും, തെറ്റുപറ്റിയാൽ അതിൽ ദീർഘനേരം നില്ക്കാൻ അവനെ അവർ അനുവദിക്കില്ല, അവർ കൂർത്തപല്ലുകൾകൊണ്ട് അവരുടെ വിദ്യാഭ്യാസം അടിച്ചേല്പിക്കും. ഡേവ് നീതിമാനും വളരെ ബുദ്ധിയുള്ളവനുമായിരുന്നു. അവൻ കാര്യ മില്ലാതെ ഒരിക്കലും ബക്കിനെ മുറിവേല്പിച്ചില്ല, ബക്കിന് അതിന്റെ ആവ ശ്യമുണ്ടായപ്പോൾ മുറിവേല്പിക്കാൻ ഒരിക്കലും മറന്നുപോയതുമില്ല. ഫ്രാങ്കോയുടെ ചാട്ടവാർ അവന് പിന്തുണയായി ഉണ്ടായിരുന്നതുകൊണ്ട് ബക്കിന് ബോദ്ധ്യമായി തന്റെ രീതികൾ മാറ്റുന്നതാണ് പകരംവീട്ടുന്നതി നേക്കാൾ ലാഭകരമെന്ന്. ഒരിക്കൽ ഇടയ്ക്ക് എവിടെയോ അല്പനേരം നിന്നപ്പോൾ, ബക്ക് ചരടുകളുടെ ഇടയിൽ കുരുങ്ങി പുറപ്പെടുന്നതിന് താമസം നേരിട്ടു. അപ്പോൾ ഡേവും സോൾ-ലെക്സും അവന്റെ നേർക്ക് പറന്നെത്തി നല്ല പ്രഹരം കൊടുത്തു. അതിന്റെ ഫലമായുണ്ടായ കുരു ക്കുകൾ ആദ്യത്തേതിനേക്കാൾ മോശമായിരുന്നു, പക്ഷേ, അതിനുശേഷം ചരടുകൾ ഭംഗിയായി സൂക്ഷിക്കാൻ ബക്ക് ശ്രദ്ധ ചെലുത്തി; ആ ദിവസം

അവസാനിക്കുന്നതിനുമുമ്പ് അവൻ ആ ജോലിയിൽ നല്ല വൈദഗ്ദ്ധ്യം നേടി, അവന്റെ കൂട്ടുകാർ അവനെ ബുദ്ധിമുട്ടിക്കുന്നത് നിറുത്തുകയും ചെയ്തു. ഫ്രാങ്കോയുടെ ചാട്ടവാറുകൾ മുഴങ്ങുന്നതിന്റെ എണ്ണം കുറഞ്ഞു, പെറാൾട്ട് ആകട്ടെ ബക്കിന്റെ കാൽപാദങ്ങൾ പൊക്കി അവ നല്ല ശ്രദ്ധയോടെ നോക്കുകവഴി അവനെ ആദരിക്കുകയും ചെയ്തു.

അത് ഒരു ദിവസത്തെ കഠിനാധ്വാനമായിരുന്നു, കാനോൻ കയറി, ആട്ടിൻപറ്റങ്ങളിൽക്കൂടി, തടികളും മരങ്ങളും കടന്ന്, നൂറുകണക്കിന് അടി കനമുള്ള മഞ്ഞുമലകൾ ചവിട്ടി, പിന്നെ ഉപ്പുവെള്ളത്തിനെയും ശുദ്ധജലത്തെയും വേർതിരിച്ചുകൊണ്ട് അതിനിടയിൽ നിൽക്കുന്ന വലിയ 'ചിൽക്കൂറ്റ്' അതിർത്തിയുടെ മുകളിലൂടെ പോകേണ്ടിയിരുന്നു. നിർജ്ജീവ മായ അഗ്നിപർവതങ്ങളുണ്ടാക്കിയ ഗർത്തങ്ങൾ നിറഞ്ഞുണ്ടായ തടാക ങ്ങളുടെ ശൃംഖല കടക്കാൻ അവർക്ക് നന്നേ സമയം വേണ്ടിവന്നു. അതൊക്കെ കഴിഞ്ഞ് ബെന്നറ്റ് തടാകത്തിന്റെ ഒരു തലയ്ക്കലുള്ള വലിയ ക്യാമ്പിൽ രാത്രി വൈകിയെത്തിയപ്പോൾ, അവിടെ സ്വർണ്ണവേട്ടയ്ക്കിറ ങ്ങിയ ആയിരങ്ങൾ വസന്താഗമനത്തോടെ മഞ്ഞ് ഉരുകിയ ഇടങ്ങളിൽ ബോട്ടുകൾ നിർമ്മിച്ചുകൊണ്ടിരിക്കുകയായിരുന്നു. ബക്ക് മഞ്ഞിൽ കുഴിച്ച് തന്റെ മാളം ഉണ്ടാക്കി നന്നേ പണിയെടുത്ത് തളർന്നശേഷമുള്ള ഉറക്കം ഉറങ്ങി, പക്ഷേ, അതിരാവിലെതന്നെ ആ തണുത്ത ഇരുട്ടിൽ തട്ടിയുണർത്തപ്പെടുകയും അവന്റെ കൂട്ടാളികളോടൊപ്പം ഹിമശകട ത്തിൽ ബന്ധിക്കപ്പെടുകയും ചെയ്തു.

ആ ദിവസം അവർ നാല്പത് മൈൽ താണ്ടി, വഴി നന്നായിരുന്നതു കൊണ്ട്. പക്ഷേ, അടുത്തദിവസവും അതിനുശേഷമുള്ള നിരവധി ദിവസ ങ്ങളും അവർക്ക് അത് തുടരാൻ സാധിച്ചില്ല. കഠിനമായി അദ്ധ്വാനിച്ചെ ങ്കിലും സമയം കൂടുതൽ വേണ്ടിവന്നു. ഒരു നിയമംപോലെ, പെറാൾട്ട് സംഘത്തിന്റെ മുന്നിൽ നടക്കും, തന്റെ പലക ഘടിപ്പിച്ച ഷൂസുകൾ കൊണ്ട് മഞ്ഞ് ചവിട്ടിയൊതുക്കും, പിന്നാലെ വരുന്നവർക്ക് എളുപ്പം വരാൻവേണ്ടി, ഹിമശകടം നിയന്ത്രിച്ചുകൊണ്ടുവരുന്നത് ഫ്രാങ്കോയ് ആയിരിക്കും എല്ലായ്പ്പോഴുമില്ലെങ്കിലും ചിലപ്പോഴൊക്കെ അയാൾ പെറാൾട്ടുമായി ജോലി വച്ചുമാറും. പെറാൾട്ട് ധൃതിയിലായിരിക്കും, മഞ്ഞി നെക്കുറിച്ചുള്ള തന്റെ അറിവിൽ അയാൾ അഭിമാനംകൊള്ളും. ഈ അറിവ് അനിവാര്യമായിരുന്നു, കാരണം, വീഴുന്ന മഞ്ഞ് വളരെ കനം കുറഞ്ഞതായിരിക്കും, അതേപോലെ വെള്ളം വേഗത്തിൽ ഒഴുകുന്നിടത്ത് മഞ്ഞ് കാണുകയേ ഇല്ല.

ഒന്നിനുപുറകെ ഒന്നായി അവസാനമില്ലെന്ന് തോന്നിക്കുന്ന ദിവസ ങ്ങളോളം, ബക്ക് വണ്ടിവലിക്കുന്ന തോൽവാറുകളിൽ അദ്ധ്വാനിച്ചു. എപ്പോഴും അവർ നേരം പുലരുന്നതിനുമുമ്പേ ക്യാമ്പ് വിടും, ഉദയത്തിന്റെ ആദ്യകിരണങ്ങൾ അവരെ കാണുമ്പോഴേക്കും അവർ പുതുതായി നിര വധി മൈലുകൾ പിന്നിലാക്കിയിട്ടുണ്ടാവും. അതേപോലെ അവർ തമ്പടി ക്കുന്നത് ഇരുട്ടിയതിനുശേഷമായിരിക്കും, പിന്നെ അവരുടെ വിഹിതം മത്സ്യവും ഭക്ഷിച്ച്, മഞ്ഞിൽ കിടന്നുറങ്ങാനായി ചുരുണ്ടുകൂടും. ബക്ക്

ഒരു തീറ്റപ്രിയനായിരുന്നു. വെയിലത്തുണക്കിയ ഒന്നര പൗണ്ട് സാൽമൺ മത്സ്യം, അത് അവന്റെ ഒരു ദിവസത്തെ റേഷനായിരുന്നു, എങ്ങോട്ട് പോകുന്നെന്ന് അറിയില്ല. അവൻ ഒരിക്കലും ആവശ്യത്തിന് ഭക്ഷണം ലഭിച്ചിരുന്നില്ല, അതുകാരണം നിരന്തരം വിശപ്പിന്റെ വിളി സഹിക്കേണ്ടി വന്നു. എന്നാലും മറ്റുള്ള നായ്ക്കൾക്ക്, അവർക്ക് ഭാരം കുറവായിരുന്ന തുകൊണ്ടും ഇമ്മാതിരി ജീവിതത്തിൽ പരിചിതരായിരുന്നതിനാലും, ഒരു പൗണ്ട് മത്സ്യം മാത്രമേ ലഭിച്ചിരുന്നുള്ളൂ, അതുകൊണ്ട് അവർ നല്ല ആരോഗ്യം നിലനിറുത്തുകയും ചെയ്തു.

ബക്കിന്റെ പഴയ ജീവിതത്തിന്റെ സവിശേഷതയായിരുന്ന തൃപ്തി ക്കുറവ് അവൻ വളരെ വേഗം ഉപേക്ഷിച്ചു. സ്വാദറിഞ്ഞ് ഭക്ഷിച്ചുകൊണ്ടി രുന്ന അവൻ കണ്ടത്, തന്റെ കൂട്ടാളികൾ വേഗം തിന്നുതീർത്തിട്ട്, അവന്റെ റേഷനിൽ തീരാത്തഭാഗം തട്ടിയെടുക്കുന്നതാണ്. അതിനെ പ്രതിരോധി ക്കാൻ കഴിയുമായിരുന്നില്ല. അവൻ രണ്ടോ മൂന്നോ നായ്ക്കളുമായി മല്ലടി ക്കുമ്പോൾ, മറ്റുള്ളവരുടെ വായിലൂടെ അത് അപ്രത്യക്ഷമായിക്കഴിയും. ഇതിനു പ്രതിവിധിയായി, അവൻ മറ്റുള്ളവരെപ്പോലെ വേഗത്തിൽ കഴി ക്കാൻ തുടങ്ങി. എന്നിട്ടും വിശപ്പിന്റെ നിർബ്ബന്ധംമൂലം മറ്റുള്ളവരുടേത് എടുക്കരുത് എന്നതിൽ ഉറച്ചുനില്ക്കാൻ അവന് കഴിഞ്ഞില്ല. അവൻ നിരീക്ഷിക്കുകയും പഠിക്കുകയും ചെയ്തു. പുതിയ നായ്ക്കളിൽ ഒരുവ നായ 'പൈക്ക്', അവൻ സൂത്രശാലിയായ ഒരു കള്ളനും കപടരോഗം അഭിനയിക്കുന്നവനുമായിരുന്നു, പെറാൾട്ട് തിരിഞ്ഞുനിന്ന സന്ദർഭം നോക്കി പന്നിയിറച്ചി മോഷ്ടിക്കുന്നത് ബക്ക് കണ്ടു. അടുത്ത ദിവസം തന്നെ അവൻ ഈ പ്രകടനം പകർത്തി, മൊത്തം പന്നിയിറച്ചിയും അടി ച്ചുമാറ്റി. ഭയങ്കര ഒച്ചയും ബഹളവുമായി, പക്ഷേ, ആരും ബക്കിനെ സംശ യിച്ചില്ല. അതേസമയം 'ഡബ്ബ്', എപ്പോഴും പിടിക്കപ്പെടുന്ന ഒരു തിരുമ ണ്ടൻ, ബക്കിന്റെ തെറ്റിന് ശിക്ഷിക്കപ്പെട്ടു.

ബക്കിന്റെ ആദ്യത്തെ ഈ മോഷണത്തോടെ വടക്കൻദേശത്തെ പ്രതികൂല കാലാവസ്ഥയിൽ അവന് നിലനില്ക്കാനാവുമെന്ന് തെളിഞ്ഞു. അത് അവന്റെ പരിതസ്ഥിതികളുമായി യോജിച്ചുപോകാനുള്ള കഴിവി ന്റെയും മാറിവരുന്ന സാഹചര്യങ്ങളുമായി സ്വയം പൊരുത്തപ്പെടാനുള്ള മിടുക്കിന്റെയും തെളിവായി, ഇതില്ലായിരുന്നെങ്കിൽ പെട്ടെന്നുള്ള ദാരുണ മരണമായിരിക്കും സംഭവിക്കുക. ഇത് മറ്റൊന്നുകൂടി രേഖപ്പെടുത്തി, അവന്റെ ധാർമ്മികതയുടെ വിനാശമോ അല്ലെങ്കിൽ ശിഥിലീകരണമോ; നിലനില്പിനുവേണ്ടിയുള്ള വിട്ടുവീഴ്ചയില്ലാത്ത സമരത്തിൽ ഈ ധാർമ്മികത ഉപയോഗമില്ലാത്തതും ഉപദ്രവകാരിയുമായ ഒരു സാധന മാണ്. സ്നേഹത്തിന്റെയും സഹയോഗത്തിന്റെയും നിയമം നിലനില് ക്കുന്ന തെക്കൻദേശത്ത്, സ്വകാര്യസ്വത്തിനെയും വ്യക്തിപരമായ വികാര ങ്ങളെയും ബഹുമാനിക്കുക എന്നതൊക്കെ നല്ല കാര്യങ്ങളാണ്. പക്ഷേ, ഈ വടക്കൻ ദേശത്ത്, ഗദയുടെയും വിഷപ്പല്ലിന്റെയും നിയമം നടമാടു ന്നിടത്ത്, ഇത്തരം കാര്യങ്ങൾ കണക്കിലെടുക്കുന്നവൻ ഒരു വിഡ്ഢി

യാണ്, അവ അനുസരിക്കുന്നിടത്തോളം അവൻ ഫലപ്രാപ്തി നേടുന്ന
തിൽ പരാജയപ്പെടുകയും ചെയ്യും.

ബക്ക് ഒരു ന്യായീകരണം കണ്ടെത്തുകയല്ലായിരുന്നു. അവന് അതി
നുള്ള യോഗ്യതയുണ്ടായിരുന്നു, അത്രമാത്രം, പിന്നെ ബോധപൂർവ്വമ
ല്ലാതെ അവൻ പുതിയ ജീവിതരീതിയുമായി സ്വയം പൊരുത്തപ്പെട്ടു.
അവന്റെ ജീവിതത്തിലുടനീളം, എന്തെല്ലാം പ്രതികൂല സാഹചര്യങ്ങൾ
ഉണ്ടായാലും, അവൻ ഒരു പോരാട്ടത്തിൽനിന്നും ഒരിക്കലും ഓടിപ്പോ
യിട്ടില്ല. പക്ഷേ, ചുവന്ന സ്വറ്ററിട്ട ആ മനുഷ്യന്റെ ഗദ ബക്കിൽ കൂടു
തൽ മൗലികവും പ്രാകൃതവുമായ ഒരു നിയമം അടിച്ചേല്പിച്ചിരുന്നു.
പരിഷ്കൃതൻ എന്ന നിലയിൽ, ധാർമ്മികതയ്ക്കുവേണ്ടി അവന് മരി
ക്കാൻ കഴിയുമായിരുന്നു, മില്ലർ ജഡ്ജിയുടെ കുതിരവണ്ടിയിലെ ചാട്ടയെ
പ്രതിരോധിച്ചുകൊണ്ട്. പക്ഷേ, അവന്റെ അപരിഷ്കൃതത്വത്തിന്റെ
പൂർത്തീകരണം ഇപ്പോൾ തെളിയിക്കപ്പെട്ടത്, ഒരു ധാർമ്മിക പരിഗണ
നയെ പ്രതിരോധിക്കുന്നതിൽനിന്ന് ഓടി മാറിക്കൊണ്ട് അവന്റെ തടി
രക്ഷിക്കുന്നതിലുള്ള അവന്റെ കഴിവിലൂടെയാണ്. അവൻ മോഷ്ടിച്ചത്
അതിലുള്ള സന്തോഷംകൊണ്ടല്ല, മറിച്ച് അവന്റെ വയറിന്റെ നിലവിളി
കൊണ്ടാണ്. അവൻ മോഷ്ടിച്ചത് പരസ്യമായിട്ടല്ല, മറിച്ച് രഹസ്യമായും
സൂത്രത്തിലുമാണ് അവൻ കട്ടെടുത്തത്, ഗദയോടും വിഷപ്പല്ലിനോടു
മുള്ള ബഹുമാനംകൊണ്ട്. ചുരുക്കിപ്പറഞ്ഞാൽ, അവൻ ചില കാര്യങ്ങൾ
ചെയ്തത് അവ ചെയ്യാതിരിക്കുന്നതിനേക്കാൾ എളുപ്പമാണ് അവ
ചെയ്യുക എന്നുള്ളതുകൊണ്ടാണ്.

അവന്റെ മുന്നേറ്റം (അതോ പിന്നോട്ട് പോക്കോ) വളരെ വേഗത്തി
ലായിരുന്നു. അവന്റെ മാംസപേശികൾ ഉരുക്കുപോലെ ബലമുള്ളവയായി
ത്തീർന്നു, ഒരുവിധപ്പെട്ട വേദനകളോടെല്ലാം അവൻ മരവിപ്പ് കാട്ടി. അവൻ
ആന്തരികവും ബാഹ്യവുമായ മിതവിനിയോഗം നേടിയെടുത്തു. അവൻ
എന്തും ഭക്ഷിക്കാമെന്നായി, എത്ര മോശമായാലും, ദഹിക്കാത്തതാ
യാലും; ഒരിക്കൽ ഭക്ഷിച്ചുകഴിഞ്ഞാൽ, അവന്റെ ആമാശയത്തിലെ ദഹ
നരസങ്ങൾ അവയിലെ പോഷകഗുണത്തിന്റെ അവസാന അംശംവരെ
വലിച്ചെടുത്തു; അവന്റെ രക്തം അതിനെ അവന്റെ ശരീരത്തിന്റെ വിദൂര
ഭാഗങ്ങൾവരെ എത്തിച്ചുകൊടുത്തു, അങ്ങനെ അതിൽനിന്നും ഏറ്റവും
ശക്തവും ദൃഢവുമായ പേശികൾ നിർമ്മിച്ചെടുത്തു. കാഴ്ചയും ഘ്രാണ
ശക്തിയും അത്യന്തം സൂക്ഷ്മമായിത്തീർന്നു. അവന്റെ ശ്രവണശക്തി
വികസിച്ച് ഒരു നിലയിലെത്തിയപ്പോൾ ഉറക്കത്തിൽപ്പോലും അവന്
ലോലമായ ശബ്ദങ്ങൾ കേൾക്കാൻ കഴിഞ്ഞന്നു മാത്രമല്ല അത് ആശ
ങ്കയുടേതോ അല്ലെങ്കിൽ ശാന്തിയുടെയോ മുന്നറിയിപ്പാണ് നല്കുന്ന
തെന്ന് അറിയാനും കഴിഞ്ഞു. അവന്റെ കാൽവിരലുകൾക്കിടയിൽ ഐസ്
കട്ടകൾ കൂടിയപ്പോൾ പല്ലുകൊണ്ട് അത് കടിച്ചെടുക്കാൻ അവൻ പഠിച്ചു.
അവൻ ദാഹിക്കുമ്പോൾ, വെള്ളം കെട്ടിനില്ക്കുന്ന കട്ടികൾക്കുമുകളിൽ
കട്ടിയുള്ള ഐസിന്റെ പാളിയുണ്ടെങ്കിൽ അവൻ പുറകോട്ട് അല്പം മാറി

ബലമുള്ള മുൻകാലുകൾകൊണ്ട് അതിൽ ആഞ്ഞ് തൊഴിച്ച് പൊട്ടിക്കും. അവന്റെ ഏറ്റവും പ്രകടമായ സിദ്ധി എന്നു പറയാവുന്നത് കാറ്റിന്റെ മണംപിടിച്ച് ഒരുരാത്രി മുൻകൂറായി അത് പ്രവചിക്കാനുള്ള കഴിവായി രുന്നു. അവൻ രാത്രിയിൽ തന്റെ കൂട് ഏതെങ്കിലും മരത്തിന്റെയടുത്തോ തടാകതീരത്തോ കുഴിക്കുമ്പോൾ ഒട്ടും കാറ്റ് ഇല്ലായിരുന്നാൽപോലും, പിന്നീട് വീശിയടിക്കുന്ന കാറ്റിൽ അവൻ നിശ്ചയമായും കാറ്റടിക്കാത്ത ഭാഗത്ത് തീർത്തും സുരക്ഷിതനും സ്വസ്ഥനും ആയിരിക്കും.

അവൻ അനുഭവങ്ങളിൽനിന്ന് മാത്രമല്ല പഠിച്ചത്, അതോടൊപ്പം ദീർഘകാലം മൃതമായിരുന്ന ജന്മവാസനകൾ വീണ്ടും സജീവമാകാനും തുടങ്ങി. മെരുക്കപ്പെട്ട തലമുറകൾ അവനിൽനിന്നും വീണുപോയി. അവൻ തന്റെ വർഗ്ഗത്തിന്റെ യുവത്വത്തെക്കുറിച്ച് അവ്യക്തമായി സ്മരി ക്കാൻ തുടങ്ങി, കാട്ടുനായ്ക്കൾ കൂട്ടംകൂടി പുരാതനമായ വനങ്ങളിലൂടെ നടന്ന്, അവ വേട്ടയാടി പിടിച്ച മൃഗങ്ങളുടെ മാംസം ഭക്ഷിക്കുന്നതും മറ്റും. അവനെ സംബന്ധിച്ചിടത്തോളം കടിച്ചും മുറിവേല്പിച്ചും ഏറ്റുമു ട്ടുന്നതും ചെന്നായെപ്പോലെ ധൃതഗതിയിൽ ആക്രമിക്കുന്നതും പഠിക്കു വാൻ വലിയ പ്രയാസമില്ലായിരുന്നു. വിസ്മൃതരായ പൂർവ്വികർ ഈ രീതി യിലാണ് ആക്രമിച്ചിരുന്നത്. അവ അവനിലെ പഴയ ജീവിതത്തെ ധൃത ഗതിയിലാക്കി, അപ്പോൾ അവന്റെ വർഗ്ഗത്തിന്റെ പാരമ്പര്യത്തിലേക്ക് അവൻ പതിച്ചുചേർത്ത പഴയ സൂത്രങ്ങൾ അവന്റെ സൂത്രങ്ങളായി മാറി. അതൊക്കെയും അവനിലേക്ക് അനായാസമായും കണ്ടെത്തലില്ലാ തെയും വന്നുചേർന്നു, അതൊക്കെ എപ്പോഴും അവന്റേതുതന്നെ ആയി രുന്നപോലെ. അങ്ങനെ നിശ്ചലമായ തണുപ്പുള്ള രാത്രികളിൽ അവൻ തന്റെ നാസിക ഒരു നക്ഷത്രത്തിനു നേരേ ചൂണ്ടി ചെന്നായെപ്പോലെ നീട്ടി ഓരിയിട്ടപ്പോൾ, അത് മരിച്ച് മണ്ണടിഞ്ഞ അവന്റെ പൂർവ്വിക രായിരുന്നു; നക്ഷത്രത്തിനുനേരെ നാസിക ചൂണ്ടി ഓരിയിട്ടത്, നൂറ്റാണ്ടു കളിലൂടെയും അവനിലൂടെയും. അവന്റെ സ്വരസംക്രമങ്ങൾ അവരുടെ സ്വരസംക്രമങ്ങളായിരുന്നു, ആ സ്വരസംക്രമങ്ങൾ അവരുടെ ദുഃഖത്തിന് ശബ്ദം നല്കി അവരെ സംബന്ധിച്ച് അത് അവരുടെ നിശ്ചലതയുടെയും തണുപ്പിന്റെയും ഇരുട്ടിന്റെയും അർത്ഥമായിരുന്നു.

അപ്രകാരം, ജീവിതമെന്നത് ഒരു പാവയാണെന്നതിന്റെ സ്മാരക ചിഹ്നമായി, ആ പ്രാചീനഗാനം അവനിലൂടെ ഒഴുകിവരുകയും അവൻ വീണ്ടും അവന്റെ സ്വന്തം സ്വത്വത്തിലേക്ക് വരുകയും ചെയ്തു. അവൻ വരാനുണ്ടായ കാരണം വടക്കൻ ദേശത്ത് മനുഷ്യർ ഒരു മഞ്ഞലോഹം കണ്ടെത്തിയതുകൊണ്ടും പിന്നെ മാനുവൽ എന്ന തോട്ടക്കാരന്റെ സഹാ യിക്ക് കിട്ടുന്ന ശമ്പളംകൊണ്ട് അവന്റെ ഭാര്യയുടെയും അവന്റെതന്നെ ചെറിയ പതിപ്പുകളായ അനേകങ്ങളുടെ ആവശ്യങ്ങൾ നിറവേറ്റാൻ പറ്റാതെ പോയതുകൊണ്ടുമാണ്.

3

ആധിപത്യം പുലർത്തുന്ന പ്രാകൃതജന്തു

ബക്കിന്റെയുള്ളിൽ ആദിരൂപമായ ആ ജന്തുവിന്റെ ആധിപത്യം ശക്തമായിരുന്നു. മഞ്ഞിൽക്കൂടി ഹിമശകടം വലിക്കുന്ന ഭീതിദമായ സാഹചര്യങ്ങളിൽ അത് വീണ്ടും വീണ്ടും വളരുകയായിരുന്നു. എന്നിരു ന്നാലും അത് രഹസ്യമായൊരു വളർച്ചയായിരുന്നു. അവനിൽ പുതു തായി ജനിച്ച സൂത്രശാലിത്വം അവന് നിയന്ത്രണവും സമീകരണവും നല്കി.

അവൻ പുതിയ ജീവിതവുമായി പൊരുത്തപ്പെടുന്നതിൽ ഏറെ ശ്രദ്ധിച്ചുകൊണ്ടിരുന്നതിനാൽ വിശ്രമം ലഭിച്ചില്ല. തന്നെയുമല്ല അവൻ വഴക്കുകൂടാൻ നിന്നില്ലെന്നു മാത്രമല്ല, കഴിയുന്നത്ര അവയൊക്കെ ഒഴി വാക്കാനും ശ്രമിച്ചു. ഒരുതരം നിശ്ചയദാർഢ്യം അവന്റെ സമീപനത്തിന്റെ പ്രത്യേകതയായി മാറി. എടുത്തുചാട്ടത്തിനും ആലോചനയില്ലാത്ത പ്രവൃത്തിക്കും അവൻ വശംവദനായില്ല. അവനും സ്പിറ്റ്സും തമ്മിലുള്ള കടുത്ത വെറുപ്പിനിടയിലും അവൻ ക്ഷമയില്ലായ്മ കാട്ടിയില്ല. ആക്രമണ സ്വഭാവമുള്ള എല്ലാ പ്രവൃത്തികളും ഒഴിവാക്കുകയും ചെയ്തു.

നേരെ മറിച്ച്, ബക്കിൽ അപകടകാരിയായ ഒരു എതിരാളിയെ മുൻ കൂട്ടി കണ്ടതുകൊണ്ടാവണം, സ്പിറ്റ്സ് അവനെതിരെ പല്ലിളിച്ചുകാട്ടുന്ന തിനുള്ള ഒരവസരംപോലും നഷ്ടപ്പെടുത്തിയില്ല. അവൻ ബക്കിനെ ശുണ്ഠിപിടിപ്പിക്കുന്നതിനായി വഴിവിട്ട് നീങ്ങുകപോലും ചെയ്തു; അവ രിൽ ഒരാളിന്റെ അന്ത്യത്തിൽ മാത്രം കലാശിക്കുമായിരുന്ന ആ ഏറ്റു മുട്ടൽ ആരംഭിക്കാൻ നിരന്തരം പ്രയത്നിച്ചുകൊണ്ട്. ആ യാത്രയുടെ ആദ്യഘട്ടത്തിൽ അങ്ങനെ സംഭവിച്ചേനേ, അപ്രതീക്ഷിതമായ ഒരപകടം ഉണ്ടായില്ലായിരുന്നെങ്കിൽ.

ആ ദിവസത്തിന്റെ അന്ത്യത്തിൽ അവർ 'ലേ ബാർജ്' തടാകക്കര

യിൽ ഒട്ടും സൗകര്യമില്ലാത്ത ദുരിതംനിറഞ്ഞ ഒരു ക്യാമ്പ് സ്ഥാപിച്ചു. മഞ്ഞ് പറത്തിക്കൊണ്ടുവന്നതും വെളുത്തുചൂടായ ഒരു കത്തിപോലെ കുത്തുന്നതുമായ കാറ്റും ഇരുട്ടും കൂടെ ആയപ്പോൾ അവർ ഒരു ക്യാമ്പി നുവേണ്ട സ്ഥലം തെരഞ്ഞു. അവർക്ക് അതിനേക്കാൾ മോശം അനുഭവം വരാനില്ലായിരുന്നു. അവരുടെ പുറകിലായി കിഴുക്കാംതൂക്കായ ഒരു പാറ ഉയർന്നുനിന്നു, അങ്ങനെ തടാകത്തിന്റെ ഐസിന് പുറത്തുതന്നെ തീ കൂട്ടാനും തങ്ങളുടെ ശയ്യോപകരണങ്ങൾ വിരിക്കാനും പെരാൾട്ടും ഫ്രാങ്കോയും നിർബ്ബന്ധിതരായി. ഭാരം കുറയ്ക്കാനായി അവർ ദ്യേയി യാൽ വച്ചുതന്നെ അവരുടെ കൂടാരം ഉപേക്ഷിച്ചിരുന്നു. ഒഴുകിവന്ന ഏതാനും തടിക്കഷണങ്ങൾ വിറകാക്കി അവർ ഉണ്ടാക്കിയ തീ ഐസിന്റെ പുറത്ത് വേഗം അണഞ്ഞുപോയതുകൊണ്ട് അവർക്കു ഇരു ട്ടത്തിരുന്ന് അത്താഴം കഴിക്കേണ്ടിവന്നു.

ഒരു മറയായി നിന്നിരുന്ന പാറക്കെട്ടിനോട് വളരെ ചേർന്നാണ് ബക്ക് അവന്റെ കൂട് ഉണ്ടാക്കിയത്. അത് വളരെ സുഖകരവും ചൂടുള്ളതുമായി രുന്നതുകൊണ്ട് ഫ്രാങ്കോയ് ആദ്യം തീയിൽ കാട്ടി ചുട്ടെടുത്ത മീൻ വിത രണം ചെയ്തപ്പോൾ ബക്കിന് അവിടം വിട്ടുപോകാൻ മടിയായിരുന്നു. പക്ഷേ, പിന്നീട് അവൻ തന്റെ റേഷൻ ഭക്ഷിച്ച് മടങ്ങിയെത്തിയപ്പോൾ, തന്റെ കൂട്ടിൽ ആരോ കയറി കിടക്കുന്നതാണ് കണ്ടത്. മുന്നറിയിപ്പായി കിട്ടിയ ഒരു മുരൾച്ചയിൽനിന്ന് അതിക്രമിച്ചു കിടന്നവൻ സ്പിറ്റ്സ് ആണെന്ന് അവന് മനസ്സിലായി. ഇതുവരെ അവൻ ശത്രുവുമായുള്ള ശണം ഒഴിവാക്കുകയായിരുന്നു. പക്ഷേ, ഇത് വളരെ കടന്നുപോയി. അവന്റെയുള്ളിലെ ആ മൃഗം അലറി. അവൻ സ്പിറ്റ്സിന്റെമേൽ ചാടി വീണു, അപ്പോഴത്തെ അവന്റെ ദേഷ്യം അവരെ രണ്ടുപേരെയും അത്ഭു തപ്പെടുത്തി, പ്രത്യേകിച്ച് സ്പിറ്റ്സിനെ; കാരണം ബക്കുമായുള്ള അവന്റെ ഇതുവരെയുള്ള അനുഭവം അവനെ പഠിപ്പിച്ചത് അവന്റെ ശത്രു അസാധാരണമായി ഭീരുവായ ഒരു നായയാണെന്നും, അവൻ ഇപ്പോ ഴത്തെ സ്ഥാനത്ത് പിടിച്ചുനിൽക്കാൻ സാധിക്കുന്നത് അവന്റെ തടിമി ടുക്കും കൂടിയ ഭാരവുംകൊണ്ടു മാത്രവുമാണെന്നായിരുന്നു.

ഫ്രാങ്കോയും അത്ഭുതപ്പെട്ടുപോയി. അവർ വഴക്കുകൂടിക്കൊണ്ട് തർക്ക കാരണമായ കൂട്ടിൽനിന്ന് പുറത്തേക്ക് എടുത്തുചാടിയപ്പോൾ അയാൾക്ക് കുഴപ്പത്തിന്റെ കാരണം ഊഹിക്കാൻ കഴിഞ്ഞു. "ഓഹാ!" അവൻ ബക്കിനെ നോക്കി പറഞ്ഞു, "അത് അവന് വിട്ടുകൊടുക്, ദൈവ ത്തെയോർത്ത്! അവന് കൊടുത്തേക്, വൃത്തികെട്ട കള്ളാ!"

സ്പിറ്റ്സിനും അതുതന്നെയായിരുന്നു ആഗ്രഹം. അവൻ ദേഷ്യവും ആഗ്രഹവുംകൊണ്ട് മോങ്ങുകയും ആ കുഴിക്കുചുറ്റും മുമ്പോട്ടും പുറ കോട്ടും ചുറ്റിനടക്കുകയും ചെയ്തു, അകത്തേക്ക് ചാടാൻ ഒരു തക്കം നോക്കിക്കൊണ്ട്. ബക്കിനും ആഗ്രഹം കുറവില്ലായിരുന്നു, കരുതലിനും കുറവില്ലായിരുന്നു, അവനും സ്പിറ്റ്സിനെപ്പോലെതന്നെ ചുറ്റും നടന്നു, അനുയോജ്യമായ ഒരവസരം കാത്ത്. പക്ഷേ, അപ്പോഴാണ് അപ്രതീ

ക്ഷിതമായി അത് സംഭവിച്ചത്, അതോടെ ആധിപത്യത്തിനുവേണ്ടിയുള്ള അവരുടെ പോരാട്ടം വിദൂരഭാവിയിലേക്ക് മാറ്റിവയ്ക്കേണ്ടിവന്നു, കഷ്ട പ്പാടുകൾ സഹിച്ചുള്ള നിരവധി മൈലുകൾക്കപ്പുറത്തേക്കുള്ള യാത്ര യ്ക്കുശേഷം.

പെറാൾട്ടിന്റെ ഒരാണയിടൽ, ഒരു എല്ലിൻ കൂടിന്റെമേൽ ഗദ വീഴുന്ന തിന്റെ ശബ്ദം, പിന്നെ വേദനകൊണ്ട് പുളയുന്ന ഒരു രോദനം, ഇവ യൊക്കെയാണ് ആ കൂട്ടക്കുഴപ്പത്തിന്റെ പൊട്ടിപ്പുറപ്പെടൽ വിളിച്ചറിയി ച്ചത്. ആ ക്യാമ്പ് പൊടുന്നനെ, ഒളിച്ചുകയറുന്ന രോമക്കൂട്ടങ്ങൾകൊണ്ട് സജീവമായതായി കണ്ടു, പട്ടിണിക്കാരായ കർക്കശന്മാർ, ഒരു ആറേഴ് ഡസൻ കാണും, ഏതോ റെഡ് ഇന്ത്യൻ ഗ്രാമത്തിൽനിന്നാണ് അവർക്ക് ഈ ക്യാമ്പിന്റെ ഗന്ധം പിടിക്കാൻ കഴിഞ്ഞത്. ബക്കും സ്പിറ്റ്സുംകൂടി ശണ്ഠകൂടിക്കൊണ്ടിരിക്കുമ്പോഴാണ് അവർ നുഴഞ്ഞുകയറിയത്. ആ രണ്ട് മനുഷ്യർ വലിയ ഗദകളുമായി അവരുടെ ഇടയിലേക്ക് ചാടിവീണ പ്പോൾ അവർ പല്ലുകൾ ഇളിച്ചുകാട്ടി എതിർത്തുനിന്നു. ഭക്ഷണത്തിന്റെ മണം അവരെ ഭ്രാന്ത് പിടിപ്പിച്ചിരുന്നു. ഒരുത്തൻ ഭക്ഷണപ്പെട്ടിയിൽ തല പുഴ്ത്തി നില്ക്കുന്നതാണ് പെറാൾട്ട് കണ്ടത്. അയാളുടെ ഗദ അവന്റെ ശോഷിച്ച വാരിയെല്ലുകളിൽ പതിച്ചു. അതോടെ ആ ഭക്ഷണപ്പെട്ടി തല കീഴായി നിലത്തുവീണു. ആ നിമിഷം പത്തിരുപത് മെലിഞ്ഞ ജന്തു ക്കൾ റൊട്ടിക്കും പന്നിയിറച്ചിക്കുംവേണ്ടി പരക്കം പായുകയായിരുന്നു. യാതൊരു ദയയുമില്ലാതെ ഗദകൾ അവരുടെ പുറത്തു വീണു. അടിയുടെ പെരുമഴയിൽ അവർ കരയുകയും ഓരിയിടുകയും ചെയ്തെങ്കിലും ഒട്ടും കൂസലില്ലാതെ പൊരുതി ഭക്ഷണത്തിന്റെ അവസാന കഷണംവരെ വെട്ടിവിഴുങ്ങി.

ഈ സമയം പകച്ചുപോയ ക്യാമ്പിലെ നായ്ക്കൾ അവരുടെ കൂടു കൾവിട്ട് പുറത്തുവന്നത് ഭീകരരായ കടന്നുകയറ്റക്കാരുടെ അക്രമം ഏല്ക്കാനായിരുന്നു. ബക്ക് ഇത്തരം നായ്ക്കളെ കണ്ടിട്ടേയില്ലായിരുന്നു. അവരുടെ എല്ലുകൾ ഉന്തിനില്ക്കുന്നതുകണ്ടാൽ, തൊലിപൊളിച്ചു പുറത്ത് ചാടുമെന്ന് തോന്നും. അവർ വെറും അസ്ഥിപഞ്ജരങ്ങൾ മാത്ര മായിരുന്നു, വലിഞ്ഞുനീളുന്ന തോലിൽ ഇറുക്കമില്ലാതെ പൊതിഞ്ഞിരി ക്കുന്നു, തിളങ്ങുന്ന കണ്ണുകളും ഉമിനീരൊലിക്കുന്ന കൂർത്ത പല്ലുകളും. പക്ഷേ, വിശപ്പിൽനിന്നുണ്ടായ ഭ്രാന്ത് അവരെ ഭീകരരും എതിർക്കാൻ വയ്യാത്തവരുമാക്കി. അവരെ നേരിടുന്ന പ്രശ്നമേയില്ലായിരുന്നു. ആദ്യത്തെ നേരിടലിൽത്തന്നെ ക്യാമ്പിലെ നായ്ക്കളെ അവർ പാറയുടെ അടുത്തേക്ക് തുത്തുമാറ്റി. ബക്കിനെ നേരിട്ടത് മൂന്ന് കർക്കശന്മാരായി രുന്നു, ക്ഷണനേരംകൊണ്ട് അവന്റെ തലയും തോളുകളും കടിച്ചും മാന്തിയും ക്ഷതപ്പെടുത്തി. ആ ബഹളം ഭയാനകമായിരുന്നു. പതിവു പോലെ ബില്ലി കരയാൻ തുടങ്ങി. നിരവധി മുറിവുകളിൽനിന്ന് രക്തം ഇറ്റിറ്റുവീണ ഡേവും സോൾ-ലെക്കുകളും, തോളോടുതോൾ ചേർന്നു നിന്ന് ധൈര്യപൂർവ്വം പടവെട്ടി. ജോ ഒരു ചെകുത്താനെപ്പോലെ കടിച്ചു

കീറി. ഒരു തവണ അവന്റെ പല്ലുകൾ ഒരു കർക്കശന്റെ മുൻകാലുക
ളിലെ എല്ലുവരെ താഴ്ന്നു, അവൻ ആ എല്ല് കടിച്ചുപൊട്ടിച്ചു. പൈക്ക്
എന്ന കപടരോഗി തളർന്ന ജന്തുക്കളുടെമേൽ ചാടിവീണ്, മിന്നൽവേഗ
ത്തിൽ പല്ലുകൾകൊണ്ട് അവയുടെ കഴുത്തിനുപിടിച്ച് കുടഞ്ഞ് ഒടിച്ചു.
ബക്ക് നേരിട്ടത് വായിൽനിന്നും നുരയും പതയും വരുന്ന ഒരു എതിരാ
ളിയെ ആയിരുന്നു. അവന്റെ കഴുത്തിൽ ബക്കിന്റെ പല്ലുകൾ താഴ്ന്ന
പ്പോൾ തലയിലേക്ക് പോകുന്ന പ്രധാന രക്തധമനി മുറിയുകയും
ബക്കിന്റെ ദേഹത്താകെ ചോര ചീറ്റി വീഴുകയും ചെയ്തു. ചുടുചോര
യുടെ രുചി അവന്റെ വായിൽ പടർന്നപ്പോൾ അത് അവനെ കൂടുതൽ
ഭീകരതയ്ക്ക് പ്രേരിപ്പിച്ചു. അവൻ മറ്റൊരുവന്റെമേൽ ചാടിവീണു. പക്ഷേ,
അതേസമയംതന്നെ അവന്റെ സ്വന്തം കഴുത്തിൽ പല്ലുകൾ താഴുന്നതായി
അനുഭവപ്പെടുകയും ചെയ്തു. അത് സ്പിറ്റ്സ് ആയിരുന്നു, അവൻ ഒരു
വശത്തുനിന്ന് ചതിയിലൂടെ അവനെ ആക്രമിക്കുകയായിരുന്നു.

പെറാൾട്ടും ഫ്രാങ്കോയും ക്യാമ്പിലെ അവരുടെ ഭാഗം ശരിയാ
ക്കിയ ഉടനെ, ഹിമശകടനായ്ക്കളുടെ രക്ഷയ്ക്കായി ഓടിയെത്തി. അവർ
ക്കുമുന്നിൽ പട്ടിണിക്കോലങ്ങളായ ആ വന്യശുനകന്മാരുടെ തിരമാല
തിരിച്ചുപോയി. അപ്പോൾ ബക്കും സ്വതന്ത്രമായി സ്വയം ഒന്ന് കുലുങ്ങി.
പക്ഷേ, അത് ഒരു ക്ഷണനേരത്തേക്ക് മാത്രമായിരുന്നു. ആ രണ്ട് പുരുഷ
ന്മാരും ആഹാരപ്പെട്ടി സംരക്ഷിക്കാൻ തിരികെ പോകാൻ നിർബ്ബന്ധിത
രായി, കാരണം അപ്പോഴേക്കും ആ കർക്കശന്മാർ സംഘത്തെ ആക്രമി
ക്കാൻ മടങ്ങിവന്നിരുന്നു. ഭയപ്പെട്ടുപോയ ബില്ലി, ആ കിരാതന്മാരുടെ
വലയത്തിലൂടെ ചാടിക്കടന്ന് ഐസിന് മുകളിലൂടെ ഓടി. പൈക്കും,
ഡബ്ബും, അവന്റെ പാദങ്ങളെ പിന്തുടർന്ന് ഓടിയപ്പോൾ, സംഘത്തിലെ
അവശേഷിക്കുന്നവരും അവരുടെ പിന്നാലെ കൂടി. അവർക്ക് പിന്നാലെ
ചാടാനായി ബക്ക് സ്വയം ഒരുങ്ങിയപ്പോൾ, അവൻ കണ്ണിന്റെ ഒരു വശ
ത്തുകൂടി കണ്ടത് സ്പിറ്റ്സ് തന്റെ നേർക്ക് പാഞ്ഞുവരുന്നതാണ്.
അവന്റെ ഉദ്ദേശം തന്നെ മറിച്ചിടുക എന്നതായിരുന്നു. ഒരിക്കൽ താൻ
കാലിടറി വീഴുകയും, ആ കർക്കശന്മാരുടെ കൂട്ടത്തിന് താഴെ ആയി
പ്പോകുകയും ചെയ്താൽ, പിന്നെ തനിക്ക് ആശയ്ക്ക് വഴിയില്ല. അങ്ങനെ
അവൻ സർവ്വശക്തിയും സംഭരിച്ച് പാഞ്ഞുവരുന്ന സ്പിറ്റ്സിനെ ഞെട്ടി
ച്ചുകൊണ്ട് ഓടി, തടാകത്തിനുമേലേക്കൂടി പൊയ്ക്കൊണ്ടിരുന്ന അവന്റെ
സംഘത്തിൽ എത്തിച്ചേർന്നു.

പിന്നീട്, സംഘത്തിലെ ഒമ്പത് നായ്ക്കളും ഒത്തുചേർന്ന് വനത്തിൽ
അഭയം തേടി. അവരെ ആരും പിന്തുടർന്നില്ലെങ്കിലും അവർ കഷ്ടപ്പെട്ട
ഒരവസ്ഥയിലായിരുന്നു. നാലോ അഞ്ചോ ഇടങ്ങളിലെങ്കിലും മുറിവേല്
ക്കാത്ത ഒരൊറ്റ നായപോലും ഇല്ലായിരുന്നു, അതിൽ തന്നെ ചിലരുടെ
മുറിവുകൾ ഗുരുതരമായിരുന്നു. ഡബ്ബിന്റെ ഒരു പിൻകാലിൽ നല്ലൊരു
മുറിവുണ്ടായിരുന്നു. അവസാനമായി ദൃശ്യയിൽ വച്ച് സംഘത്തിൽ
ചേർന്ന ഡോലിയെന്ന കർക്കശന്റെ കഴുത്ത് കുറെ കീറിപ്പറിഞ്ഞുപോയി

രുന്നു; ജോയ്ക്ക് ഒരു കണ്ണ് നഷ്ടമായി. അതേസമയം നല്ല പ്രകൃത ക്കാരനായ ബില്ലിയുടെ ഒരു ചെവി കടിച്ചു ചവച്ച് റിബൺപോലെ ആക്കി ക്കളഞ്ഞു; അവൻ രാത്രി മുഴുവൻ കരയുകയും മുറവിളികൂട്ടുകയും ചെയ്തു. പുലർച്ചയായപ്പോൾ അവർ തളർന്ന് ഞൊണ്ടിക്കൊണ്ട് ക്യാമ്പി ലേക്ക് തിരിച്ചെത്തിയപ്പോൾ, ആ കവർച്ചാസംഘം പോയതായും രണ്ട് പുരുഷന്മാരും ദേഷ്യപ്പെട്ടിരിക്കുന്നതായും കണ്ടു. അവരുടെ ഭക്ഷണശേഖ രത്തിന്റെ നേർപകുതി മുഴുവൻ നഷ്ടപ്പെട്ടിരുന്നു. ആ കർക്കശന്മാർ ഹിമ ശകടത്തിന്റെ തോൽവാറുകളും ക്യാൻവാസ് മേൽക്കൂരപോലും ചവച്ചു തിന്നിരുന്നു. വാസ്തവം പറഞ്ഞാൽ ഒന്നുംതന്നെ, ഭക്ഷിക്കാൻ വിദൂര സാദ്ധ്യതയുള്ള യാതൊന്നിലുംതന്നെ അവർ കൈവയ്ക്കാതിരുന്നില്ല. അവർ പെറാൾട്ടിന്റെ മാൻതോലുകൊണ്ടുള്ള ഒരു ജോഡി ഷൂസുകൾ തിന്നുകളഞ്ഞു; തോലുകൊണ്ടുള്ള വാറുകളുടെ നല്ലൊരു ഭാഗവും, ഫ്രാങ്കോയുടെ ചാട്ടവാറിന്റെ അകത്തുനിന്ന് രണ്ടടി നീളത്തിലും തിന്നു കളഞ്ഞു. അയാൾ ദുഃഖഭാവത്തിൽ മുറിവേറ്റ തന്റെ നായ്ക്കളെ നോക്കി ക്കൊണ്ട് പറഞ്ഞു:

"ഹോ, എന്റെ സുഹൃത്തുക്കളേ", ശേഷം ശബ്ദം താഴ്ത്തിയാണ് പറഞ്ഞത്, "ചിലപ്പോൾ നിങ്ങൾക്ക് പേയ് ഇളകിയേക്കാം, പലപ്പോഴും കടിയേറ്റാൽ അങ്ങനെ വരാം. അവയെല്ലാം പേപിടിച്ച നായ്ക്കളാ യിരിക്കാം! എന്തുപറയുന്നു, പെറാൾട്ട്?"

ആ കൊറിയർ സംശയഭാവത്തിൽ തലയാട്ടി. അയാൾക്കും ഡോസ നുമിടയിൽ ഇനിയും നാനൂറ് മൈൽ ദൂരം കിടക്കുകയാണ്, അതുകൊണ്ട് അയാളുടെ പട്ടികൾക്കിടയിൽ പേ പടരുന്നത് ആലോചിക്കാൻ പറ്റിയ കാര്യമല്ല. രണ്ടു മണിക്കൂർ നേരത്തെ ശപിക്കലും കഠിനാദ്ധ്വാനവും കൊണ്ട് നായ്ക്കളുടെമേൽ ഇടാനുള്ള വാറുകളൊക്കെ ശരിയായി. മുറി വേറ്റ ബലംപിടിച്ച സംഘം യാത്രയ്ക്ക് തയ്യാറായി, അവർ ഇതുവരെ യാത്ര ചെയ്തതിനേക്കാളും ദുർഘടം പിടിച്ച വഴിയിലൂടെ വേദനയോടെ അവർ മുന്നേറാൻ പാടുപെട്ടു, അക്കാര്യം പറഞ്ഞാൽ, അവർക്കും ഡോസനും ഇടയിലെ ഏറ്റവും ബുദ്ധിമുട്ടുള്ളാഗം.

മുപ്പത് മൈൽ നദി വിശാലമായി തുറന്നുകിടന്നു. അതിന്റെ വന്യ മായ ജലം മഞ്ഞിനെ വകവച്ചില്ല, അതിലെ ചില ചുഴികളിലും നിശ്ചല മായ ഇടങ്ങളിലും മാത്രമേ ഐസ് പിടിച്ചിരുന്നുള്ളൂ. ആറു ദിവസത്തെ കഠിനാദ്ധ്വാനം വേണ്ടിവന്നു ഭയങ്കരമായ ആ മുപ്പത് മൈലുകൾ താണ്ടി പ്പോകാൻ. ശരിക്കും അത് ഭയാനകമായിരുന്നു, എന്തെന്നാൽ അവരുടെ ഓരോ കാൽവയ്പ്പും നായ്ക്കളുടെയും മനുഷ്യന്റെയും അപകടത്തിന്റെ അകമ്പടിയോടെ ആയിരുന്നു. ഒരു ഡസൻ തവണയെങ്കിലും ഐസിന്റെ പാലങ്ങളിലൂടെ വഴി കണ്ടെത്താനുള്ള ശ്രമത്തിൽ പെറാൾട്ട് രക്ഷപ്പെ ട്ടത് അയാൾ കൈയിൽ കരുതിയിരുന്ന നീളംകൂടിയ കമ്പിന്റെ സഹായ ത്താലാണ്. അയാൾ അത് ഒരു പ്രത്യേക രീതിയിൽ പിടിച്ചിരുന്നതു കൊണ്ട് അയാളുടെ ശരീരംകൊണ്ട് ഉണ്ടായ ദ്വാരത്തിന് മുകളിൽ ആ

കമ്പ് വിലങ്ങനെ വീഴുകയായിരുന്നു. പക്ഷേ, ഒരു ശീതക്കാറ്റ് അടിച്ചു കൊണ്ടിരുന്നു, തെർമോമീറ്റർ രേഖപ്പെടുത്തിയത് പൂജ്യത്തിനു താഴെ അമ്പത് ഡിഗ്രിയായിരുന്നു. അയാൾ ഐസ് പൊട്ടി താഴെവീണ ഓരോ പ്രാവശ്യവും ജീവൻ രക്ഷിക്കാനായി തീ കൂട്ടേണ്ടിവന്നു; അതിൽ അയാ ളുടെ വസ്ത്രങ്ങളും ഉണക്കിയെടുത്തു.

ഒന്നുംതന്നെ അയാളെ അധീരനാക്കിയില്ല. ഒന്നുംതന്നെ അയാളെ അധീരനാക്കാതിരുന്നതുകൊണ്ടാണ് സർക്കാരിന്റെ കൊറിയർ ആവാൻ അയാളെ തെരഞ്ഞെടുത്തത്. എല്ലാത്തരം അപകടങ്ങളെയും അയാൾ നേരിട്ടു, നിശ്ചയദാർഢ്യത്തോടെ തന്റെ മെലിഞ്ഞ ചെറിയ മുഖം പുറ ത്തെ ഹിമക്കാറ്റിലേക്ക് കാട്ടിക്കൊണ്ട് പുലരി മുതൽ അന്തിവരെ അയാൾ കഠിനാദ്ധ്വാനം ചെയ്തു. ആരും നില്ക്കാൻ ധൈര്യപ്പെടാത്ത, ചവിട്ടി യാൽ പൊട്ടിപ്പോകുന്ന നദീതീരങ്ങളിലെ കോപിക്കുന്ന ഐസിലൂടെ അയാൾ വരമ്പ് ഇട്ട് ചുറ്റിപ്പോയി. ഒരിക്കൽ, ഐസ് പൊട്ടി ഹിമശകടം താഴോട്ടുപോയി, ഒപ്പം ഡേവും ബക്കും. അവരെ വലിച്ച് പുറത്തേക്കെടു ത്തപ്പോൾ പാതിയും മരവിച്ചുപോയിരുന്നു, മുങ്ങിമരിച്ചില്ലെന്നുമാത്രം. അവർ രണ്ടുപേരുംകൂടി തീകൂട്ടി ഡേവിനെയും ബക്കിനെയും അതിനു ചുറ്റും ഓടിച്ചു, തീയോട് അത്ര അടുത്തായതുകൊണ്ട് തീനാളങ്ങളിൽ അവർ കരിഞ്ഞതുപോലെയായി.

വേറൊരിക്കൽ സ്പിറ്റ്സ് താഴോട്ട് പോയി, ബക്കിന്റെയടുത്തുവരെ യുള്ള എല്ലാ സംഘാംഗങ്ങളെയും വലിച്ചുകൊണ്ട്, ബക്കാകട്ടെ അവന്റെ സകല ശക്തിയും ഉപയോഗിച്ച് പുറകോട്ട് വലിച്ച് അവന്റെ മുൻകാലുക ളുടെ പാദങ്ങൾ വഴുക്കലുള്ള ഐസിന്റെ പുറത്തായിരുന്നു. ഐസാകട്ടെ ചുറ്റിലും പൊട്ടിയും ചിതറിയും വീണു. പക്ഷേ, അവന്റെ പിന്നിലായി ഡേവ് ഉണ്ടായിരുന്നു, അവനും അതേപോലെതന്നെ കഷ്ടപ്പെട്ട് പുറ കോട്ട് വലിച്ചു, പിന്നെ ഹിമശകടത്തിന് പിന്നിലായി ഫ്രാങ്കോയും, അയാൾ പേശികൾ പൊട്ടുന്നതുവരെ വലിച്ചു.

വീണ്ടും, അരികിലെ ഐസ്പാളി മുന്നിലും പിന്നിലുമായി തകർന്നു പോയി, കിഴുക്കാംതൂക്കായ മലയിൽ കയറുകയല്ലാതെ മറ്റൊരു രക്ഷാ മാർഗ്ഗവും ഇല്ലായിരുന്നു. ഒരത്ഭുതംകൊണ്ടെന്നപോലെ പെറാൾട്ട് അതിൽ കയറിപ്പറ്റി. ഫ്രാങ്കോയ് അതേ അത്ഭുതത്തിനുവേണ്ടി പ്രാർത്ഥിച്ചു. പിന്നെ എല്ലാ കയറുകളും വടവും ഹിമശകടത്തിന്റെ വാറുകളും എല്ലാം കൂട്ടിക്കെട്ടി, നായ്ക്കളെ ഒന്നിനുപുറകെ ഒന്നായി, പാറയുടെ വക്കത്തേക്ക് വലിച്ചുകയറ്റി. ഹിമശകടവും അതിലെ ചരക്കുകളുമൊക്കെ കയറ്റിവിട്ട ശേഷം ഏറ്റവും ഒടുവിലാണ് ഫ്രാങ്കോയ് മുകളിലേക്ക് വന്നത്. അതിനു ശേഷമാണ് താഴോട്ട് ഇറങ്ങാനുള്ള ഒരു സ്ഥലത്തിനുവേണ്ടി അന്വേ ഷണം തുടങ്ങിയത്. അവസാനം കയറിന്റെ സഹായത്തോടുകൂടിയാണ് ഇറക്കവും നടത്തിയത്. രാത്രിയായപ്പോൾ അവർ നദിക്കരയിൽ എത്തിയ തായി കണ്ടു; ആ ഒരൊറ്റ ദിവസത്തിൽ ആകെ നീങ്ങിയ ദൂരം വെറും കാൽ മൈൽ മാത്രവും.

'ഹൂട്ടാലിൻ ഗ്വയി'ൽ എത്തി നല്ല ഐസ് കണ്ടപ്പോൾ, ബക്ക് തളർ ന്നുപോയിരുന്നു. സംഘത്തിലെ മറ്റ് നായ്ക്കളും അതേ അവസ്ഥയിലാ യിരുന്നു. പക്ഷേ, നഷ്ടപ്പെട്ട സമയം വീണ്ടെടുക്കാനായി, പെറൾട്ട് അവരെ നേരത്തെ അയക്കുകയും താമസിച്ചുമാത്രം തിരിച്ചുവിളിക്കു കയും ചെയ്തു. ആദ്യത്തെ ദിവസം അവർ മുപ്പത്തിയഞ്ച് മൈൽ സഞ്ച രിച്ച് 'വലിയ സാൽമണി'ൽ എത്തി; അടുത്തദിവസം മുപ്പത്തിയഞ്ച് മൈൽ കൂടി താണ്ടി 'ചെറിയ സാൽമണി'ൽ എത്തി; മൂന്നാമത്തെ ദിവസം നാല്പത് മൈൽ പോയപ്പോൾ 'അഞ്ച് വിരലുകൾ' എന്നിടത്ത് എത്തി പ്പെട്ടു.

ബക്കിന്റെ കാല്പാദങ്ങൾ കർക്കശന്മാരുടേതുപോലെ കട്ടിയു ള്ളതും ദൃഢതയേറിയതും അല്ലായിരുന്നു. ഒരു ഗുഹാവാസിയോ നദി യിലെ മനുഷ്യനോ അവന്റെ പൂർവ്വികരിലെ ഏറ്റവും ഒടുവിലത്തെ വന്യ ജീവിയെ മെരുക്കിയെടുത്തശേഷം കടന്നുപോയ നിരവധി തലമുറകളി ലൂടെ അവന്റെ പാദങ്ങൾ മൃദുലമായിത്തീർന്നിരുന്നു. ദിവസം മുഴുവൻ അവൻ വേദനയോടെ മുടന്തിനടന്നു; ക്യാമ്പ് തയ്യാറാക്കിയാൽ ഉടനെ അവൻ ചത്തതുപോലെ നിലത്ത് കിടക്കും. വിശപ്പുണ്ടെങ്കിലും തന്റെ റേഷൻ മീൻ സ്വീകരിക്കാനായി അവൻ എണീറ്റ് പോകില്ല; അത് ഫ്രാങ്കോയ് അവന്റെ അടുത്തേക്ക് കൊണ്ടുചെല്ലും. അതിനുപുറമെ അയാൾ എല്ലാ രാത്രിയിലും അത്താഴത്തിനുശേഷം ബക്കിന്റെ കാല്പാ ദങ്ങൾ തിരുമ്മിക്കൊടുക്കും. അയാൾ തന്റെ സ്വന്തം തുകൽ ഷൂസുക ളുടെ മുകൾഭാഗം മുറിച്ചെടുത്ത് ബക്കിന് നാല് ചെരിപ്പുകൾ ഉണ്ടാക്കി. ഇത് വലിയൊരു ആശ്വാസമായി. ഒരുദിവസം ഫ്രാങ്കോയ് ഈ ചെരിപ്പുകൾ മറന്നുപോയപ്പോൾ ബക്ക് മലർന്നുകിടന്ന് അവന്റെ നാല് കാലുകളും വായുവിൽ ആട്ടിക്കൊണ്ടിരുന്നതല്ലാതെ അനങ്ങാൻ കൂട്ടാ ക്കിയില്ല. ഒടുവിൽ പെറാൾട്ട് തന്റെ ശോഷിച്ച മുഖം കോട്ടി ഒരു ചിരി യെന്ന് വരുത്തിയശേഷം ആ ചെരിപ്പുകൾ എടുത്തുകൊണ്ടുവന്ന് അവന് ഇട്ടുകൊടുത്തു. കുറെക്കഴിഞ്ഞപ്പോൾ അവന്റെ പാദങ്ങൾ ദൃഢമുള്ള തായിത്തീരുകയും, അപ്പോഴേക്കും തേഞ്ഞുപോയിരുന്ന ആ പാദരക്ഷ കൾ എറിഞ്ഞുകളയുകയും ചെയ്തു.

ഒരുദിവസം രാവിലെ പെല്ലിയിൽ വച്ച്, അവരെ ശകടത്തിൽ ബന്ധി ക്കാൻ തുടങ്ങുമ്പോൾ, ഒരിക്കലും ഒന്നുകൊണ്ടും ശ്രദ്ധിക്കപ്പെടാൻ ഇട നല്കാത്ത ഡോളിക്ക് പെട്ടെന്ന് പേയ് ഇളകി. അവൾ ആ സ്ഥിതി അറി യിച്ചത് വളരെ ഉച്ചത്തിലും നീട്ടിയും ഉള്ള ചെന്നായുടേതുപോലത്തെ ഒരിയിടൽ കൊണ്ടായിരുന്നു. ഹൃദയം പൊട്ടിപ്പോകുന്ന ആ കരച്ചിൽകേട്ട് മറ്റു എല്ലാ നായ്ക്കളും പേടിച്ചുവിറച്ചു, അവരുടെ രോമം എണീറ്റുനിന്നു. അപ്പോഴേക്കും ഡോളി ബക്കിനെ ലക്ഷ്യമാക്കി ചാടി. അവൻ പേയ്പിടിച്ച ഒരു പട്ടിയെ അന്നേവരെ കണ്ടിട്ടില്ലായിരുന്നു, തന്നെയുമല്ല പേയ് പിടിക്കും എന്ന ഭയവുമില്ലായിരുന്നു. എന്നിരുന്നാലും അവൻ തോന്നി ഇത് ഭയപ്പെടേണ്ട കാര്യമാണെന്ന്, അതോടെ അവൻ ഭയപ്പെട്ട് ഡോളി

യുടെയടുത്തുനിന്നും ഓടിമാറി. അവൻ വേഗത്തിൽ ഓടി, ഡോളി കിതച്ചും പത തുപ്പിക്കൊണ്ടും പുറകെ ഓടി, ഒറ്റച്ചാട്ടത്തിന്റെ വ്യത്യാസ ത്തിൽ പുറകിലായിട്ട്. ഡോളിക്ക് അവനെ പിടിക്കാൻ കഴിഞ്ഞില്ല, അത്ര യ്ക്കായിരുന്നു അവന്റെ ഭയം; അവന് അവളെ ഒഴിയാനും കഴിഞ്ഞില്ല, അത്രയ്ക്കായിരുന്നു അവളുടെ പേയും. ബക്ക് ആ ദ്വീപിന്റെ കാടുപി ടിച്ച ഭാഗത്തുകൂടെ ചാടിയോടി, മറ്റേയറ്റത്ത് പറന്നെത്തി, ഐസ്നിറഞ്ഞ ഒരു കൈത്തോട് മുറിച്ചുകടന്ന് മറ്റൊരു ദ്വീപിലെത്തി, മൂന്നാമതൊരു ദ്വീപിലുമെത്തി, വളഞ്ഞ് പ്രധാന നദിയിലേക്ക് മടങ്ങിവന്നു. ഗത്യന്തര മില്ലാതെ അത് മുറിച്ചുകടക്കാൻ തുടങ്ങി. ഈ സമയമത്രയും അവൻ തിരിഞ്ഞുനോക്കിയില്ലെങ്കിലും, ഡോളിയുടെ മുരൾച്ച അവന് കേൾക്കാ മായിരുന്നു, വെറും ഒരു ചാട്ടത്തിന്റെ ദൂരം പിന്നിലായിട്ട്. ഒരു കാൽമെൽ അകലെ വച്ച് ഫ്രാങ്കോയ് അവനെ വിളിച്ചപ്പോൾ അവൻ ഇരട്ടിവേഗ ത്തിൽ മടങ്ങിവന്നു, അപ്പോഴും ഡോളിക്ക് ഒരുചാട്ടം മുന്നിലായി, ശ്വാസ ത്തിനുവേണ്ടി വേദനയോടെ കിതച്ചുകൊണ്ടും, ഫ്രാങ്കോയ് തന്നെ രക്ഷിക്കും എന്ന പൂർണ്ണവിശ്വാസം അർപ്പിച്ചുകൊണ്ടും. ആ നായയെ ഓടിക്കുന്നയാൾ അവന്റെ കൈയിൽ കോടാലി ഉയർത്തിപ്പിടിച്ചിരുന്നു. ബക്ക് അയാളെ കടന്നുപോയ ക്ഷണത്തിൽ ആ കോടാലി ഡോളിയുടെ പേയ് പിടിച്ച തലയിൽ പതിച്ചു.

ബക്ക് ഹിമശകടത്തിന്റെ പുറത്തേക്ക് മറിഞ്ഞുവീണു, തളർന്ന്, നിസ്സഹായനായി, ശ്വാസത്തിനുവേണ്ടി കിതച്ചുകൊണ്ട്. ഇതായിരുന്നു സ്പിറ്റ്സിന്റെ അവസരം. അവൻ ബക്കിന്റെമേൽ ചാടിവീണു, രണ്ട് പ്രാവശ്യം അവന്റെ പല്ലുകൾ എതിർക്കാൻ നിവർത്തിയില്ലാത്ത അവന്റെ ശത്രുവിന്റെ ശരീരത്തിൽ താഴ്ന്ന് എല്ലുവരെയുള്ള മാംസം ചീന്തിയെ ടുത്തു. അപ്പോൾ ഫ്രാങ്കോയുടെ ചാട്ടവാർ അവന്റെമേൽ വീണു; ബക്കിന് തൃപ്തി തോന്നി, കാരണം ആ സംഘത്തിലുള്ള ആർക്കും കിട്ടിയിട്ടില്ലാ ത്തവിധം ഭയങ്കരമായ അടിയാണ് സ്പിറ്റ്സിന് കൊടുത്ത്. "ഈ സ്പിറ്റ്സ് ഒരു ചെകുത്താൻതന്നെ," പെറാൾട്ടു വിളിച്ചു പറഞ്ഞു, "ഒരു ദിവസം അവൻ ആ ബക്കിനെ കൊല്ലും."

"ആ ബക്ക് രണ്ട് ചെകുത്താന്മാർക്ക് സമമാണ്" എന്നായിരുന്നു ഫ്രാങ്കോയുടെ മറുപടി, "എപ്പോഴും അവനെ ശ്രദ്ധിക്കുന്നതുകൊണ്ട് എനിക്ക് നിശ്ചയമുണ്ട്. കേട്ടോളൂ; ഒരു നശിച്ച ദിവസം അവൻ നരക ത്തിലെത്തിയപോലെ കലിയിളകി, ആ സ്പിറ്റ്സിനെ കടിച്ചുചവച്ച് അവന്റെ എല്ല് മഞ്ഞിന്റെ പുറത്തോട്ട് തുപ്പിയിടും. അക്കാര്യം തീർച്ച യാണ്, എനിക്കറിയാം."

അന്നുമുതൽ അവർ തമ്മിൽ യുദ്ധമായിരുന്നു. ഹിമശകടം നയി ക്കുന്ന നായ എന്ന നിലയ്ക്കും, ആ സംഘത്തിന്റെ അംഗീകൃത നേതാവ് എന്ന നിലയ്ക്കും, സ്പിറ്റ്സിനുള്ള മേധാവിത്വം അപരിചിതനായ ഈ തെക്കൻദേശത്തെ നായ അപകടത്തിലാക്കുന്നുവെന്ന് അവന് ബോദ്ധ്യ മായി. അവൻ ബക്ക് അപരിചിതൻതന്നെ ആയിരുന്നു, കാരണം അവന്

അറിയാമായിരുന്ന നിരവധി തെക്കൻദേശത്തെ നായ്ക്കളിൽ, ഒന്നു പോലും ക്യാമ്പിലോ വഴിയിലോ അവരുടെ യോഗ്യത കാട്ടിയിട്ടില്ല. അവ രൊക്കെതന്നെ വളരെ മയപ്പെട്ടവരായിരുന്നു, ഈ അലച്ചിലിലും, മഞ്ഞിലും, പട്ടിണിയിലുംപെട്ട് ചത്തുപോകുന്നവ. ബക്ക് അതിനൊരപ വാദമായിരുന്നു. അവൻ മാത്രമേ ഇതെല്ലാം സഹിക്കുകയും മുന്നേറു കയും ചെയ്തുള്ളൂ; ശക്തിയിലും, കാടത്തത്തിലും, സൂത്രശാലിത്വത്തി ലും, കർക്കശന്മാരോട് ഒപ്പത്തിനൊപ്പം നിന്നുകൊണ്ട്. അങ്ങനെ അവ നൊരു തന്ത്രശാലിയായ നായ ആയിരുന്നു, അവനെ ഒരു അപകടകാരി യാക്കിയ വസ്തുത ഇതാണ്; അതായത് ചുവന്ന സ്വെറ്ററിട്ട ആ മനുഷ്യന്റെ ഗദ അവനിൽനിന്ന് മേധാവിത്വത്തിനുള്ള മോഹത്തിന്റെ എല്ലാ ധീരതയും ഇടിച്ചുകളഞ്ഞിരുന്നു. അവൻ അത്യന്തം സൂത്രശാലിയായിരുന്നു, അവന് ക്ഷമയോടെ തന്റെ സമയം കാത്ത് കിടക്കാൻ കഴിയുമായിരുന്നു, ഇത് ഒരു പ്രാകൃത സ്വഭാവത്തിൽ കുറഞ്ഞ ഒന്നുമല്ല.

നേതൃത്വത്തിനുവേണ്ടിയുള്ള ഏറ്റുമുട്ടൽ ഉണ്ടാവുകയെന്നത് അനി വാര്യമായിരുന്നു. ബക്ക് അത് ആഗ്രഹിക്കുകയും ചെയ്തു. ബക്ക് അത് ആഗ്രഹിച്ചത് എന്തുകൊണ്ടെന്നാൽ അത് അവന്റെ ഒരു പ്രകൃതമായിരു ന്നതുകൊണ്ടാണ്. അതിന്റെയും പിന്നിൽ ഒരു കാരണമുണ്ടായിരുന്നു; അത് വഴിത്താരയെക്കുറിച്ചുള്ള ദുർഗ്രഹമായ ഒരു അഭിമാനമായിരുന്നു, സമരരഹിതമായ ആ അഭിമാനം ബക്കിനെ പിടികൂടിയിരുന്നു! ഈ അഭി മാനം നായ്ക്കളെ അവരുടെ അന്ത്യശ്വാസംവരേക്കും ആ കഠിനാദ്ധ്വാന ത്തിൽ പിടിച്ചുനിറുത്തുന്നു, അവരെ ആ ചമയങ്ങളിൽ കിടന്ന് ചാകാൻ പ്രലോഭിപ്പിക്കുന്നു, ആ ചമയങ്ങളിൽനിന്ന് അവരെ ഒഴിവാക്കിയാൽ അവ രുടെ ഹൃദയം തകർക്കുകയും ചെയ്യുന്നു. ശകടത്തോട് അടുത്തുനിൽ ക്കുന്ന നായ എന്ന നിലയിൽ ഡേവിന്റെ അഭിമാനം ഇതായിരുന്നു, സോൾ-ലെക്സിനെ സർവ്വശക്തിയുമെടുത്ത് വലിക്കാൻ പ്രേരിപ്പിച്ചതും അതുതന്നെ. ക്യാമ്പ് അവസാനിപ്പിച്ച് പുറപ്പെടാൻ തുടങ്ങുമ്പോൾ ഈ വികാരം അവരെ പിടികൂടുന്നു, എന്നിട്ട് ഉദാസീനരും അതൃപ്തരുമായ ആ ജന്തുക്കളെ കഠിനപ്രയത്നം ചെയ്യിക്കുന്ന, ഉൽക്കണ്ഠയുള്ള, മോഹ മുള്ള ജീവികളാക്കി രൂപാന്തരപ്പെടുത്തുന്നു. ഈ അഭിമാനം അവരെ പകൽ മുഴുവൻ പ്രചോദിപ്പിക്കുകയും രാത്രിയായി തമ്പ് അടിക്കാൻ തുട ങ്ങുമ്പോൾ നിലംപരിശാക്കുകയും ചെയ്യുന്നു, അതോടെ അവർ വിഷാദ പൂരിതമായ അശാന്തിയിലേക്കും അതൃപ്തിയിലേക്കും വീണുപോകുന്നു. ഈ അഭിമാനമാണ് തങ്ങളുടെ ജോലിയിൽ വീഴ്ചവരുത്തുന്ന ഹിമശകട നായ്ക്കളെ ശിക്ഷിക്കാനും, രാവിലെ ചമയങ്ങൾ കെട്ടാൻ സമയത്ത് എത്തിച്ചേരാത്തവരെയും ഒളിച്ചിരിക്കുന്നവരെയും ശിക്ഷിക്കാൻ സ്പിറ്റ് സിനെ പ്രാപ്തനാക്കിയത്. അതേപോലെ ഈ അഭിമാനംതന്നെയാണ് അവന് ബക്കിനോട് ഭയം തോന്നാൻ ഇടയാക്കിയതും, കാരണം ബക്ക് ഒരു നായക നായ ആകാനുള്ള സാദ്ധ്യത ഉണ്ടായിരുന്നു. ഇതുതന്നെ യായിരുന്നു ബക്കിന്റെ അഭിമാനവും.

ബക്ക് സ്പിറ്റ്സിന്റെ നേതൃത്വത്തെ പരസ്യമായി ഭീഷണിപ്പെടുത്തി. അവൻ സ്പിറ്റ്സിന്റെയും അവൻ ശിക്ഷിക്കാൻ സാദ്ധ്യതയുള്ള കർത്തവ്യവിമുഖരുടെയും ഇടയിൽ കയറിച്ചെന്നു. അവൻ മനഃപൂർവ്വം അങ്ങനെ ചെയ്യുകയായിരുന്നു. ഒരു രാത്രി കനത്ത മഞ്ഞുവീഴ്ച ഉണ്ടായി. അതു കഴിഞ്ഞുള്ള പ്രഭാതത്തിൽ കപടരോഗം അഭിനയിക്കുന്ന പൈക്ക് വെളിയിൽ വന്നില്ല. അവൻ ഒരടിപൊക്കമുള്ള മഞ്ഞിനുതാഴെ തന്റെ മാളത്തിൽ സ്വസ്ഥമായി ഒളിച്ചിരിക്കുകയായിരുന്നു. ഫ്രാങ്കോയ് അവനെ വിളിച്ചുകൊണ്ട് അന്വേഷിച്ചു നടന്നിട്ട് ഫലമുണ്ടായില്ല. സ്പിറ്റ്സിന് കോപംകൊണ്ട് കലികയറി. അവൻ ദേഷ്യത്തിൽ ക്യാമ്പിലെല്ലാം ചുറ്റി നടന്നു, അവൻ കിടക്കാൻ സാദ്ധ്യതയുള്ള ഓരോ സ്ഥലവും മണപ്പിച്ചും കുഴിച്ചും നോക്കിക്കൊണ്ട്. മാളത്തിൽ ഒളിച്ചിരുന്ന പൈക്ക് സ്പിറ്റ്സിന്റെ ഭീതിദമായ മുരൾച്ചകേട്ട് അവിടിരുന്ന് വിറച്ചു.

പക്ഷേ, ഒടുവിൽ അവനെ കണ്ടെത്തിയ സ്പിറ്റ്സ് അവനെ ശിക്ഷിക്കാനായി അവന്റെ നേർക്ക് ചാടിവീണപ്പോൾ, അതേ ദേഷ്യത്തോടെ ബക്ക് അവർക്കിടയിലേക്ക് ചാടിവീണു. ഈ നീക്കം തികച്ചും അപ്രതീക്ഷിതവും, തന്ത്രപൂർവ്വം കൈകാര്യം ചെയ്തതുമായതുകൊണ്ട്, സ്പിറ്റ്സ് ചുവടുകൾ പിഴച്ച് പുറകോട്ടു വീണു. നിരാശ്രയനായി വിറച്ചുനിന്നിരുന്ന പൈക്ക്, തുറന്ന ഈ വെല്ലുവിളിയുടെ അവസരത്തിൽ ധൈര്യം സംഭരിച്ച്, നിലത്തുവീഴ്ത്തപ്പെട്ട തന്റെ നേതാവായ സ്പിറ്റ്സിന്റെമേൽ ചാടിവീണു. നീതിയെന്നത് തന്നെ സംബന്ധിച്ചിടത്തോളം വിസ്മൃതമായയൊരു നിയമമായി കരുതിയിരുന്ന ബക്ക്, അതേപോലെ തന്നെ സ്പിറ്റ്സിന്റെമേൽ ചാടിവീണു. പക്ഷേ, ആ സംഭവത്തിൽ തന്റെ ചിരി ഉള്ളിൽ ഒതുക്കിയെങ്കിലും, നീതിനിർവ്വഹണത്തിൽ വിട്ടുവീഴ്ചയില്ലാത്ത ഫ്രാങ്കോയ്, സർവ്വശക്തിയുമെടുത്ത് തന്റെ ചാട്ടവാർ ബക്കിനുമേൽ പ്രയോഗിച്ചു. അതുകൊണ്ട് നിലത്തുവീണുകിടന്ന തന്റെ പ്രതിയോഗിയുടെ അടുത്തുനിന്നും ബക്കിനെ ഓടിച്ചുകളയാൻ കഴിഞ്ഞില്ല. അപ്പോൾ ചാട്ടവാറ് കെട്ടിയിരുന്ന കമ്പുകൊണ്ട് ഫ്രാങ്കോയ് അവനെ അടിച്ചു. ആ അടിയുടെ ആഘാതത്തിൽ പുറകോട്ടു മാറിയ ബക്കിന്റെമേൽ ചാട്ടവാർ വീണ്ടും വീണ്ടും വീണു. അതേസമയംതന്നെ പലപ്പോഴും തെറ്റുചെയ്ത പൈക്കിനെ സ്പിറ്റ്സ് നല്ലപോലെ ശിക്ഷിക്കുകയും ചെയ്തു.

തുടർന്നുള്ള ദിവസങ്ങളിൽ, ഡ്രോസൻ കൂടുതൽ കൂടുതൽ അടുത്താവാറായപ്പോൾ, സ്പിറ്റ്സിന്റെയും കുറ്റവാളികളുടെയും ഇടയിലേക്കുള്ള ബക്കിന്റെ ഇടപെടൽ തുടർന്നുകൊണ്ടേയിരുന്നു. പക്ഷേ, അവൻ അത് വളരെ സൂത്രത്തിൽ ഫ്രാങ്കോയുടെ അഭാവത്തിലാണ് ചെയ്തത്. ബക്കിന്റെ ഈ രഹസ്യമായ കലാപത്തോടെ, പൊതുവായ ഒരു അനുസരണക്കേട് മുളപൊട്ടുകയും വളർന്നുവരുകയും ചെയ്തു. ഡേവിനും സോൾ-ലെക്സിനും കുഴപ്പമൊന്നും ഉണ്ടായില്ല, പക്ഷേ, ടീമിലെ മറ്റ് അംഗങ്ങൾക്ക് സ്ഥിതി മോശമായി. പിന്നീട് കാര്യങ്ങളൊന്നും ശരിക്ക്

നടന്നില്ല. തുടർച്ചയായ പല്ലുകടിയും മുറുമുറുപ്പും ഉണ്ടായി. എപ്പോഴും കുഴപ്പം തലപൊക്കി, എല്ലാറ്റിന്റെയും അടിയിൽ ബക്ക് തന്നെയായി രുന്നു. അവൻ ഫ്രാങ്കോയെ തിരക്കുള്ളവനാക്കി, എന്തെന്നാൽ നായ്‌ ക്കളെ കൊണ്ടുനടക്കുന്ന അയാൾക്ക് ബക്കും സ്പിറ്റ്സും തമ്മിൽ നടക്കാ നിരിക്കുന്ന ജീവന്മരണപോരാട്ടത്തെക്കുറിച്ചുള്ള ഉൽക്കണ്ഠയുണ്ടായി രുന്നു, അത് ഇന്നല്ലെങ്കിൽ നാളെ നടക്കുമെന്നും അയാൾക്കറിയാമായി രുന്നു. ഒന്നിലേറെ രാവുകളിൽ മറ്റ് നായ്‌ക്കൾ തമ്മിലുള്ള കലഹത്തി ന്റെയും ഉരസലുകളുടെയും ശബ്ദം അയാളെ തന്റെ നിദ്രാവസ്ത്രങ്ങൾ ഉപേക്ഷിച്ച് വെളിയിൽവരാൻ ഇടയാക്കി, കാരണം, അയാൾ ഭയപ്പെട്ടത് അതിൽ ബക്കും സ്പിറ്റ്സും ഏറ്റുമുട്ടുകയായിരുന്നു എന്നാണ്.

പക്ഷേ, ആ അവസരം വന്നുചേർന്നില്ല. അങ്ങനെ ഉത്സാഹമില്ലാത്ത ഒരു സായാഹ്നത്തിൽ അവർ ഡോസനിൽ എത്തിച്ചേർന്നു, അപ്പോഴും ആ ഉഗ്രൻ സംഘട്ടനം വരാനിരിക്കുന്നതേയുള്ളൂ. ഇവിടെ ധാരാളം മനു ഷ്യരുണ്ടായിരുന്നു, എണ്ണമറ്റ നായ്‌ക്കളും; അവരെല്ലാം ജോലിയിൽ വ്യാപൃതരായിരിക്കുന്നതാണ് ബക്ക് കണ്ടത്. നായ്‌ക്കൾ പണിയെടുക്കണ മെന്നതാണ് ഇവിടത്തെ പ്രഖ്യാപിത ക്രമമെന്ന് തോന്നി. അവയെല്ലാം വലിയ ടീമുകളായി പകൽ മുഴുവൻ പ്രധാന തെരുവിൽ അങ്ങോട്ടും ഇങ്ങോട്ടും നടന്നു. രാത്രിയിൽ പോലും അവയുടെ കഴുത്തിലെ മണി കൾ ശബ്ദിച്ചുകൊണ്ടിരുന്നു. അവർ ക്യാബിൻ ഉണ്ടാക്കുന്നതിനുള്ള മര ഉരുപ്പടികളും, വിറകുമൊക്കെ ഖനികൾവരെ വലിച്ചുകൊണ്ടുപോയി, സാന്താക്ലാരതാഴ്‌വരയിൽ കുതിരകൾ ചെയ്തിരുന്ന എല്ലാ ജോലികളും ഇവിടെ നായ്‌ക്കൾ ചെയ്തു. അവിടെയും ഇവിടെയുമായി ചില തെക്കൻ പ്രദേശത്തെ നായ്‌ക്കളെ ബക്ക് കണ്ടു, അവയൊക്കെ പ്രധാനമായും ചെന്നായയുടെ സങ്കരവർഗ്ഗമായ കർക്കശന്മാരായിരുന്നു. എല്ലാ രാത്രി കളിലും കൃത്യമായി, ഒമ്പതുമണിക്കും, പന്ത്രണ്ടിനും, മൂന്നുമണിക്കും; അവർ ഒരു നിശാഗാനം ആലപിച്ചു, ഒരുതരം ഭയാകുലമായ അഭൗമിക മായ മന്ത്രോച്ചാരണംപോലെ, അവരോടൊപ്പം ചേരുകയെന്നത് ബക്കി ന്റെ സന്തോഷമായിരുന്നു.

ഉത്തരധ്രുവദീപ്തി കുളിർമ്മയോടെ തലയ്ക്കുമുകളിൽ ജ്വലിച്ചു നിന്നു, ഹിമനൃത്തച്ചുവടുകളോടെ നക്ഷത്രങ്ങൾ ചാടി, മഞ്ഞിൻപാളി കൾക്കുതാഴെ ഭൂമി തണുത്ത് വിറങ്ങലിച്ച് കിടന്നു; കർക്കശന്മാരുടെ ഈ ഗാനം ജീവിതത്തിന്റെ സമരാഹ്വാനം ആയിരിക്കാം, അത് താഴ്‌ന്ന സ്ഥായിയിൽ ചിട്ടപ്പെടുത്തിയിരുന്നു, അതിൽ വിലാപനങ്ങളുടെയും അർദ്ധവിങ്ങലുകളുടെയും നീണ്ട രാഗങ്ങളുണ്ടായിരുന്നു, അധികവും ജീവിതത്തിനുവേണ്ടിയുള്ള ആഹ്വാനം, അസ്തിത്വത്തിന്റെ ക്ലേശങ്ങളുടെ വ്യക്തഭാഷണം. അതൊരു പുരാണഗാനമായിരുന്നു, ആ വർഗ്ഗത്തിന്റെ യാത്രയും പൗരാണികമായത്—ഗാനങ്ങൾ ശോകാത്മകമായിരുന്ന ഭൂമി യുടെ ചെറുപ്പകാലത്തെ ആദ്യത്തെ ഗാനങ്ങളിൽ ഒന്ന്. അതിൽ എണ്ണ മറ്റ തലമുറകളുടെ ദുഃഖം നിക്ഷിപ്തമായിരുന്നു, ആ വിലാപമാണ്

ബക്കിനെ അസാധാരണമായി ഇളക്കിമറിച്ചത്. അവൻ വിങ്ങുകയും വില പിക്കുകയും ചെയ്തപ്പോൾ, അത് അവന്റെ വന്യരായ പിതാക്കളുടെ പഴയ ജീവിതത്തിന്റെ വേദന കൊണ്ടായിരുന്നു, അവർക്ക് ഇരുട്ടിനെയും തണുപ്പിനെയും കുറിച്ചുണ്ടായിരുന്ന ഭയവും ദുരൂഹതയും മൂലമുണ്ടായ ഭീതിയിൽ നിന്നുമായിരുന്നു. ആ ഓരിയിടൽമൂലം ഇപ്പോൾ ബക്ക് പ്രചോദിതനാകുകയെന്നുവച്ചാൽ, അത് രേഖപ്പെടുത്തുന്നത്, അവൻ തല മുറകളിലൂടെ പുറകോട്ടുപോകുന്ന പ്രവർത്തനം പൂർണ്ണമായെന്നും, തീയുടെയും മേല്ക്കുരയുടെയും യുഗങ്ങളിലൂടെ അവൻ പുറകോട്ടു പോയി ഓരിയിടുന്ന യുഗങ്ങളിലെ ജീവിതത്തിന്റെ പച്ചയായ ആരംഭ ത്തിൽ എത്തിയെന്നുമാണ്.

അവർ ഡോസണിൽ എത്തി ഏഴ് ദിവസങ്ങൾ കഴിഞ്ഞപ്പോൾ, ബാരക്കുകളുടെ അടുത്തുള്ള കുത്തനെയുള്ള ഇറക്കം ഇറങ്ങി, യുക്കോ ണിലേക്കുള്ള വഴിയിലൂടെ, ദ്യേയയിലേക്കും, ലവണജലത്തിലേക്കും നീങ്ങി. പെറാൾട്ട് കൊണ്ടുവന്നതിനേക്കാൾ ധൃതിയിൽ കൊണ്ടു പോകേ ണ്ടതായി അയാൾ എടുത്തത് തപാൽ ഉരുപ്പടികൾ മാത്രമായിരുന്നു. അയാളെ യാത്രാഭിമാനം പിടികൂടിയിരുന്നു, അതോടൊപ്പം ആ വർഷ ത്തെ യാത്രയുടെ റെക്കാർഡ് സ്ഥാപിക്കുകയെന്ന ഉദ്ദേശവും. ഇതിൽ നിരവധി കാര്യങ്ങൾ അയാൾക്ക് ഗുണകരമായി ഭവിച്ചു. ഒരാഴ്ചത്തെ വിശ്രമംകൊണ്ട് നായ്ക്കൾ ആരോഗ്യം വീണ്ടെടുക്കുകയും അവർ ഊർജ്ജസ്വലരാകുകയും ചെയ്തു. ഗ്രാമപ്രദേശത്തേക്ക് അവർ തെളിച്ച വഴി പിന്നീട് വന്നവരുടെ യാത്രകൾകൊണ്ട് നല്ലപോലെ ഉറച്ചതായി ത്തീർന്നു. അതിനേക്കാളുപരി, രണ്ടുമൂന്ന് സ്ഥലങ്ങളിലായി പൊലീസു കാർ നായ്ക്കൾക്കും മനുഷ്യർക്കുമുള്ള ഭക്ഷണസാധനങ്ങൾ സൂക്ഷി ക്കാനുള്ള ഏർപ്പാടുണ്ടാക്കി, അതുകൊണ്ട് അയാൾക്ക് ഭാരക്കുറവോടെ സഞ്ചരിക്കാൻ കഴിഞ്ഞു.

ആദ്യത്തെ ദിവസം, അമ്പതുമെൽ പോകേണ്ടയിടത്ത്, അവർ അറുപത് മൈൽ പോയി. രണ്ടാമത്തെ ദിവസം പെല്ലിയിലേക്കുള്ള വഴി യിൽ അവർ വേഗത്തിൽ യുക്കോൺവരെ എത്തി. പക്ഷേ, ഇത്ര നല്ല വേഗത കൈവരിച്ചപ്പോൾ അത് ഫ്രാങ്കോയ്ക്കുണ്ടാക്കിയത് നല്ല ബുദ്ധി മുട്ടും പ്രയാസവും അല്ലായിരുന്നു. ബക്കിന്റെ നേതൃത്വത്തിലുള്ള കുത ന്ത്രവും ചെറുത്തുനില്പും ആ ടീമിന്റെ ഐക്യവും തകർത്തിരുന്നു. അപ്പോഴേക്കും അത് കേവലം ഒരു നായ ചമയങ്ങളിൽക്കിടന്ന് ചാടുന്നു എന്ന നിലവിട്ടിരുന്നു. നിഷേധികൾക്ക് ബക്ക് നല്കിയ പിന്തുണ അവരെ എല്ലാവിധ കുരുത്തക്കേടുകളിലേക്കും നയിച്ചു. അപ്പോഴേക്കും സ്പിറ്റ്സ് കാര്യമായി ഭയപ്പെടേണ്ട ഒരു നേതാവല്ലാതായിക്കഴിഞ്ഞിരുന്നു. പഴയ ഭയം മാറുകയും, അവന്റെ അധികാരത്തെ ചോദ്യംചെയ്യുന്നിടത്തോളം അവർ വളരുകയും ചെയ്തു. ഒരുരാത്രി അവന്റെ റേഷനിൽനിന്നും ഒരു മത്സ്യത്തിന്റെ പകുതിയോളം പൈക്ക് മോഷ്ടിക്കുകയും ബക്കിന്റെ സംര ക്ഷണയിൽ അത് വെട്ടിവിഴുങ്ങുകയും ചെയ്തു. മറ്റൊരു രാത്രി ഡബ്ബും

ജോയും സ്പിറ്റ്സുമായി ശണ്ഠകൂടിയെങ്കിലും അവർ അർഹിക്കുന്ന ശിക്ഷ വാങ്ങിക്കാതെ രക്ഷപ്പെടാൻ കഴിഞ്ഞു. സൗമ്യപ്രകൃതിയായ ബില്ലിപോലും, അത്രയ്ക്ക് സൗമ്യപ്രകൃതിയല്ലാതെ, മുമ്പൊക്കെ കരഞ്ഞി രുന്നതിന്റെ പകുതിപോലും അനക്കമില്ലാതെയാണ് കരഞ്ഞത്. മുരളു കയും ഭയപ്പെടുത്തുന്ന രീതിയിൽ രോമം എണീപ്പിച്ചു നിറുത്താതെയും ചെയ്യാതെ ബക്ക് ഒരിക്കലും സ്പിറ്റ്സിന്റെയടുത്ത് പോയില്ല. യഥാർത്ഥ ത്തിൽ, അവന്റെ പെരുമാറ്റം ഒരു റൗഡിയുടേതിനോട് അടുത്തെത്തു കയും, അവൻ സ്പിറ്റ്സിന്റെ മൂക്കിന്റെ മുമ്പിലൂടെ അങ്ങോട്ടുമിങ്ങോട്ടും ഊറ്റംകൊണ്ട് നടക്കുകയും ചെയ്തു.

അതേപോലെ, അച്ചടക്കമില്ലായ്മ, നായ്ക്കളുടെയിടയിൽ പരസ്പരം ഉണ്ടായിരുന്ന ബന്ധത്തെയും ബാധിച്ചു. അവർ മുമ്പൊരിക്കലുമില്ലാത്ത പോലെ തങ്ങളിൽ കലഹിക്കുകയും ശണ്ഠകൂടുകയും ചെയ്തു, അതു മൂലം ചിലപ്പോഴൊക്കെ ക്യാമ്പിന് ഓലിയിടുന്നൊരു ഭ്രാന്താലയത്തിന്റെ പ്രതീതി കൈവന്നു. ഡേവും സോൾ-പെക്സും മാത്രം വലിയ മാറ്റമി ല്ലാതെ തുടർന്നു, അന്തമില്ലാത്ത കശപിശയിൽ അവർ വെറുപ്പ് പ്രകടി പ്പിച്ചെങ്കിലും. ഫ്രാങ്കോയ് അപരിചിതവും കാടനുമായ ശാപവാക്കുകൾ ഉതിർക്കുകയും, വ്യർത്ഥമായ ദേഷ്യത്തിൽ മഞ്ഞിൽ ആഞ്ഞുചവിട്ടു കയും തലമുടിക്കു പിടിച്ച് വലിക്കുകയും ചെയ്തു. അയാളുടെ ചാട്ട വാറ് നായ്ക്കളുടെയിടയിൽ സദാ മൂളിക്കൊണ്ടിരുന്നു, പക്ഷേ, അതൊക്കെ നിസ്സാരഗുണമേ ചെയ്തുള്ളൂ. അയാൾ ഒന്നങ്ങോട്ട് മാറി യാൽ ഉടനെ അവർ വീണ്ടും തുടങ്ങും. അയാൾ തന്റെ ചാട്ടകൊണ്ട് സ്പിറ്റ്സിനെ പിന്തുണച്ചപ്പോൾ, ടീമിലെ മറ്റുള്ളവരെ ബക്ക് പിന്തുണച്ചു. ബക്കാണ് ഈ ശല്യത്തിനെല്ലാം പിന്നില്ലെന്ന് ഫ്രാങ്കോയ്ക്ക് അറിയാമാ യിരുന്നു, അയാൾക്കത് അറിയാമെന്ന് ബക്കിനും അറിയാമായിരുന്നു. പക്ഷേ, കൈയോടെ പിടിക്കപ്പെടാതിരിക്കാൻ തക്കവണ്ണം സൂത്രശാലി യായിരുന്നു അപ്പോൾ ബക്ക്. ശകടത്തിൽ ബന്ധിച്ചുകഴിഞ്ഞാൽ അവൻ വിശ്വസ്തതയോടെ പണിയെടുക്കും, എന്തെന്നാൽ അദ്ധ്വാനിക്കുകയെ ന്നത് അവനൊരു ആഹ്ലാദമായി മാറിക്കഴിഞ്ഞിരുന്നു. എങ്കിൽക്കൂടി, തന്റെ ടീം അംഗങ്ങൾക്കിടയിൽ ഒരു കലഹം ഉണ്ടാക്കി, ചമയങ്ങളും വാറു കളും കൂട്ടിക്കുരുക്കുകയെന്നത് അവന് വർദ്ധിച്ച ആഹ്ലാദം നല്കിപ്പോന്നു.

തഖീനാ നദീമുഖത്ത്, ഒരു രാത്രി അത്താഴത്തിനുശേഷം, ഡബ്ബ് ഒരു മഞ്ഞുമുയലിനെ കണ്ട് ഓടിച്ചിട്ടു, പക്ഷേ, അബദ്ധംപറ്റി, മുയൽ രക്ഷപ്പെട്ടു. ഒരു ക്ഷണത്തിൽ, സംഘം മുഴുവൻ കുരയ്ക്കാൻ തുടങ്ങി. അവിടന്ന് നൂറുവാര അകലെയായി വടക്കുപടിഞ്ഞാറൻ പൊലീസിന്റെ ഒരു ക്യാമ്പ് ഉണ്ടായിരുന്നു. അവർക്ക് അമ്പത് നായ്ക്കളുണ്ടായിരുന്നു, എല്ലാം കർക്കശന്മാർ തന്നെ; അവരും മുയലിന്റെ പുറകെ ഓടി. ആ മുയൽ നദിയിലേക്ക് ചാടി; അതിവേഗത്തിൽ ഒരു കൈത്തോട്ടിലൂടെ പാഞ്ഞ്, ഉറഞ്ഞുകട്ടിയായ മഞ്ഞിൽ പിടിച്ചുകയറി. മുയൽ മഞ്ഞിൻ പര പ്പിലൂടെ ലഘുവായി ഓടിയപ്പോൾ, നായ്ക്കൾ ശക്തി പ്രയോഗിച്ച് മഞ്ഞ്

ഉഴുതുമറിക്കുകയായിരുന്നു. അറുപതംഗങ്ങളുള്ള ആ സംഘത്തെ നയി
ച്ചത് ബക്ക് ആയിരുന്നു. അവർ വളവുകൾ പിന്നിട്ട് ഓടി, പക്ഷേ, നേടാ
നായില്ല. അവൻ മെല്ലെ പതിഞ്ഞാണ് ഓടിയത്, ഉൽക്കണ്ഠയോടെ
മുരണ്ടുകൊണ്ട്. വിളറിവെളുത്ത നിലാവെളിച്ചത്തിൽ അവന്റെ വടി
വൊത്ത ശരീരം തിളങ്ങി, അവൻ ചെറിയ ചെറിയ ചാട്ടങ്ങളിലൂടെ
മുന്നേറി. നിറംമങ്ങിയ ഒരു ഹിമഭൂതത്തെപ്പോലെ, ചാടി ചാടി പോകുന്ന
മഞ്ഞ് മുയൽ അല്പം മുന്നിലായി ഒന്ന് തിളങ്ങി.

ശബ്ദമുഖരിതമായ നഗരങ്ങളിൽനിന്നും സമതലങ്ങളിൽനിന്നും
നിശ്ചിത ഇടവേളകളിൽ മനുഷ്യരെ കാട്ടിലേക്ക് കൂട്ടിക്കൊണ്ടുവരുന്ന
പഴയ ജന്മവാസനകളുണ്ടല്ലോ, കൊല്ലാനുള്ള ആഗ്രഹം; രാസവസ്തു
ക്കളാൽ മുമ്പോട്ട് തള്ളിവിടുന്ന കാരീയക്കട്ടകൾകൊണ്ട് ജീവികളെ
കൊല്ലാൻ, ആ രക്തദാഹം, കൊല്ലുന്നതിലുള്ള ആനന്ദം — ഇതെല്ലാം
ബക്കിനും ഉണ്ടായിരുന്നു, വളരെയേറെ ദൃഢസഖ്യത്തിലായിരുന്നുവെന്ന്
മാത്രം. അവൻ ആ കൂട്ടത്തിന്റെ മുന്നിലാണ് ഓടിക്കൊണ്ടിരുന്നത്, ആ
വന്യജീവിയെ പിന്തുടരുകയാണ്, ജീവനുള്ള മാംസത്തെ, അതിനെ
സ്വന്തം പല്ലുകൾകൊണ്ട് കൊന്ന്, അതിന്റെ ചുടുരക്തത്തിൽ തന്റെ
മോന്ത കണ്ണുകൾവരെ കഴുകാൻ വേണ്ടി.

ജീവിതത്തിന്റെ അത്യുന്നത സ്ഥാനം അടയാളപ്പെടുത്തുന്ന ഒരു
ആനന്ദാതിരേകമുണ്ട്, അതിനപ്പുറത്ത് ജീവിതത്തിന് ഉയരാൻ കഴിയില്ല.
ഈ ആനന്ദാതിരേകം ആഗതമാകുന്നത് ഒരുവൻ അങ്ങേയറ്റം സജീവ
മായിരിക്കുമ്പോഴാണ്, അത് വരുന്നതോ അവൻ സജീവമാണെന്ന കാര്യം
തീർത്തും വിസ്മൃതമാകുമ്പോഴും, അതാണ് ജീവിതത്തിന്റെ ഒരു വിരോ
ധാഭാസം. ഈ ആനന്ദാതിരേകം, ജീവിതത്തെക്കുറിച്ചുള്ള ഈ വിസ്
മൃതി, കലാകാരനിലും വരും, അവനെ സ്വത്വത്തിൽനിന്നും പുറത്താക്കി
ഒരു ജ്വാലയുടെ താളിൽ പൊതിഞ്ഞുകൊണ്ട്; ഇത് ഒരു യോദ്ധാവിലും
വരും, അടർക്കളത്തിൽ യാതൊരു വിട്ടുവീഴ്ചയ്ക്കും തയ്യാറാവാതെ
യുദ്ധ ഭ്രാന്തുമായി നില്ക്കുമ്പോൾ. ഇത് ബക്കിലേക്കും വന്നു, ആ
കൂട്ടത്തെ നയിച്ചുകൊണ്ട്, പഴയ ചെന്നായയുടെ വിളി മുഴക്കിക്കൊണ്ട്,
തന്റെ മുന്നിലൂടെ നിലാവിലൂടെ അതിവേഗം പാഞ്ഞുപോകുന്ന ജീവ
നുള്ള ആ ആഹാരത്തെ പിടിക്കാനായി തത്രപ്പെട്ടപ്പോൾ. അവൻ തന്റെ
പ്രകൃതത്തിന്റെ അഗാധതകളെയാണ് മുഴക്കിയത്, അവനേക്കാൾ ആഴ
ത്തിൽ അവനിൽ കിടന്നിരുന്ന അവന്റെ പ്രകൃതത്തിന്റെ ഭാഗങ്ങൾ, കാല
ത്തിന്റെ ഗർഭപാത്രത്തിലേക്ക് മടങ്ങിപ്പോയ്ക്കൊണ്ട്. ജീവിതത്തിന്റെ തന
തായ തിരയിളക്കം അവനെ കീഴ്പ്പെടുത്തിയിരുന്നു, അസ്തിത്വത്തിന്റെ
വേലിയേറ്റം, വ്യത്യസ്തമായ ഓരോ പേശിയുടെയും, സന്ധിയുടെയും,
നാഡിയുടെയും പരിപൂർണ്ണ സന്തോഷം, അതിൽ മരണത്തിന്റേതല്ലാത്ത
എല്ലാമുണ്ടായിരുന്നു. അത് ജ്വലിക്കുകയും പുളയ്ക്കുകയുമായിരുന്നു,
ചലനത്തിൽ സ്വയം പ്രകടിപ്പിച്ചുകൊണ്ട്, ചലനരഹിതമായ മൃതപദാർഥ
ങ്ങൾക്കുമുകളിലൂടെ താരകങ്ങൾക്ക് താഴെ ഉല്ലാസത്തോടെ പറന്നു
കൊണ്ട്.

പക്ഷേ, തന്റെ ഉന്നതമായ മനോനിലയിൽപ്പോലും തണുപ്പനും കണക്കു കൂട്ടുന്നവനുമായ സ്പിറ്റ്സ്, ആ കൂട്ടംവിട്ട് അരുവി വലിയൊരു വളവെടുക്കുന്നിടത്തെ വീതികുറഞ്ഞ ഇടുങ്ങിയ തീരത്തേക്ക് മുറിച്ചു കടന്നു. ബക്ക് ഇക്കാര്യം അറിഞ്ഞില്ല. അവൻ ആ വളവ് ചുറ്റിവരുമ്പോഴും മഞ്ഞിന്റെ മൂടുപടത്തിൽ ആ മുയലിന്റെ രൂപം അവനുമുന്നിൽ പാറി പ്പൊയ്ക്കൊണ്ടിരുന്നു. അപ്പോഴാണ് അവൻ കണ്ടത് ഉയർന്നുനിന്ന നദീ തീരത്തുനിന്നും മറ്റൊരു വലിയ മഞ്ഞിൽ പൊതിഞ്ഞരൂപം മുയലിന്റെ പാതയിൽ തൊട്ടടുത്തേക്ക് ചാടുന്നത്. അത് സ്പിറ്റ്സ് ആയിരുന്നു. മുയ ലിന് തിരിയാൻ കഴിഞ്ഞില്ല, അതിനുമുമ്പേ വെളുത്ത പല്ലുകൾ അതിന്റെ മുതുകിൽ തുളഞ്ഞുകയറി അതിനെ വായുവിലേക്കുയർത്തിയപ്പോൾ, ക്ഷതമേറ്റ ഒരു മനുഷ്യൻ അലറിവിളിക്കുന്നതുപോലെ അത് ഉച്ചത്തിൽ അലറി. ഈ ശബ്ദം കേട്ടപ്പോൾ, മരണത്തിന്റെ പിടിത്തത്തിൽ ജീവിത ത്തിന്റെ ഔന്നത്യത്തിൽനിന്ന് താഴേക്ക് പതിക്കുന്ന ജീവന്റെ കരച്ചിൽ കേട്ടപ്പോൾ, ബക്കിന്റെ കാല്പാദങ്ങൾക്ക് തൊട്ടുപിന്നിലെത്തിയിരുന്ന നായ്ക്കൂട്ടം സന്തോഷംകൊണ്ട് ആസുരമായി ആർത്തുവിളിച്ചു.

ബക്ക് ആർത്ത് വിളിച്ചില്ല. അവൻ വേഗത കുറച്ചതുമില്ല, പക്ഷേ, സ്പിറ്റ്സിനെ ലക്ഷ്യമാക്കി പാഞ്ഞു, തോളോട് തോൾ ഉരുമ്മിക്കൊണ്ട്, അത്ര അടുത്തെത്തിയെങ്കിലും അവന്റെ പിടലിക്ക് പിടിക്കാൻ പറ്റിയില്ല. അവർ ആ മാവുപോലുള്ള മഞ്ഞിൽക്കിടന്ന് ചുറ്റിമറിഞ്ഞ് ഉരുണ്ടു. തന്നെ മറിച്ചിടാൻ കഴിഞ്ഞില്ല എന്ന ഭാവത്തിൽ സ്പിറ്റ്സ് എണീറ്റുനിന്ന് ബക്കിന്റെ തോളിൽ കടിച്ചിട്ട് ചാടി രക്ഷപ്പെട്ടു. ഒരു ഉരുക്കു കെണിയുടെ താടിയിലെ പല്ലുകൾപോലെ അവന്റെ പല്ലുകൾ രണ്ടുപ്രാവശ്യം കൂട്ടി യടിച്ചു, നല്ലൊരു ചുവടുവയ്പ്പിനായി അവൻ പുറകോട്ടു നീങ്ങി, അവന്റെ നേർത്ത ചുണ്ടുകൾ പുളയുകയും മുരളുകയും ചെയ്തുകൊണ്ട്.

ഒരു മിന്നൽപോലെ ബക്ക് അത് അറിഞ്ഞു. സമയം ആഗതമായി രുന്നു. മരണത്തിലേക്കുള്ളതായിരുന്നു അത്. ചെവികൾ പുറകോട്ടാക്കി, മുരണ്ടുകൊണ്ട് അവർ വട്ടം ചുറ്റുകയായിരുന്നു, ആക്രമണത്തിന് യോജിച്ച അവസരം നോക്കിക്കൊണ്ട് ആ രംഗം പരിചിതമാണെന്ന് ബക്കിന് തോന്നി. അവൻ അതെല്ലാം ഓർമ്മിക്കുന്നതുപോലെ തോന്നി. വെളുത്ത നിറത്തിലുള്ള കാടുകളും ഭൂമിയും, പിന്നെ നിലാവെളിച്ചം, ഒപ്പം യുദ്ധത്തിന്റെ ഹർഷോന്മാദവും. ആ വെണ്മയുടെയും നിശ്ശബ്ദത യുടെയും മുകളിൽ പ്രേതസമാനമായൊരു ശാന്തത ചൂഴ്ന്നുനിന്നു. വായു അനങ്ങുന്നതിന്റെ ലോലമായ മർമ്മരം പോലുമില്ല—യാതൊന്നും ചലി ച്ചില്ല, ഒരു ഇലപോലും അനങ്ങിയില്ല, നായ്ക്കളുടെ ശ്വാസോച്ഛ്വാസം മാത്രം മെല്ലെ ഉയർന്ന് ഉറഞ്ഞുകൂടിയ വായുവിൽ തങ്ങിനിന്നു. അവർ ആ മഞ്ഞ്മുയലിന്റെ കഥകഴിച്ച് റെഡിയായിനിന്നു, അവറ്റകൾ ശരിക്കും ഇണങ്ങിയിട്ടില്ലാത്ത ചെന്നായ്ക്കൾതന്നെയായിരുന്നു. ഇപ്പോൾ അവർ പ്രതീക്ഷയോടെ വട്ടത്തിൽ വളഞ്ഞിരിക്കുകയായിരുന്നു. അവരും നിശ്ശ ബ്ദരായിരുന്നു, അവരുടെ കണ്ണുകൾമാത്രം തിളങ്ങി, ശ്വാസം മെല്ലെ

മെല്ലെ മുകളിലോട്ട് തെന്നിമാറിക്കൊണ്ടിരുന്നു. ബക്കിനെ സംബന്ധി ച്ചിടത്തോളം അതിൽ പുതുമയോ അപരിചിതത്വമോ ഇല്ലായിരുന്നു, ഇത് പഴയ കാലത്തെ ഒരു രംഗം മാത്രം. എന്നും ഉണ്ടായിരുന്നതുപോലെ തന്നെയായിരുന്നു അതും, കാര്യങ്ങൾ നടക്കേണ്ട രീതിയിൽത്തന്നെ.

സ്പിറ്റ്സ് പരിചയസമ്പന്നനായൊരു പോരാളിയായിരുന്നു. സ്പിറ്റ്സ് ബേർജൻ മുതൽ ആർട്ടിക്കിലൂടെ, കാനഡയും കടന്ന് അവിടത്തെ വിജ നതയെല്ലാം താണ്ടി, അവിടെയൊക്കെയുള്ള എല്ലാത്തരം നായ്ക്കളെയും നേരിട്ട് അവൻ തനിയെ പിടിച്ചുനിന്നു, അതോടൊപ്പം അവരുടെ മേലുള്ള മേധാവിത്വം സ്വായത്തമാക്കുകയും ചെയ്തിരുന്നു. അവന്റെ രോഷം കഠി നമായിരുന്നു, പക്ഷേ, അത് അന്ധമായ രോഷമല്ലായിരുന്നു. പിച്ചി ച്ചീന്താനും നശിപ്പിക്കാനുമുള്ള ആസക്തിയിൽ, അവൻ ഒരിക്കലും വിസ്മ രിച്ചില്ല അവന്റെ ശത്രുവും അതുപോലത്തെ പിച്ചിച്ചീന്താനും നശിപ്പി ക്കാനുമുള്ള ആസക്തിയിലായിരിക്കുമെന്ന്. ഒരു ഏറ്റുമുട്ടലിനെ നേരി ടാൻ തയ്യാറെടുത്തശേഷം മാത്രമേ അവൻ ഒരു ഏറ്റുമുട്ടലിന് ഒരുങ്ങു കയുള്ളൂ; ഒരു ആക്രമണത്തെ ആദ്യം പ്രതിരോധിച്ചശേഷം മാത്രമേ അവൻ ആക്രമിക്കുകയുള്ളൂ.

ഈ വലിയ വെളുത്ത നായയുടെ കഴുത്തിൽ തന്റെ പല്ലുകൾ ഇറ ക്കാനുള്ള ബക്കിന്റെ ശ്രമം വിഫലമായി. എവിടെയെല്ലാം അവന്റെ കോമ്പ ല്ലുകൾ മൃദുലമായ മാംസത്തിനുവേണ്ടി ശ്രമിച്ചുവോ, ആ ശ്രമങ്ങളെല്ലാം തന്റെ കോമ്പല്ലുകൾകൊണ്ട് സ്പിറ്റ്സ് എതിർത്തു. കോമ്പല്ലുകൾ കോമ്പല്ലുകളുമായി ഏറ്റുമുട്ടി, ചുണ്ടുകളിൽ മുറിവേല്ക്കുകയും രക്തം ഒഴുകുകയും ചെയ്തു. പക്ഷേ, അവന്റെ ശത്രുവിന്റെ സുരക്ഷ ഭേദി ക്കാൻ ബക്കിന് കഴിഞ്ഞില്ല. അപ്പോൾ അല്പനേരം ഒന്ന് ഉഷാറായിട്ട് ഏറ്റുമുട്ടലിന്റെ ഒരു കൊടുങ്കാറ്റുകൊണ്ട് സ്പിറ്റ്സിനെ പൊതിഞ്ഞു. ആവർത്തിച്ചാവർത്തിച്ച് അവൻ ആ ഹിമ വെൺമയുള്ള കഴുത്തിനെ ലക്ഷ്യമാക്കി ശ്രമിച്ചു, അവിടെയാണ് തൊലിപ്പുറത്തിനടുത്ത് ജീവിതം തുടിച്ചുനിന്നത്;   പക്ഷേ, ഓരോ പ്രാവശ്യവും എല്ലാ പ്രാവശ്യവും സ്പിറ്റ്സ് അവനെ മുറിവേല്പിച്ചിട്ട് രക്ഷപ്പെട്ടുകളഞ്ഞു. അപ്പോൾ ബക്ക് വേഗത്തിൽ ഓടിച്ചെന്നു, കഴുത്തിനെ ലക്ഷ്യമായിതന്നെ, എന്നിട്ട് പെട്ടെന്ന് തന്റെ തല പിന്നോട്ടുവലിച്ച് ഒരു വശത്തുനിന്നും വളഞ്ഞ്, അവന്റെ ചുമലുകൾ സ്പിറ്റ്സിന്റെ ചുമലിലേക്ക് ഇടിക്കും, ഒരു മുട്ടാടി നെപ്പോലെ അവനെ മറിച്ചിടാനായിട്ട്. പക്ഷേ, അതിനുപകരം, ഓരോ പ്രാവശ്യവും ബക്കിന്റെ ചുമലുകളിലാണ് കടിയേറ്റത്, സ്പിറ്റ്സ് ലാഘ വത്തോടെ ചാടിപ്പോകുകയും ചെയ്തു.

സ്പിറ്റ്സിനെ തൊടാൻ കഴിഞ്ഞില്ല, അതേസമയം ബക്ക് രക്തം വിയർക്കുകയും കഠിനമായി കിതയ്ക്കുകയും ചെയ്തു. ആ പോരാട്ടം നിരാശാജനകമായി ശക്തിയാർജ്ജിക്കുകയായിരുന്നു. അപ്പോഴൊക്കെ നിശ്ശബ്ദരായ ആ ചെന്നായ്ക്കളുടെ വലയം കാത്തിരിക്കുകയായിരുന്നു, ഏത് നായയാണോ താഴെ വീഴുന്നത് അതിനെ തിന്നുതീർക്കാനായിട്ട്. ബക്ക് കിതപ്പ് മാറ്റാനായി നില്ക്കുമ്പോൾ സ്പിറ്റ്സ് പാഞ്ഞ് ചെല്ലും, അങ്ങനെ അവനെ കാലുറപ്പിക്കാതെ ചുറ്റിച്ചു. ഒരിക്കൽ ബക്ക് താഴേക്ക്

വീണു, അപ്പോഴേക്കും അറുപതുനായ്ക്കളുടെ ആ വലയം മുഴുവൻ എണീറ്റുനിന്നു; പക്ഷേ, അവൻ ഉടൻതന്നെ തിരിച്ചുവന്നു, മിക്കവാറും വായുവിൽ വച്ചുതന്നെ, അപ്പോൾ ആ നായ്ക്കളുടെ വലയം വീണ്ടും നിലത്തിരുന്നു, പിന്നെയും കാത്തിരുപ്പ് തുടർന്നു.

ബക്കിനൊരു ഗുണമുണ്ടായിരുന്നു, അത് മഹത്വമുള്ളതുമായിരുന്നു —ഭാവനാശക്തി. അവൻ പൊരുതിയത് ജന്മവാസനകൊണ്ടായിരുന്നു, എന്നിരുന്നാലും അവന് ബുദ്ധിയുപയോഗിച്ചും പൊരുതാൻ കഴിയുമാ യിരുന്നു. അവൻ പാഞ്ഞുചെന്നു, പഴയ ചുമലുകൊണ്ടുള്ള വിദ്യ പ്രയോ ഗിക്കാനെന്നപോലെ. പക്ഷേ, അവസാനനിമിഷം അവൻ താഴോട്ട് ഇഴുകി മാറി മഞ്ഞിൽച്ചെന്നു. അവന്റെ പല്ലുകൾ സ്പിറ്റ്സിന്റെ മുൻവശത്തെ ഇടത്തേ കാലിൽ ആഞ്ഞ് പതിഞ്ഞു. എല്ല് കടിച്ചുമുറിക്കുന്ന ശബ്ദം കേട്ടു, ആ വെളുത്ത നായ പിന്നെ മൂന്നുകാലിൽനിന്നാണ് ബക്കിനെ നേരിട്ടത്. മൂന്നുപ്രാവശ്യം അവൻ സ്പിറ്റ്സിനെ മറിച്ചിടാൻ ശ്രമിച്ചു, അപ്പോഴൊക്കെ ആ സൂത്രം ആവർത്തിച്ച് അവന്റെ വലത്തെ മുൻകാൽ ഒടിച്ചു. വേദനയും നിസ്സഹായതയും അനുഭവപ്പെട്ടിട്ടും, സ്പിറ്റ്സ് നേരേ നില്ക്കാൻ അന്തംവിട്ട് ശ്രമിച്ചു. അവൻ ആ നിശ്ശബ്ദ വലയത്തെ കണ്ടു, അവരുടെ തിളങ്ങുന്ന കണ്ണുകൾ, നീണ്ടുകിടക്കുന്ന നാക്കുകൾ, മുകളി ലോട്ട് പടരുന്ന നോളയുടെ മണംപുരണ്ട നിശ്വാസങ്ങൾ; അവർ അവന്റെ യടുത്തേക്ക് ചേർന്നുവരുകയായിരുന്നു. കഴിഞ്ഞ കാലങ്ങളിൽ പരാജിത രാക്കപ്പെട്ട എതിരാളികളുടെമേൽ ഇതുപോലുള്ള വലയങ്ങൾ ചേർന്ന് ചാടിവീഴുന്നത് അവൻ കണ്ടിട്ടുണ്ടായിരുന്നു. ഇപ്രാവശ്യം മാത്രമാണ് പരാജിതനാക്കപ്പെട്ടവൻ അവനായിപ്പോയത്.

അവന് പ്രതീക്ഷയില്ലായിരുന്നു. ബക്ക് അനുതാപശൂന്യനായിരുന്നു. കരുണയെന്നത് ആണുങ്ങൾക്ക് ചേർന്നതല്ല. അവൻ അവസാനത്തെ നേരിടലിന് കോപ്പുകൂട്ടി. ആ നായ്ക്കളുടെ വലയം അത്രയ്ക്ക് അടുത്തു വന്നിരുന്നതുകൊണ്ട് ആ കർക്കശന്മാരുടെ ശ്വാസം അവന്റെ പള്ളയ്ക്ക് തട്ടി. അവന് അവരെ കാണാമായിരുന്നു, സ്പിറ്റ്സിനും അപ്പുറത്ത് രണ്ട് വശങ്ങളിലുമായി, ചാടിവീഴാൻ തയ്യാറായി കുത്തിയിരിക്കുന്നു, അവരുടെ കണ്ണുകൾ അവന്റെ നേർക്ക് ഉറപ്പിച്ചുകൊണ്ട്. അല്പം ഇടവേള വീണു കിട്ടി. എല്ലാ മൃഗങ്ങളും നിശ്ചലരായിരുന്നു, കല്ലായിത്തീർന്നതുപോലെ. സ്പിറ്റ്സ് മാത്രം വിറച്ചുകൊണ്ട് രോമങ്ങൾ എണീറ്റുനിന്ന സ്ഥിതിയിൽ മുമ്പോട്ടും പിമ്പോട്ടും വേച്ചുവേച്ച് നടന്നു. ആസന്നമായ മരണത്തെ ഭയ പ്പെടുത്താനെന്നപോലെ അവൻ ഭീഷണിപ്പെടുത്തുന്ന രീതിയിൽ മുരണ്ടു കൊണ്ടിരുന്നു. അപ്പോൾ ബക്ക് അകത്തോട്ടും പുറത്തോട്ടും ചാടി; പക്ഷേ, അവൻ അകത്തേക്കുവന്നപ്പോൾ, അവന്റെ തോൾ ശത്രുവിന്റെ തോളുമായി കൃത്യതയോടെ ഇടഞ്ഞു. ആ കറുത്ത വലയം നിലാവിൽ കുളിച്ചുനില്ക്കുന്ന മഞ്ഞിന് മുകളിൽ ഒരു പൊട്ടുമാത്രമായിത്തീർന്നു, അതോടെ സ്പിറ്റ്സ് കാഴ്ചയിൽനിന്നും അപ്രത്യക്ഷമായി. ബക്ക് അവി ടെനിന്ന് ചുറ്റും നോക്കി, വിജയശ്രീലാളിതനായ ചാമ്പ്യൻ, ആധിപത്യം പുലർത്തുന്ന ആദിമകാലമൃഗം, അവൻ തന്റെ ഇരയെ വധിക്കുകയും അത് നന്നായി ചെയ്യുകയും ചെയ്തു.

4

യജമാനനായിത്തീർന്ന വിജയി ആര്?

"ഏയ്, ഞാൻ എന്തു പറഞ്ഞു? ആ ബക്ക് രണ്ടു ചെകുത്താന്മാർക്ക് സമമാണെന്ന് ഞാൻ പറഞ്ഞത് സത്യമായില്ലേ." അടുത്ത പ്രഭാതത്തിൽ സ്പിറ്റ്സിനെ കാണാതാവുകയും, ബക്കിന്റെ ശരീരമാകെ മുറിവുകളോടെ കണ്ടെത്തുകയും ചെയ്തപ്പോൾ ഫ്രാങ്കോയ് പറഞ്ഞതാണ് ഇങ്ങനെ. അയാൾ അവനെ തീയുടെ അടുത്തേക്ക് വലിച്ചുനിറുത്തി അതിന്റെ പ്രകാശത്തിൽ മുറിവുകൾ ചൂണ്ടിക്കാട്ടി.

"ആ സ്പിറ്റ്സ് പൊരിഞ്ഞ പോരാട്ടമാണ് നടത്തിയത്" ബക്കിന്റെ ശരീരത്തിലെ തുറന്ന മുറിവുകളും ക്ഷതങ്ങളും ശ്രദ്ധിച്ചുകൊണ്ട് പെറാൾട്ട് പറഞ്ഞു.

"അതിന്റെ രണ്ടിരട്ടി വീര്യത്തോടെയാണ് ബക്ക് പൊരുതിയത്" എന്നായിരുന്നു ഫ്രാങ്കോയുടെ മറുപടി. "ഇനിയിപ്പോൾ നമുക്ക് നല്ല കാല മാണ്. ഇനി സ്പിറ്റ്സ് ഇല്ല, കുഴപ്പങ്ങളും ഉണ്ടാകില്ല, ഉറപ്പാണ്."

പെറാൾട്ട് ക്യാമ്പിലെ സാമഗ്രികൾ പെറുക്കിയടുക്കി ഹിമശകട ത്തിന്റെ പുറത്തു വച്ചപ്പോൾ, നായ്ക്കളെ ഓടിക്കുന്നയാൾ മറ്റ് നായ്ക്കളെ തെളിച്ചുകൊണ്ടുവരാൻ പോയി. ബക്ക് നടന്ന് സ്പിറ്റ്സ് ഉണ്ടായിരുന്നെ ങ്കിൽ നില്ക്കുമായിരുന്ന നേതൃസ്ഥാനത്ത് ചെന്നുനിന്നു. പക്ഷേ, അത് ശ്രദ്ധിക്കാതെ, ഫ്രാങ്കോയ് പോയി സോൾ-ലെക്സിനെ ആ അഭിലഷ ണീയമായ സ്ഥാനത്ത് നിറുത്തി. അയാളുടെ കണക്കുകൂട്ടലിൽ അവ ശേഷിച്ച നായ്ക്കളിൽ സോൾ-ലെക്സ് ആയിരുന്നു ഏറ്റവും നല്ല നേതാവ് നായ. ബക്ക് കുപിതനായി സോൾ-ലെക്സിന്റെമേൽ ചാടി വീണ് അവനെ പുറകോട്ട് ഓടിച്ചു വിട്ടിട്ട് അവന്റെ സ്ഥാനത്ത് കയറി നിന്നു. "ഏയ്? ഏയ്?" ഫ്രാങ്കോയ് വിളിച്ചു പറഞ്ഞു, പല്ലിളിച്ചുകാട്ടി തന്റെ തുടയിൽ തട്ടിക്കൊണ്ട് തുടർന്നു, "ആ ബക്കിനെ നോക്കിക്കേ.

അവൻ ആ സ്പിറ്റ്സിനെ കൊന്നു, അവന്റെ ജോലി തട്ടിയെടുക്കാമെ
ന്നാണ് ഇവൻ വിചാരിക്കുന്നത്."

"അവിടന്ന് പൊയ്ക്കോടാ, ചുക്ക്!" അയാൾ അലറി.

പക്ഷേ, ബക്ക് അനുസരിക്കാൻ തയ്യാറായില്ല.

അയാൾ ബക്കിന്റെ പിടലിയുടെ പുറംഭാഗത്ത് പിടിച്ചു. അവൻ ഭയ
പ്പെടുത്തുന്ന രീതിയിൽ മുരണ്ടെങ്കിലും, ഫ്രാങ്കോയ് അവനെ ഒരു വശ
ത്തേക്ക് വലിച്ചുമാറ്റി, അവിടെ സോൾ–ലെക്സിനെ നിറുത്തി. പ്രായമായ
ആ നായയ്ക്ക് അത് ഇഷ്ടമായില്ല, അവൻ ആംഗ്യഭാഷയിലൂടെ അത്
വ്യക്തമാക്കുകയും ചെയ്തു, തനിക്ക് ബക്കിനെ ഭയമാണെന്ന്.
ഫ്രാങ്കോയ് ദുശ്ശാഠ്യക്കാരനായിരുന്നു. പക്ഷേ, അയാൾ ഒന്ന് തിരിഞ്ഞു
നിന്നയുടനെ ബക്ക് വീണ്ടും സോൾ–ലെക്സിനെ മാറ്റിയിട്ട് തൽസ്ഥാ
നത്ത് കയറിനിന്നു, അവിടംവിട്ട് പോകാൻ അവൻ ഒരുക്കവുമല്ലായിരുന്നു.

ഫ്രാങ്കോയ് കുപിതനായി. "നിന്നെ ഞാൻ, ഇപ്പോൾത്തന്നെ ശരി
യാക്കിയേക്കാം!" എന്ന് വിളിച്ചുപറഞ്ഞുകൊണ്ട് കൈയിൽ ഒരു ഭാര
മുള്ള ഗദയുമായി അയാൾ വന്നു.

ബക്കിന്റെ ഓർമ്മയിൽ ചുവന്ന സ്വറ്ററിട്ട മനുഷ്യന്റെ ചിത്രം
തെളിഞ്ഞു, അപ്പോൾ അവൻ മെല്ലെ പിൻവലിഞ്ഞു, വീണ്ടും ഒരി
ക്കൽക്കൂടി സോൾ–ലെക്സിനെ മുന്നോട്ട് കൊണ്ടുവന്നപ്പോൾ
അവന്റെമേൽ ചാടിവീഴാൻ അവൻ മുതിർന്നതുമില്ല. പക്ഷേ, അവൻ ഗദ
യുടെ പരിധിക്കു പുറത്തായി വട്ടംചുറ്റി, ദേഷ്യവും വെറുപ്പുംകൊണ്ട്
മുരണ്ടുകൊണ്ട്. അങ്ങനെ വട്ടം ചുറ്റുമ്പോൾ അവൻ ഗദയെ ശ്രദ്ധിക്കു
ന്നുണ്ടായിരുന്നു, ഫ്രാങ്കോയ് അതെങ്ങാനും എറിയുകയാണെങ്കിൽ ഒഴി
ഞ്ഞുമാറാൻ വേണ്ടി, കാരണം ഗദകളുടെ കാര്യത്തിൽ അവൻ ബുദ്ധി
യുള്ളവനായിത്തീർന്നിരുന്നു. നായയെ ഓടിക്കുന്നയാൾ അയാളുടെ
ജോലി നോക്കിപ്പോയി; സമയമായപ്പോൾ അയാൾ ബക്കിനെ വിളിച്ചു,
അവന്റെ പഴയ സ്ഥാനത്ത് 'ഡേവി'ന് മുന്നിലായി നിറുത്താൻവേണ്ടി.
ബക്ക് രണ്ടുമൂന്ന് ചുവട് പുറകോട്ടു നീങ്ങി. ഫ്രാങ്കോയ് അവന്റെ പുറകെ
ചെന്നു, അപ്പോൾ അവൻ കൂടുതൽ പുറകോട്ടുപോയി. ഇങ്ങനെ കുറെ
നേരം കഴിഞ്ഞപ്പോൾ, ഫ്രാങ്കോയ് ആ ഗദ താഴെയിട്ടു, അയാൾക്കു
തോന്നി ആ ഗദകൊണ്ട് അവനെ അടിക്കുമെന്ന് ബക്ക് ഭയപ്പെടുന്നുണ്ടെ
ന്ന്. പക്ഷേ, ബക്ക് ഒരു തുറന്ന പ്രതിഷേധത്തിൽത്തന്നെയായിരുന്നു. ബക്ക്
ഗദകൊണ്ടുള്ള അടിയിൽനിന്ന് രക്ഷപ്പെടാനല്ല ആഗ്രഹിച്ചത്, മറിച്ച്
അവന് നേതൃത്വമാണ് വേണ്ടിയിരുന്നത്. അത് അവന് അവകാശപ്പെട്ട
തായിരുന്നു. അത് അവൻ നേടിയെടുത്തതായിരുന്നു, അതിൽ കുറഞ്ഞ
ഒന്നുകൊണ്ടും അവൻ തൃപ്തിപ്പെടുമായിരുന്നില്ല.

പെറാൾട്ട് ഒരു പ്രയോഗം നോക്കി. അവർക്കിടയിൽ ഏതാണ്ട് ഒരു
മണിക്കൂറോളം അവനെയിട്ട് ഓടിച്ചു. അവർ അവന്റെ നേർക്ക് ഗദകൾ
എറിഞ്ഞു. അവൻ ഒഴിഞ്ഞുമാറി. അവർ അവനെ ശപിച്ചു, അവന്റെ
മുന്നിൽവച്ച് അവന്റെ അച്ഛനെയും അമ്മയെയും വരാനുള്ള തലമുറകളെ

യെല്ലാം ശപിച്ചതിനുപുറമെ, അവന്റെ ശരീരത്തിലുള്ള രോമങ്ങളെയും സിരകളിലുള്ള രക്തതുള്ളികളെയുംവരെ ശപിച്ചു. അവൻ ഈ ശാപ വചനങ്ങൾക്കെല്ലാം മറുപടി നല്കിയത് മുരൾച്ചകൊണ്ടായിരുന്നു, ഒപ്പം അവരുടെ പിടിയിൽനിന്നും അവൻ വിട്ടുനില്ക്കുകയും ചെയ്തു. അവൻ ഓടിപ്പോകാൻ ശ്രമിച്ചില്ല, മറിച്ച് ക്യാമ്പിനുചുറ്റും മടങ്ങിവന്ന് വട്ടം ചുറ്റി ക്കൊണ്ടിരുന്നു; അതിലൂടെ ഒരുകാര്യം അവൻ പരസ്യമാക്കി, അതായത് അവന്റെ ആഗ്രഹം സാധിച്ചുകൊടുത്താൽ, അവൻ മടങ്ങിവരുകയും നന്നായി പെരുമാറുകയും ചെയ്യും.

ഫ്രാങ്കോയ് കുത്തിയിരുന്ന് തല ചൊറിഞ്ഞു. പെറാൾട്ട് വാച്ചിൽ നോക്കി ആണയിട്ടു. സമയം പറക്കുകയായിരുന്നു, അവരിപ്പോൾ വഴി യിൽ ഇറങ്ങിയിട്ട് ഒരു മണിക്കൂർ കഴിയേണ്ടതായിരുന്നു. ഫ്രാങ്കോയ് വീണ്ടും തന്റെ തല ചൊറിഞ്ഞു. അവൻ തലപിടിച്ചു കുലുക്കിക്കൊണ്ട് ആ കൊറിയറെ നോക്കി ദയനീയമായി പല്ലിളിച്ചുകാട്ടി, അയാളാവട്ടെ തങ്ങൾ തോല്പിക്കപ്പെട്ടിരിക്കുന്നു എന്ന നിലയിൽ തന്റെ തോളുകൾ കുലുക്കി. അപ്പോൾ ഫ്രാങ്കോയ് നടന്നുചെന്ന് സോൾ–ലെക്സ് നിന്നി രുന്നിടത്തുനിന്നുകൊണ്ട് ബക്കിനെ വിളിച്ചു. ബക്ക് ഒന്ന് ചിരിച്ചു, നായ ക്കൾ ചിരിക്കുന്നപോലെ, എങ്കിലും അവൻ ഒരു അകലത്തിൽതന്നെ നിന്നു. ഫ്രാങ്കോയ് സോൾ–ലെക്സിന്റെ തോൽവാറുകൾ അഴിച്ച് അവനെ കൊണ്ടുപോയി പുറകിൽ അവന്റെ പഴയ സ്ഥലത്ത് ബന്ധിച്ചു. ആ ടീം ഇടമുറിയാതെ ഒരു വരിയായി ആ ഹിമശകടത്തിൽ ബന്ധിക്കപ്പെടുകയും, വഴിയിലേക്കിറങ്ങാൻ തയ്യാറായി നില്ക്കുകയും ചെയ്തു. ഏറ്റവും മുമ്പി ലല്ലാതെ മറ്റൊരിടത്തും നില്ക്കാൻ ബക്കിന് ഇടമില്ലായിരുന്നു. ഒരിക്കൽ ക്കൂടി ഫ്രാങ്കോയ് വിളിച്ചു, ഒരിക്കൽക്കൂടി ബക്ക് ചിരിച്ചുകൊണ്ട് മാറി നിന്നു.

"ആ ഗദ താഴെയിടൂ" പെറാൾട്ട് ആജ്ഞാപിച്ചു.

ഫ്രാങ്കോയ് അനുസരിച്ചു. അതോടെ ബക്ക് മെല്ലെ നടന്നടുത്തു, വിജയകരമായി ചിരിച്ചുകൊണ്ട്, എന്നിട്ട് ഒരു ആട്ടത്തോടെ ആ ടീമിന്റെ തലവന്റെ സ്ഥാനത്ത് ചെന്നുനിന്നു. അവന്റെ തോൽവാറുകൾ ബന്ധിക്ക പ്പെട്ടു, ആ ഹിമശകടം മുന്നോട്ട് ആഞ്ഞു, അതോടൊപ്പം ആ രണ്ടുപേരും ഓടി, അങ്ങനെ അവർ നദിയുടെ വഴിയിലേക്ക് നീങ്ങി.

ആ നായെ ഓടിക്കുന്നയാൾ ബക്കിന് മുൻകൂട്ടി നിശ്ചയിച്ചിരുന്ന വില കൂടുതലായിരുന്നു, അയാളുടെ രണ്ടു ചെകുത്താന്മാരുമായി തുലനം ചെയ്തപ്പോൾ. പക്ഷേ, അയാൾക്ക് മനസ്സിലായി, ആ ദിവസത്തിന്റെ ആരംഭത്തിൽത്തന്നെ അയാൾ നിശ്ചയിച്ചിരുന്ന വില കുറഞ്ഞുപോയി രുന്നെന്ന്. ഒരൊറ്റ ചാട്ടത്തിന് ബക്ക് നേതൃത്വത്തിന്റെ ചുമതലകൾ ഏറ്റെ ടുത്തു; അങ്ങനെ തീരുമാനങ്ങൾ ആവശ്യമായിരുന്നിടത്ത്, പിന്നെ വേഗ ത്തിലുള്ള ആലോചനയും വേഗത്തിലുള്ള പ്രവൃത്തിയും വേണ്ടിടത്തും, അവർ സ്പിറ്റ്സിനേക്കാളൊക്കെ മേലെയാണെന്ന് കാണിച്ചുകൊടുത്തു, അതുവരെ സ്പിറ്റ്സിന് സമാനമായി ഒന്നിനെ അയാൾ കണ്ടിട്ടില്ലാ യിരുന്നു.

പക്ഷേ, ചട്ടങ്ങൾ നല്കുന്നതിലും തന്റെ കൂട്ടുകാർ അതിനനുസ
രിച്ച് ജീവിക്കുന്നത് ഉറപ്പാക്കുന്നതിലുമായിരുന്നു ബക്ക് മുമ്പിൽനിന്നത്.
നേതൃത്വമാറ്റത്തിലൊന്നും ഡേവിനും സോൾ-ലെക്സിനും ഒരു പരിഭവ
മുണ്ടായിരുന്നില്ല. അതൊന്നും അവരുടെ വിഷയങ്ങളല്ലായിരുന്നു. അവ
രുടെ വിഷയം അദ്ധ്വാനിക്കലും കഠിനമായി അദ്ധ്വാനിക്കലും ആയിരുന്നു.
അക്കാര്യത്തിൽ തൊന്തരവ് ഒന്നും ഉണ്ടായില്ലെങ്കിൽ, പിന്നെ എന്ത് സംഭ
വിച്ചെന്ന് അവർ അന്വേഷിക്കുകയേ ഇല്ല. നല്ല സ്വഭാവമുള്ള ബില്ലിക്ക്
അവർ ശ്രദ്ധവയ്ക്കുന്ന കാര്യങ്ങളിലൊക്കെ നയിക്കാൻ കഴിഞ്ഞു, അവൻ
ക്രമം നിലനിറുത്തിയിടത്തോളം. ആ ടീമിലെ ബാക്കിയുള്ളവർ, എന്തൊ
ക്കെയായാലും, സ്പിറ്റ്സിന്റെ അവസാന നാളുകളിൽ മര്യാദയില്ലാത്ത
വരായിത്തീർന്നിരുന്നു; അവരുടെ അത്ഭുതം ഇപ്പോൾ വർദ്ധിച്ചത് ബക്ക്
അവനെ നക്കിത്തുടച്ച് രൂപപ്പെടുത്താൻ മുന്നോട്ടുവന്നപ്പോഴാണ്.

ബക്കിന്റെ തൊട്ടുതാഴെ പിന്നിൽനിന്ന് ശകടം വലിച്ചിരുന്ന പൈക്ക്,
താൻ നിർബ്ബന്ധിതനാകുന്നതിനേക്കാൾ കൂടുതലായി ഒരൊറ്റ ഔൺസ്
ശക്തിപോലും ഉപയോഗിച്ച് വലിക്കുമായിരുന്നില്ല. അവൻ വളരെ
പെട്ടെന്ന്, ആവർത്തിച്ചാവർത്തിച്ച് കുടയപ്പെട്ടു, അലസനായിരിക്കുന്ന
തിന്; അങ്ങനെ ആദ്യത്തെ ദിവസം അവസാനിക്കുന്നതിനു മുമ്പേതന്നെ,
അവന്റെ ജീവിതത്തിൽ ഇതിനു മുമ്പൊരിക്കലും വലിച്ചിട്ടില്ലാത്തതിനേ
ക്കാൾ കൂടുതൽ ഭാരം വലിച്ചു. ക്യാമ്പിലെ ആദ്യത്തെ രാത്രിയിൽത്തന്നെ
മൊശടനായ 'ജോ'യെ ശരിക്കും ശിക്ഷിച്ചു—അങ്ങനെയൊരു കാര്യം
ചെയ്യുന്നതിൽ സ്പിറ്റ്സ് ഒരിക്കലും വിജയിച്ചിരുന്നില്ല. ബക്ക് തന്റെ
അധികഭാരംകൊണ്ട് വെറുതെ അവനെ ശ്വാസംമുട്ടിച്ചതേയുള്ളൂ, പിന്നെ
അവൻ ദയനീയമായി ഞരങ്ങിക്കൊണ്ട് ദയയ്ക്കുവേണ്ടി യാചിക്കുകയാ
യിരുന്നു.

ആ ടീമിന്റെ പൊതുവായ പെരുമാറ്റം തന്നെ വളരെ വേഗം മെച്ച
പ്പെട്ടു. അത് അതിന്റെ പഴയകാല ഐക്യവും കെട്ടുറപ്പും വീണ്ടെടുത്തു,
അങ്ങനെ ആ നായ്ക്കൾ വീണ്ടും ഒരൊറ്റ നായയെപ്പോലെ ചമയങ്ങളിൽ
മുന്നോട്ട് കുതിച്ചു. 'റിങ്ക് റാപ്പിഡ്സിൽ' വച്ച് തദ്ദേശികളായ രണ്ട് കർക്കശ
ന്മാരെക്കൂടി അവരോടൊപ്പം ചേർത്തു, 'ടീക്ക്' ഉം 'കുനാ'യും. ബക്ക്
അവരെ ടീമിലേക്ക് യോജിപ്പിച്ച ചുറുചുറുക്ക് കണ്ട് ഫ്രാങ്കോയ് അന്തം
വിട്ടു. "ഈ ബക്കിനെപ്പോലെ ഒരു നായയെ മുമ്പൊരിക്കലും കണ്ടിട്ടില്ല!"
അയാൾ ഉറക്കെപ്പറഞ്ഞു, "ഇല്ല, ഒരിക്കലും! അവൻ ഒരു ആയിരം രൂപ
യുടെ മുതലാണ്, ദൈവത്തിനാണെ! ഏയ്? താൻ എന്തു പറയുന്നു,
പെറാൾട്ട്?"

അപ്പോൾ പെറാൾട്ട് തലകുലുക്കി സമ്മതിച്ചു. അപ്പോഴേക്കും
അയാൾ റെക്കാർഡിനും മുന്നേ ആയിരുന്നു, ഓരോ ദിവസവും കൂടുതൽ
കൂടുതൽ നേടുകയും. വഴിത്താര നല്ല ഒന്നാംതരം അവസ്ഥയിലായി
രുന്നു, തട്ടിയൊതുക്കിയതും ദൃഢതയുള്ളതും, ബുദ്ധിമുട്ടുണ്ടാക്കാനായി
പുതുതായി വീണ മഞ്ഞ് ഇല്ലായിരുന്നുതാനും. വലിയ തണുപ്പും ഇല്ലായി

രുന്നു. താപനില പൂജ്യത്തിനുതാഴെ അമ്പതിലേക്ക് പോകുകയും ആ യാത്രയിലുടനീളം അവിടെത്തന്നെ നില്ക്കുകയും ചെയ്തു. അവർ രണ്ടാളും മാറി മാറി ഹിമശകടത്തിൽ യാത്ര ചെയ്യുകയോ ഓടുകയോ ചെയ്തു, നായ്ക്കളാകട്ടെ വേഗത്തിൽ ചാടിപ്പോകേണ്ടതായിവന്നു, ഇടയ്ക്കിടെ നിറുത്തുന്ന ഇടവേളകൾ കുറഞ്ഞും വന്നു.

ആ മുപ്പത് മൈൽ പുഴ താരതമ്യേന ഐസുകൊണ്ട് മൂടികിടക്കു കയായിരുന്നു. അവർ അങ്ങോട്ട് പോകുമ്പോൾ പത്തുദിവസംകൊണ്ട് പോയദൂരം ഇങ്ങോട്ട് വരുമ്പോൾ ഒരു ദിവസത്തിനുള്ളിൽ താണ്ടി. 'ലെ ബാർജ്' തടാകത്തിന്റെ സമീപത്തുനിന്ന് 'വൈറ്റ് ഹോഴ്സ് റാപിഡ്സ്' വരെയുള്ള അറുപത്മൈൽ ദൂരം അവർ ഒറ്റയോട്ടത്തിൽ പൂർത്തിയാക്കി. 'മാർഷ്', 'ടാഗിഷ്', 'ബെന്നെറ്റ്' എന്നീ എഴുപതുമൈലോളം വരുന്ന തടാ കങ്ങളിൽ കുറുകെ കടക്കുമ്പോൾ, ശരിക്കും അവർ പറക്കുന്ന വേഗ ത്തിലായിരുന്നതുകൊണ്ട്, അന്ന് ഓടാൻ ഊഴംവന്നയാൾ ഹിമശകട ത്തിന്റെ പുറകിൽ കെട്ടിയിരുന്ന ഒരു കയറുകൊണ്ട് വലിക്കപ്പെടുകയാ യിരുന്നു. അങ്ങനെ രണ്ടാമത്തെ ആഴ്ചയുടെ അവസാനദിവസം രാത്രി അവർ 'വൈറ്റ് പാസി'ന്റെ മുകളിൽ എത്തി കടലിലേക്കുള്ള ഇറക്കത്തിൽ നിന്നപ്പോൾ 'സ്ക്കാഗുവേ'യിലെ ദീപങ്ങളും കപ്പൽ ചാലും അവരുടെ കാൽക്കീഴിലായി കാണാമായിരുന്നു.

അതൊരു റെക്കോർഡ് ഓട്ടമായിരുന്നു. പതിനാല് ദിവസവും ശരാ ശരി ഒരുദിവസം നാല്പത് മൈൽവച്ച് അവർ പോയിരുന്നു. മൂന്നു ദിവസ ത്തേക്ക് പെറാൾട്ടും ഫ്രാങ്കോയും നെഞ്ച് നിവർത്തി 'സ്ക്കാഗുവേ'യിലെ പ്രധാന തെരുവിലൂടെ നടന്നപ്പോൾ അവർക്ക് മദ്യം കഴിക്കാനുള്ള ക്ഷണ ത്തിന്റെ പ്രളയമായിരുന്നു. അതേസമയം നായ്ക്കളെ വാടകയ്ക്ക് നല്കു ന്നവരും നായ്ക്കളെ കച്ചവടം ചെയ്യുന്നവരും അടങ്ങുന്ന ഒരു വലിയ ജനക്കൂട്ടം ഈ ടീമിനെ ആരാധനാപൂർവ്വം സ്ഥിരമായി വീക്ഷിച്ചിരുന്നു. അപ്പോൾ മൂന്നോ നാലോ മോശക്കാരായ പാശ്ചാത്യർ ആ പട്ടണംവിട്ട് പോകാൻ ധൃതിപ്പെട്ട് വരുകയും അവരുടെ അദ്ധ്വാനത്തിന് കുരുമുളക് പെട്ടികൾപോലെ പ്രതിഫലം കിട്ടുകയും ചെയ്തു. അതോടെ പൊതു ജനങ്ങളുടെ ശ്രദ്ധ മറ്റ് ആകർഷണങ്ങളിലേക്ക് തിരിഞ്ഞു. അപ്പോഴാണ് ഔദ്യോഗിക ഉത്തരവുകൾ വന്നത്. ഫ്രാങ്കോയ് ബക്കിനെ അയാളുടെ യടുത്തേക്ക് വിളിച്ചു, അവന്റെ ചുറ്റും അയാളുടെ കരങ്ങൾ വരിഞ്ഞ്, അവ ന്റെമേൽ കണ്ണീർ പൊഴിച്ചു. അതാണ് അവസാനമായി ഫ്രാങ്കോയെയും പെറാൾട്ടിനെയും കണ്ടത്. മറ്റ് മനുഷ്യരെപ്പോലെ അവരും ബക്കിന്റെ ജീവിതത്തിൽനിന്ന് എന്നേക്കുമായി കടന്നുപോയി.

സ്ക്കോട്ടിഷുകാരനായ ഒരു അർദ്ധസങ്കര മനുഷ്യൻ ബക്കിന്റെയും അവന്റെ ടീം അംഗങ്ങളുടെയും ചുമതല ഏറ്റെടുത്തു. മറ്റൊരു ഡസൻ നായ്ക്കളുടെ ടീമുകളെയുംകൂട്ടി അയാൾ 'ഡോസണി'ലേക്കുള്ള ക്ഷീണി പ്പിക്കുന്ന വഴിയിലൂടെ യാത്രയായി. ഇനിയുള്ളത് ലഘുവായ ഓട്ടമല്ലായി രുന്നു, റെക്കോർഡ് സമയവുമല്ലായിരുന്നു, മറിച്ച് ഓരോ ദിവസവും കഠി

നാദ്ധ്വാനം, പിന്നിൽ വലിയൊരു ഭാരവും; കാരണം ഇത് അവരുടെ തപാൽ വണ്ടിയായിരുന്നു, ഈ ലോകത്തിൽനിന്ന് വാക്കുകളും വാർത്ത കളും വഹിച്ചുകൊണ്ട് ധ്രുവപ്രദേശത്തിന്റെ നിഴലിൽ സ്വർണ്ണം തെര യുന്ന മനുഷ്യരുടെയടുത്തേക്ക് പോകുന്ന വാഹനം.

ബക്കിന് ആ ജോലി ഇഷ്ടമായിരുന്നില്ല, പക്ഷേ, ആ ജോലി നന്നായി ചെയ്തു. ഡേവിന്റെയും സോൾ-ലെക്സിന്റെയും രീതിയിൽ അവനും അതിൽ അഭിമാനംകൊണ്ടു. അവന്റെ ടീമിലെ അംഗങ്ങൾ ആ ജോലിയിൽ അഭിമാനംകൊണ്ടോ ഇല്ലയോ എന്ന് അവനറിയില്ല, പക്ഷേ, അവർ അവരുടെ ഭാഗം നന്നായി ചെയ്യുന്നതായി അവൻ കണ്ടു. അതൊരു തരം അരോചകമായ പണിയായിരുന്നു, ഒരു യന്ത്രത്തിന്റെ മാതിരി കൃത്യ തയോടെയുള്ള ജീവിതം. ഓരോ ദിവസവും കഴിഞ്ഞുപോയ ദിവസം പോലെതന്നെ. പ്രഭാതത്തിൽ ഒരു നിശ്ചിതസമയത്ത് പാചകക്കാർ വരും, അടുപ്പ് കൂട്ടും, പ്രഭാതഭക്ഷണമുണ്ടാക്കും കഴിക്കും. പിന്നെ, ചിലർ ക്യാമ്പ് അവസാനിപ്പിക്കുമ്പോൾ, മറ്റുചിലർ നായ്ക്കളെ ശകടത്തിൽ ബന്ധിക്കും, അനന്തരം ഉദയത്തിന്റെ വരവ് അറിയിച്ചുകൊണ്ട് ഇരുട്ട് അകലുന്നതിന് ഒരു മണിക്കൂറോ മറ്റോ മുമ്പേ അവർ യാത്ര പുറപ്പെടും. രാത്രിയാവുമ്പോൾ ക്യാമ്പുകൾ സ്ഥാപിക്കും. ചിലർ കൂടാരം ഉറപ്പിക്കും, മറ്റുചിലർ വിറകിന് മരംമുറിക്കും, കിടക്കാൻ പൈൻമരക്കൊമ്പുകൾ കൊണ്ടുവരും, ഇനിയും ചിലർ, പാചകക്കാർക്കുവേണ്ടി വെള്ളമോ ഐസോ കൊണ്ടുവരും. നായ്ക്കൾക്കും ഭക്ഷണം നല്കിയിരുന്നു. അവരെ സംബന്ധിച്ചിടത്തോളം ഇതായിരുന്നു നല്ലൊരു സവിശേഷത. മീൻ ഭക്ഷിച്ചശേഷം, അവിടെയങ്ങനെ ചുറ്റിനടക്കുന്നത് നല്ലതായിരുന്നു, നൂറിലേറെ വരുന്ന മറ്റ് നായ്ക്കളോടൊപ്പം. അവരിൽ നല്ല ശക്തരായ പോരാളികളും ഉണ്ടായിരുന്നു, പക്ഷേ, അവരിൽ ഏറ്റവും ഭയങ്കരന്മാരാ യവരുമായി മൂന്ന് യുദ്ധങ്ങൾ കഴിഞ്ഞപ്പോൾ ബക്ക് നേതാവായി മാറി, അതിൽ പിന്നെ അവൻ രോമങ്ങൾ എഴുന്നേല്പിച്ച് പല്ലുകൾ ഇളിച്ചുകാ ട്ടുമ്പോൾ അവർ അവന്റെ വഴിയിൽനിന്ന് മാറിപ്പോകും.

ഒരുപക്ഷേ, ബക്ക് ഏറ്റവും കൂടുതൽ ഇഷ്ടപ്പെട്ടത്, തീയുടെ അടുത്ത് കിടക്കാനായിരുന്നു. പിൻകാലുകൾ മടക്കി ശരീരത്തിന് താഴെ വച്ച്, മുൻകാലുകൾ മുന്നോട്ടുനീട്ടി, തലയുയർത്തി, തീ ജ്വാലകളെ നോക്കി കണ്ണുകൾ അടച്ചും തുറന്നും അവൻ അങ്ങനെ കിടക്കും. ചില പ്പോഴൊക്കെ അവൻ മില്ലർ ജഡ്ജിയുടെ വലിയ വീടിനെക്കുറിച്ച് ഓർക്കും, സാന്താക്ലാര താഴ്വരയിലെ വെയിൽ ചുംബിക്കുന്ന ആ വലി യവീട്, നീന്തിത്തുടിക്കാവുന്ന സിമന്റ് ടാങ്ക്, പിന്നെ യാസബെൽ, പുട യില്ലാത്ത ആ മെക്സിക്കൻ, പിന്നെ ടൂട്ട്സ്, ആ ജാപ്പനീസ്നായ. പക്ഷേ, പലപ്പോഴും അവൻ ഓർത്തത് ചുവന്ന സ്വറ്ററിട്ട ആ മനുഷ്യനെയും കേർളിയുടെ മരണത്തെയും, സ്പിറ്റ്സുമായുണ്ടായ വലിയ യുദ്ധ ത്തെയും, അവൻ ഭക്ഷിച്ച നല്ല സാധനങ്ങളോ അല്ലെങ്കിൽ ഭക്ഷിക്കാൻ ആഗ്രഹിക്കുന്ന നല്ല സാധനങ്ങളെക്കുറിച്ചോ ആയിരിക്കും. അവന് ഗൃഹാ

തുരത്വം ഇല്ലായിരുന്നു. വെയിൽ വീഴുന്ന ആ നാട് വിദൂരവും മങ്ങിയതു മായിരുന്നു, അതിനെക്കുറിച്ചുള്ള സ്മരണകൾക്ക് അവന്റെമേൽ യാതൊരു ശക്തിയും ഇല്ലായിരുന്നു. അതിനേക്കാളൊക്കെ എത്രയോ ശക്തിയുള്ളതായിരുന്നു അവന്റെ പാരമ്പര്യത്തെക്കുറിച്ചുള്ള സ്മരണ കൾ, അത് അവന് നല്കിയത് പരിചിതമെന്ന് തോന്നിയേക്കാവുന്നതിന പ്പുറമുള്ള അവൻ ഒരിക്കലും കണ്ടിട്ടില്ലാതിരുന്ന കാര്യങ്ങളാണ്. ആ സഹ ജവാസനകൾ (അവയൊക്കെ അവന്റെ പൂർവ്വികരെക്കുറിച്ചുള്ള സ്മരണ കൾ സ്വഭാവങ്ങളായി മാറിയതല്ലാതെ മറ്റൊന്നുമായിരുന്നില്ല) പിന്നീടുള്ള ദിനങ്ങളിൽ അസാധുവാകുകയും, പക്ഷേ, വീണ്ടും കുറെക്കൂടി കഴി ഞ്ഞപ്പോൾ, അവനിൽ, ദ്രുതഗതിയിലാവുകയും വീണ്ടും സജീവമായി ത്തീരുകയും ചെയ്തു.

ചിലപ്പോഴൊക്കെ അവൻ അവിടെ കുത്തിയിരുന്ന് ആ തീജ്വാലക ളിൽ നോക്കിക്കൊണ്ട് സ്വപ്നത്തിലെന്നപോലെ കണ്ണുകൾ അടയ്ക്കു കയും തുറക്കുകയും ചെയ്തപ്പോൾ, അവനു തോന്നി ആ അഗ്നിജ്വാല കൾ മറ്റേതോ തീയുടേതാണെന്ന്; അതേപോലെ വ്യത്യസ്തമായ ആ തീയുടെ സമീപത്ത് അവൻ കുത്തിയിരിക്കുമ്പോൾ കണ്ടത് മറ്റൊരു മനുഷ്യനെ ആയിരുന്നു, അവന്റെ മുന്നിലെ അർദ്ധസങ്കരനായ പാചക ക്കാരനിൽനിന്നും തികച്ചും വ്യത്യസ്തമായ മറ്റൊരു മനുഷ്യനെ. ഈ വ്യത്യസ്ത മനുഷ്യന്റെ കാലുകൾ കുറുകിയതു ം കൈകൾ നീളംകൂ ടിയവയുമായിരുന്നു, മാംസപേശികൾ ചരടുപോലെത്തെയും കെട്ടുപി ണഞ്ഞതുമായിരുന്നു, ഉരുണ്ടതും വീർത്തതിനും പകരം. ആ മനുഷ ്യന്റെ തലമുടി നീണ്ടതും ചടപിടിച്ചതുമായിരുന്നു, അവന്റെ തല ആ മുടിക്കുതാഴെ കണ്ണുകൾ മുതൽ പുറകോട്ട് ചരിഞ്ഞതും ആയിരുന്നു. അയാൾ വിചിത്രമായ ശബ്ദങ്ങൾ ഉച്ചരിച്ചുകൊണ്ടിരുന്നു; ഇരുട്ടിനെ അതിയായി ഭയപ്പെട്ടിരുന്നതുപോലെ, അതിലേക്ക് തുടർച്ചയായി ഒളിഞ്ഞുനോക്കിക്കൊണ്ടിരുന്നു. അയാൾ തന്റെ കൈയിൽ, അത് മുട്ടിനും പാദത്തിനുമിടെ പകുതിവരെ നീണ്ടു കിടന്നിരുന്നു, ഒരു കമ്പ് പിടിച്ചി രുന്നു അതിന്റെ ഒരറ്റത്തായി ഭാരമുള്ള ഒരു കല്ലും ബന്ധിച്ചിരുന്നു. അയാൾ നഗ്നനായിരുന്നുവെന്ന് പറയാം, കീറിപ്പറിഞ്ഞ തീയിൽ കരിഞ്ഞ പാടുകളുള്ള ഒരു തോൽ അയാൾക്ക് പിന്നിലായി ഭാഗികമായി തൂങ്ങി ക്കിടന്നു, പക്ഷേ, അയാളുടെ ദേഹത്ത് നിറയെ രോമം ഉണ്ടായിരുന്നു. ചിലയിടങ്ങളിൽ, നെഞ്ചത്ത് മുഴുവനും തോളുകളിലും കൈകളുടെ പുറത്തും തുടകളിലും, രോമം കട്ടിയായി വളർന്ന് ഏതാണ്ടൊരു കരി മ്പടംപോലായിരുന്നു. അയാൾ നേരെ എണീറ്റ് നിന്നില്ല, മറിച്ച് അരയ്ക്ക് മുകളിലോട്ടുള്ള ഭാഗം മുന്നോട്ട് ചരിഞ്ഞ്, മുട്ടുകളുടെയെടുത്ത് വളഞ്ഞ കാലുകളിലാണ് നിന്നത്. അയാളുടെ ശരീരത്തിനെ സംബന്ധിച്ചിട ത്തോളം ഒരു പ്രത്യേക രീതിയിലുള്ള കുതിപ്പ് അല്ലെങ്കിൽ പൂർവ്വസ്ഥി തിയിലെത്താനുള്ള കഴിവുണ്ടായിരുന്നു, ഏകദേശം ഒരു പൂച്ചയെപ്പോ ലെ; അതോടൊപ്പം ദ്രുതഗതിയിലുള്ള ജാഗ്രതയും കാണുകയും കാണാ

തിരിക്കുകയും ചെയ്യുന്ന വസ്തുക്കളെക്കുറിച്ച് സദാ സംഭീതനായിരി
ക്കുന്ന ഒരുവനെപ്പോലെ.

മറ്റ് സമയങ്ങളിൽ ഈ രോമാവൃതനായ മനുഷ്യൻ തീയുടെ സമീപം
കുത്തിയിരുന്ന് കാലുകൾക്കിടയിൽ തലവച്ച് ഉറങ്ങും. ആ അവസരങ്ങ
ളിൽ അയാളുടെ കൈമുട്ടുകൾ അയാളുടെ കാൽമുട്ടുകൾക്കുമേലായി
രിക്കും; കൈകൾ തലയ്ക്കു മുകളിൽ ചേർത്ത് പിടിച്ചിരിക്കും, രോമാ
വൃതമായ കരങ്ങൾകൊണ്ട് മഴയിൽനിന്നും സംരക്ഷണം നല്കാനെന്ന
പോലെ. ആ തീക്കുണ്ഡത്തിനും അപ്പുറത്തായി, വലയം ചെയ്തു നില്
ക്കുന്ന അന്ധകാരത്തിൽ, ബക്കിന് നിരവധി എരിയുന്ന കൽക്കരിക്കഷ്ണ
ങ്ങൾ കാണാൻ കഴിഞ്ഞു, ഈരണ്ട് വീതം, എല്ലായ്പ്പോഴും ഈരണ്ട്
വീതം, അത് ഇരതേടിയിറങ്ങിയ ഹിംസ്രജന്തുക്കളുടെ കണ്ണുകളാണെന്ന്
അവന് അറിയുകയും ചെയ്യുമായിരുന്നു. അവയുടെ ശരീരങ്ങൾ കുറ്റി
ക്കാട്ടിനുള്ളിലൂടെ ഉരസുന്നതിന്റെ ശബ്ദവും അവന് കേൾക്കാൻ
കഴിഞ്ഞു, അതോടൊപ്പം രാത്രിയിൽ അവ ഉണ്ടാക്കിയ ശബ്ദങ്ങളും
'യൂക്കോൻ' തീരത്തിരുന്ന് ഇങ്ങനെ സ്വപ്നം കാണുകയും, തീയിൽ
നോക്കി അലസമായ കണ്ണുകൾ അടയ്ക്കുകയും തുറക്കുകയും ചെയ്ത
പ്പോൾ, മറ്റൊരു ലോകത്തിന്റേതായ ഈ ശബ്ദങ്ങളും കാഴ്ചകളും
അവന്റെ പുറത്തും ചുമലുകൾ മുതൽ കഴുത്തുവരെയുള്ളിടങ്ങളിലെയും
രോമങ്ങളെ എണീപ്പിച്ച് നിറുത്തി; ഒടുവിൽ അവൻ പതിഞ്ഞ സ്വര
ത്തിലോ അടക്കിപ്പിടിച്ചോ ചിണുങ്ങിക്കരയുകയോ, അല്ലെങ്കിൽ മൃദുവായി
മുരളുകയോ ചെയ്യും. അപ്പോൾ ആ അർദ്ധ–സങ്കര പാചകക്കാരൻ
അവന്റെ നേർക്ക് ഉച്ചത്തിൽ വിളിച്ചു പറയും, "ഏയ്, എടാ ബക്കേ, നീ
ഉണർന്നെണ്ണീക്കെടാ!" അതോടെ വേറിട്ട ആ ലോകം അപ്രത്യക്ഷമാകു
കയും യഥാർത്ഥ ലോകം അവന്റെ കണ്ണുകളിലേക്ക് വരുകയും ചെയ്യും.
അപ്പോൾ അവൻ എണീറ്റ് കോട്ടുവായിട്ട് കൈകാലുകൾ നിവർത്തും,
അവൻ ഉറക്കത്തിലായിരുന്നപോലെ.

അതൊരു കഠിനമായ യാത്രയായിരുന്നു, അവരുടെ പിന്നിലാകട്ടെ
തപാൽ ഉരുപ്പടികളും. കഠിനാദ്ധ്വാനം അവരെ തളർത്തിക്കളഞ്ഞു. അവർ
ഡോസണിൽ എത്തിയപ്പോഴേക്കും മെലിഞ്ഞ് ഭാരം കുറഞ്ഞ് മോശം
അവസ്ഥയിലായിരുന്നു, ചുരുങ്ങിയത് പത്ത് ദിവസത്തെ അല്ലെങ്കിൽ
ഒരാഴ്ചത്തെയെങ്കിലും വിശ്രമം വേണ്ട സ്ഥിതിയായിരുന്നു. പക്ഷേ, രണ്ടു
ദിവസത്തെ സമയത്തിനിടെ അവർ 'യൂക്കോൻ' തീരത്തുനിന്നും ഇറങ്ങി
വെളിയിലേക്കുള്ള എഴുത്തുകളും നിറച്ചുകൊണ്ട്. നായ്ക്കളെല്ലാം തളർ
ന്നിരുന്നു, അവയെ ഓടിക്കുന്നവർ പിറുപിറുക്കുന്നുണ്ടായിരുന്നു, ഇതിനെ
ക്കാളൊക്കെ മോശമായി എല്ലാ ദിവസവും മഞ്ഞുവീഴ്ചയുമുണ്ടായി.
ഇതിന്റെ ഫലമായി, വഴിത്താര ഉറച്ചതല്ലാതായി, ഹിമശകടത്തിന്റെ
ഘർഷണം വർദ്ധിച്ചു, നായ്ക്കൾക്ക് വലിക്കാൻ വലിയ പ്രയാസവുമായി.
എങ്കിലും നായ്ക്കളെ ഓടിക്കുന്നവർ വളരെ നീതിപൂർവ്വം പെരുമാറു

കയും, മൃഗങ്ങൾക്കുവേണ്ടി അവരുടെ കഴിവിന്റെ പരമാവധി ശ്രമിക്കു കയും ചെയ്തു.

ഓരോ രാത്രിയിലും നായ്ക്കളുടെ കാര്യമാണ് ആദ്യം ശ്രദ്ധിച്ചത്. നായ്ക്കളൊണ് അവയെ ഓടിക്കുന്നവരേക്കാൾ മുമ്പേ ഭക്ഷണം കഴിച്ചത്. തങ്ങൾ ഓടിക്കുന്ന നായ്ക്കളുടെ പാദങ്ങൾ പരിശോധിക്കുന്നതിനു മുമ്പായി ഒരാളും അവരുടെ ശയനവസ്ത്രങ്ങൾ അന്വേഷിച്ചുപോയില്ല. എന്നിട്ടും അവയുടെ എണ്ണത്തിൽ കുറവ് വന്നു. ശിശിരകാലത്തിന്റെ ആരംഭം മുതൽ അവർ ആയിരത്തി എണ്ണൂറ് മൈൽ സഞ്ചരിച്ചിരുന്നു, ആ ദൂരമത്രയും തളർത്തിക്കളയുന്ന ഹിമശകടങ്ങളും വലിക്കണമായി രുന്നു. ആയിരത്തി എണ്ണൂറ് മൈൽ എന്നുപറഞ്ഞാൽ എത്ര കരു ത്തന്റെയും ജീവിതത്തെ പ്രതികൂലമായി ബാധിക്കും. ബക്ക് അതൊക്കെ നേരിട്ട് നിന്നു, അതോടൊപ്പം അവന്റെ സംഘാംഗങ്ങളുടെ ജോലി നോക്കി ക്കാനും, അച്ചടക്കം പരിപാലിക്കാനും കഴിഞ്ഞു, അവനും ക്ഷീണിത നായിരുന്നെങ്കിൽ കൂടിയും. ബില്ലി അവന്റെ രാത്രിയിലെ ഉറക്കത്തിൽ പതിവായി കരയുകയും മുറുമുറുക്കുകയും ചെയ്തു. ജോ എന്നത്തേ ക്കാളും ദേഷ്യത്തിലായിരുന്നു, സോൾ–ലെക്സ് ആണെങ്കിൽ അടുക്കാൻ പറ്റാത്ത തരത്തിലും, അവന്റെ കാഴ്ചയില്ലാത്ത വശത്തായാലും മറുവ ശത്ത് ആയാലും.

പക്ഷേ, എല്ലാവരിലുംവെച്ച് ഏറ്റവും കൂടുതൽ കഷ്ടപ്പെട്ടത് ഡേവ് ആയിരുന്നു. അവന് എന്തോ കുഴപ്പം സംഭവിച്ചിരുന്നു. അവൻ കൂടുതൽ ശാഠ്യക്കാരനും, പെട്ടെന്ന് ദേഷ്യംവരുന്നവനുമായിത്തീർന്നു, ക്യാമ്പ് സ്ഥാപിച്ചാലുടൻതന്നെ അവൻ തന്റെ കൂട് ഉണ്ടാക്കും, അവനെ ഓടി ക്കുന്നവൻ ഭക്ഷണം അവിടെ കൊണ്ടുപോയി കൊടുക്കണം. ഒരിക്കൽ തുകൽവാറുകളിൽനിന്ന് അഴിച്ചുവിട്ടാൽപിന്നെ, അടുത്ത പ്രഭാതത്തിൽ വാറുകൾ വീണ്ടും കെട്ടുന്ന സമയംവരെ അവൻ എണീക്കുകയേ ചെയ്യില്ല. ചിലപ്പോഴൊക്കെ ഹിമശകടം പെട്ടെന്ന് നിറുത്തുന്നതുമൂലം ചമയങ്ങൾക്ക് ഇളക്കംതട്ടുകയോ, അല്ലെങ്കിൽ യാത്ര തുടങ്ങുമ്പോഴു ണ്ടാകുന്ന അധികസമ്മർദ്ദം വരുമ്പോഴോ, അവൻ വേദനകൊണ്ട് കര യാൻ തുടങ്ങും. അവനെ ഓടിക്കുന്നയാൾ പോയി നോക്കും, പക്ഷേ, ഒന്നും കാണാൻ കഴിയില്ല. അവന്റെ കാര്യത്തിൽ എല്ലാ നായ ഓടി ക്കുന്നവർക്കും താല്പര്യമുണ്ടായി. അവർ ഭക്ഷണസമയത്ത് അതേക്കു റിച്ച് സംസാരിച്ചു, കിടക്കാൻ പോകുന്നതിനുമുമ്പ് അവസാനമായി പുക വലിക്കുമ്പോഴും സംസാരിച്ചു, പിന്നീടൊരിക്കൽ അവരൊരു രോഗ നിർണ്ണയ പരിശോധനയും നടത്തി. അവനെ അവന്റെ കൂട്ടിൽ നിന്നെ ടുത്ത് തീയുടെയടുത്തേക്ക് കൊണ്ടുവന്നശേഷം ദേഹമാസകലം തപ്പു കയും തടവുകയും ചെയ്തു, പലതവണ അവൻ കരയുന്നതുവരെ. അകത്ത് എന്തോ കുഴപ്പമുണ്ടായിരുന്നു, പക്ഷേ, എല്ലിന്റെ ഒടിവ് ഒന്നും അവർക്ക് കണ്ടെത്താനായില്ല, പിന്നെന്താണെന്ന് അവർക്ക് അറിയാനു മായില്ല.

'കാസിയാർ ബാറി'ൽ എത്തിയപ്പോഴേക്കും, അവൻ വളരെ ക്ഷീണി തനായിരുന്നതുകൊണ്ട് ചമയങ്ങളിട്ടുകൊണ്ടുതന്നെ പലതവണ വീണു. അർദ്ധസങ്കരനായ ആ സ്കോട്ടിഷുകാരൻ ശകടം നിറുത്തി, അവനെ സംഘത്തിൽനിന്ന് വേർപെടുത്തി, അടുത്തുള്ള നായയെ സോൾ-ലെക് സിനെ ഹിമശകടത്തോട് ചേർത്ത് ബന്ധിച്ചു. അയാളുടെ ഉദ്ദേശ്യം ഡേവിന് വിശ്രമം നല്കുകയും, ഹിമശകടത്തിന് പിന്നാലെ സ്വതന്ത്ര മായി ഓടാൻ അനുവദിക്കുകയും ചെയ്യുകയായിരുന്നു. അസുഖമായി രുന്നിട്ടുകൂടി, തന്നെ മാറ്റിക്കളയുന്നതിനെ ഡേവ് എതിർത്തു, തോൽവാ റുകൾ അഴിക്കുന്നതിനിടെ മുരളുകയും മുറുമുറുക്കുകയും ചെയ്തു കൊണ്ട്. പിന്നീട് താൻ ദീർഘകാലം നില്ക്കുകയും സേവനം നല്കു കയും ചെയ്ത സ്ഥാനത്ത് സോൾ-ലെക്സ് നില്ക്കുന്നതുകണ്ടപ്പോൾ ഹൃദയഭേദകമായി കരയുകയും ചെയ്തു. വാറുകൾ ബന്ധിച്ച് വഴിത്താ രയിൽ ഓടുകയെന്നത് അവന്റെയൊരു അഭിമാനമായിരുന്നു, അതു കൊണ്ട്, മരിക്കാൻ പോകുന്ന അസുഖമാണെങ്കിലും, തന്റെ ജോലി മറ്റൊരു നായ ചെയ്യുന്നത് അവന് സഹിക്കാൻ കഴിഞ്ഞില്ല.

ഹിമശകടം പുറപ്പെട്ടപ്പോൾ അവൻ പരിഭ്രമിക്കുകയും മൃദുവായ മഞ്ഞുമൂടിക്കിടന്ന വഴിത്താരയിലൂടെ ഓടി, സോൾ-ലെക്സിനെ അവന്റെ പല്ലുകൾകൊണ്ട് ആക്രമിക്കാൻ ശ്രമിച്ചു. അവൻ സോൾ-ലെക്സിന്റെ നേർക്ക് പാഞ്ഞുചെന്ന് അവനെ തള്ളി മൃദുവായ മഞ്ഞിലേക്ക് മറിച്ചിട്ട ശേഷം, അവൻ നില്ക്കുന്നിടത്തേക്ക് ചാടിക്കയറി ശകടത്തിനും അവനും ഇടയിൽ നില്ക്കാൻ ബദ്ധപ്പെട്ടു. ഈ സമയമത്രയും അവൻ ദുഃഖവും വേദനയുംകൊണ്ട് കരയുകയും ഉറക്കെ വിളിക്കുകയുമായിരുന്നു. ആ അർദ്ധ-സങ്കര മനുഷ്യൻ തന്റെ ചാട്ടകൊണ്ട് അവനെ ഓടിക്കാൻ ശ്രമിച്ചു, പക്ഷേ, അവൻ ആ മൂർച്ചയുള്ള അടി വകവച്ചതേയില്ല, അതിനേക്കാൾ കഠിനമായി അടിക്കാനുള്ള മനസ്സ് അയാൾക്കുമില്ലായിരുന്നു. ആ ശകട ത്തിന് പുറകിലായി വഴിത്താരയിലൂടെ സ്വസ്ഥമായി ഓടാൻ ഡേവ് വിസ മ്മതിച്ചു. സുഗമമായി പോകുന്നിടങ്ങളിൽ ഇതായിരുന്നു അവസ്ഥയെ ങ്കിൽ, യാത്ര അത്യധികം ദുഷ്കരമായ സ്ഥലങ്ങളിൽ അവൻ മൃദുവായ മഞ്ഞിൽ കുഴഞ്ഞുവീണുകൊണ്ടേയിരുന്നു, അവസാനം അവശനാകു ന്നതുവരെ. അപ്പോൾ അവൻ വീണിടത്തുതന്നെ കിടന്നുകൊണ്ട് ഹിമ ശകടങ്ങളുടെ നീണ്ട നിര കടന്നുപോകുന്നതുവരെ പരിതാപകരമായി ഓരിയിട്ടു.

ആ ശകടങ്ങൾ മറ്റൊരിടത്ത് നിറുത്തുന്നതുവരെ അവന്റെ ശക്തി യുടെ അവസാനഭാഗം ഉപയോഗിച്ച് എങ്ങനെയോ തപ്പിത്തടഞ്ഞ് അതിന്റെ പുറകെ പോയി; ഒടുവിൽ അവൻ വീണ്ടും എണീറ്റും മറ്റ് ശകട ങ്ങൾ കടന്ന് അവന്റെ സ്വന്തം ശകടത്തിനടുത്തെത്തി, അവിടെ സോൾ- ലെക്സിനോട് ചേർന്നു നിന്നു. അവനെ ഓടിക്കുന്നവൻ ഒരു ക്ഷണ നേരംനിന്ന് തന്റെ പിന്നിലുള്ളയാളുടെയടുത്തുനിന്ന് തീവാങ്ങി പുകയില പൈപ്പ് കത്തിച്ചു. പിന്നീട് അയാൾ തിരിച്ചുപോയി നായ്ക്കളെ ഇളക്കി

വിട്ടു. അവരാകട്ടെ അദ്ധ്വാനിക്കാനുള്ള അതിയായ പ്രയാസത്തോടെ വഴി യിൽ അങ്ങോട്ടുമിങ്ങോട്ടും ആടി, അസഹ്യതയോടെ അവരുടെ തലകൾ തിരിച്ചു, പിന്നെ ആശ്ചര്യത്തോടെ നടത്തം നിറുത്തി. ആ ഓടിക്കുന്ന യാളും ആശ്ചര്യപ്പെട്ടു; ഹിമശകടം നീങ്ങിയിട്ടേയില്ലായിരുന്നു. അയാൾ ആ ദൃശ്യത്തിന് സാക്ഷികളാവാൻ തന്റെ സുഹൃത്തുക്കളെ വിളിച്ചു. സോൾ–ലെക്സിന്റെ രണ്ട് തോൽവാറുകളും ഡേവ് കടിച്ച് മുറിച്ചിരുന്നു, എന്നിട്ട് ഹിമശകടത്തിന്റെ നേരെ മുന്നിലായി അവന്റെ ശരിക്കുള്ള സ്ഥാനത്ത് നില്ക്കുകയായിരുന്നു.

അവൻ തന്നെ ആ സ്ഥാനത്ത് നിറുത്തണേ എന്ന് കണ്ണുകൾ കൊണ്ട് അഭ്യർത്ഥിച്ചു. നായയെ ഓടിക്കുന്ന അയാൾ അമ്പരന്നുപോയി. അയാളുടെ സുഹൃത്തുക്കൾ അയാളോട് പറഞ്ഞു, ഒരു നായയ്ക്ക് അവൻ ചെയ്യുന്ന ജോലി കൊല്ലുന്നതാണെങ്കിലും, അത് നിഷേധിക്ക പ്പെട്ടാൽ അവന്റെ ഹൃദയം തകർന്നുപോകുമെന്ന്. അതോടൊപ്പം അവർക്ക് അറിയാവുന്ന സംഭവങ്ങളും അയാളോട് പറഞ്ഞു; അവയി ലൊക്കെ പ്രായാധിക്യംകൊണ്ട് അദ്ധ്വാനിക്കാൻ പറ്റാത്തതും, അല്ലെ ങ്കിൽ മുറിവേറ്റതുമായ നായ്ക്കളെ. അവരുടെ ശകടങ്ങളിൽനിന്ന് മാറ്റി നിറുത്തുകയോ ചമയങ്ങൾ ഒഴിവാക്കുകയോ ചെയ്താൽ, ആ കാരണം കൊണ്ടുതന്നെ അവ ചത്തുപോയിട്ടുണ്ടത്രെ. അവർ ഒരു കാര്യംകൂടി പറഞ്ഞു, അതായത് ഏതായാലും ഡേവ് ചാകാൻ പോകുകയാണ്, അപ്പോൾ അവൻ ആ ചമയങ്ങളോടെ ചാകട്ടെ, സംതൃപ്തിയോടും ഹൃദ യലാഘവത്തോടുംകൂടി. അങ്ങനെ വീണ്ടും അവൻ ശകടത്തിൽ ബന്ധി ക്കപ്പെട്ടു, പഴയതുപോലെ അഭിമാനത്തോടെ അവൻ വലിച്ചു, പക്ഷേ, ഒന്നിലേറെ തവണ അവൻ അറിയാതെ കരഞ്ഞുപോയി. അവന്റെ ആന്ത രികമായ മുറിവിന്റെ കടിയേറ്റ്. നിരവധി പ്രാവശ്യം അവൻ താഴെ വീഴു കയും തോൽവാറുകളാൽ വലിച്ചിഴയ്ക്കപ്പെടുകയും ചെയ്തു, ഒരിക്കൽ ഹിമശകടം അവന്റെ ദേഹത്തുകൂടെ കയറിപ്പോകുകയും ചെയ്തു, അതിനുശേഷം അവന്റെ പിൻകാലുകളിൽ ഒന്ന് മുടന്തിക്കൊണ്ടാണ് അവൻ നടന്നത്.

എന്നിട്ടും അവൻ ക്യാമ്പ് എത്തുന്നതുവരെ പിടിച്ചുനിന്നു. അവിടെ അവനെ ഓടിക്കുന്നയാൾ തീയുടെ അടുത്തായി അവനൊരു സ്ഥലം ഒരുക്കി. രാവിലെ ആയപ്പോൾ അവന് ഒട്ടും നടക്കാൻ വയ്യാത്ത അവശ തയായി. നായ്ക്കളെ ശകടത്തിൽ കെട്ടുന്ന സമയത്ത് അവൻ തന്റെ ഓടിക്കുന്നയാളുടെയടുത്തേക്ക് ഇഴഞ്ഞുചെല്ലാൻ ശ്രമിച്ചു; കോച്ചിവലി ക്കുന്നതിനിടെ അവൻ എങ്ങനെയോ എണീറ്റുനിന്നു, ആടിപ്പോയി, നില ത്തുവീണു. അപ്പോൾ അവൻ മെല്ലെ ഇഴഞ്ഞിഴഞ്ഞ് മുന്നോട്ട് നീങ്ങി, തന്റെ കൂട്ടുകാരുടെമേൽ തോൽവാറുകൾ ബന്ധിക്കുന്നിടത്തേക്ക്. അവൻ തന്റെ മുൻകാലുകൾ ആദ്യം പൊക്കിനീക്കും, എന്നിട്ട് ഒരുതരം കൊളു ത്തിപ്പിടിക്കുന്ന ചലനത്തോടെ അവന്റെ ശരീരത്തെ മുന്നോട്ട് വലിക്കും, അങ്ങനെ അവൻ മുൻകാലുകൾ നീക്കുകയും വീണ്ടും കൊളുത്തിപ്പി

ടിച്ച് മുന്നോട്ട് നീക്കുകയും ചെയ്യുമ്പോൾ ഏതാനും ഇഞ്ചുകൾ പോകും. അവന്റെ ശക്തി അവനെ വിട്ടുപോയിരുന്നു. അവന്റെ കൂട്ടുകാർ അവസാനമായി അവനെ കാണുമ്പോൾ, അവൻ മഞ്ഞിൽക്കിടന്ന് ശ്വാസത്തിനുവേണ്ടി ആഞ്ഞ് വലിക്കുകയായിരുന്നു, ഒപ്പം അവരോട് പരിതപിക്കുകയും. പക്ഷേ, അവർ നദിയിൽ ഒഴുകിവന്ന തടികൾ തീർത്ത ഒരു തിട്ടയ്ക്ക് പിന്നിൽ മറഞ്ഞ് അവനെ കാണാതാകുന്നതുവരെ അവന്റെ ദീന സ്വരത്തിലുള്ള ഓരിയിടൽ അവർക്ക് കേൾക്കാമായിരുന്നു.

അവിടെ ആ ഹിമശകട സംഘങ്ങൾ നിറുത്തി. എന്നിട്ട് ആ അർദ്ധ സ്കോട്ട്ലൻഡ് സങ്കരൻ, അവർ വിട്ടുപോന്ന ക്യാമ്പിലേക്ക് തന്റെ ചുവടുകൾ മെല്ലെ വച്ച് തിരിച്ചുപോയി. ആൾക്കാരെല്ലാം സംസാരിക്കുന്നത് നിറുത്തി. ഒരു കൈത്തോക്കിൽനിന്നുള്ള വെടിയൊച്ച അവിടെ മുഴങ്ങിക്കേട്ടു. ആ മനുഷ്യൻ തിടുക്കത്തിൽ മടങ്ങിവന്നു. ചാട്ടവാറടികൾ മുഴങ്ങിക്കേട്ടു, ശ്വാനന്മാരുടെ മണികൾ ആഹ്ലാദപൂർവ്വം കിലുങ്ങി, ഹിമശകടങ്ങൾ വഴിത്താരയിലൂടെ മഞ്ഞുകടഞ്ഞ് മുന്നോട്ടു നീങ്ങി. പക്ഷേ, ബക്കിനറിയാമായിരുന്നു, ഓരോ നായ്ക്കും അറിയാമായിരുന്നു, നദിയിൽ ഒഴുകിവന്ന തടികൾ തീർത്ത ആ തിട്ടയ്ക്ക് പിന്നിൽ എന്താണ് സംഭവിച്ചതെന്ന്.

5

തോൽവാറിന്റെയും വഴിത്താരയുടെയും പ്രയത്നം

'**ഡോ**സൺ' വിട്ടതിനുശേഷം മുപ്പതുദിവസം കഴിഞ്ഞാണ്, 'ഉപ്പ് വെള്ള തപാൽ' എന്നറിയപ്പെടുന്ന അത് ബക്കും അവന്റെ സംഘാംഗ ങ്ങളും മുൻനിരയിലായി, 'സ്ക്കാഗ്വയേ'യിൽ എത്തിച്ചേർന്നത്. അവർ പരിതാപകരമായ അവസ്ഥയിലായിരുന്നു. തേയ്മാനം സംഭവിച്ചും തളർന്ന് അവശരായും. ബക്കിന്റെ നൂറ്റിനാല്പത് പൗണ്ട് ഭാരം ശുഷ്കിച്ച് നൂറ്റിപ്പതിനഞ്ച് പൗണ്ടായി കുറഞ്ഞിരുന്നു. അവന്റെ സംഘത്തിലെ ബാക്കിയുള്ളവർ, താരതമ്യേന ഭാരം കുറഞ്ഞ നായ്ക്കളായിരുന്നെ ങ്കിലും, അവനുമായി തുലനം ചെയ്യുമ്പോൾ അവർക്ക് കൂടുതൽ ഭാര നഷ്ടം സംഭവിച്ചിരുന്നു. പൈക്ക് എന്ന കപടരോഗമഭിനയിക്കുന്നവൻ, തന്റെ കാപട്യപൂർണ്ണമായ ജീവിതകാലത്ത്, പലപ്പോഴും വിജയകരമായി കാലിന് മുറിവേറ്റതായി നടിക്കുകയായിരുന്നെങ്കിൽ, ഇപ്പോൾ യഥാർത്ഥ ത്തിൽ മുടന്തുകയായിരുന്നു. സോൾ-ലെക്സും മുടന്തുകയായിരുന്നു, പിന്നെ ഡബ്ബ് ആണെങ്കിൽ ഒരു തോളെല്ല് തകർന്നതുമൂലം കഷ്ടപ്പെടു കയും.

അവരുടെയെല്ലാം കാലുകളിൽ നടന്നുണ്ടായ നീർവീക്കവും വിള്ള ലുകളും കാണാമായിരുന്നു. അവരിൽ ആരിലുംതന്നെ എണീക്കാനോ ചാടാനോ ഉള്ള ശക്തി അവശേഷിച്ചിരുന്നില്ല. വഴിത്താരയിൽ അവരുടെ കാല്പാദങ്ങൾ കനംതൂങ്ങിയാണ് പതിച്ചത്, അപ്പോൾ അവരുടെ ശരീര ങ്ങൾ കുലുങ്ങുകയും ഒരു ദിവസത്തെ യാത്രയുടെ ക്ഷീണം പ്രകടിപ്പി ക്കുകയും ചെയ്തു. അവരെല്ലാം മൃതരായവരെപ്പോലെ ക്ഷീണിതരായി രുന്നതൊഴികെ വേറൊന്നും അവരിൽ ഇല്ലായിരുന്നു. ചുരുങ്ങിയ സമയ ത്തേക്ക് അത്യദ്ധ്വാനം ചെയ്യുന്നതു മൂലമുണ്ടാകുന്ന അതീവ-ക്ഷീണമ ല്ലായിരുന്നു അത്, അങ്ങനെയാണെങ്കിൽ ഏതാനും മണിക്കൂറുകൾക്കു

ള്ളിൽ അതിൽനിന്നും പുറത്തുവരാവുന്നതേയുള്ളൂ. പക്ഷേ, ഇത് മാസ
ങ്ങൾ നീണ്ടുനിന്നതും സാവധാനവുമായ കഠിനാദ്ധ്വാനത്തിലൂടെ ശക്തി
ചോർന്നുപോയതും കൊണ്ടുണ്ടായ അതീവ–ക്ഷീണമായിരുന്നു. വീണ്ടെ
ടുക്കാവുന്ന ശക്തി ഒട്ടും ബാക്കിയുണ്ടായിരുന്നില്ല, ആശ്രയിക്കാനായി
കരുതിവച്ച കരുത്തും ഉണ്ടായിരുന്നില്ല. ഇവയെല്ലാംതന്നെ ഉപയോഗിച്ചു
കഴിഞ്ഞിരുന്നു, അവസാനത്തേതായ ചെറിയ തരിമ്പുപോലും. ഓരോ
പേശിയും, ഓരോ നാഡിയും, ഓരോ കോശവും തളർന്നിരുന്നു, മരിച്ച
തുപോലത്തെ തളർച്ച. അതിന് തക്ക കാരണവുമുണ്ടായിരുന്നു. കഴിഞ്ഞ
അഞ്ച് മാസത്തിൽ കുറഞ്ഞ കാലയളവിൽ, അവർ രണ്ടായിരത്തി
അഞ്ഞൂറ് മൈൽ സഞ്ചരിച്ചിരുന്നു; അതിൽതന്നെ അവസാനത്തെ ആയി
രത്തി എണ്ണൂറ് മൈൽ യാത്രയ്ക്കിടെ വെറും അഞ്ച് ദിവസത്തെ വിശ്രമം
മാത്രമേ അവർക്ക് ലഭിച്ചുള്ളൂ. അവർ 'സ്ക്കാഗ്വയേ'യിൽ എത്തിച്ചേർന്ന
പ്പോൾ അവരുടെ അവസാന കാല്വയ്പുകളിൽ ആണെന്ന് തോന്നിച്ചു.
അവർക്ക് കഷ്ടിച്ച് ആ തോൽവാറുകൾ നിവർത്തി നിറുത്താൻ മാത്രമേ
കഴിഞ്ഞുള്ളൂ, പുറകോട്ട് വരുന്തോറും ഹിമശകടത്തിന്റെ വഴിയിൽനിന്ന്
മാറിനില്ക്കാൻ ഒരു കണക്കിന് കഴിഞ്ഞു, അത്രയേ ഉള്ളൂ.

'സ്ക്കാഗ്വയേ'യിലെ പ്രധാന വീഥിയിൽ അവർ വേച്ചുവേച്ച് നടന്ന
പ്പോൾ, നായയെ ഓടിക്കുന്നയാൾ അവരെ പ്രോത്സാഹിപ്പിച്ചുകൊണ്ട്
പറഞ്ഞു, "വലിച്ച് വിട്, കാല് വയ്യാത്ത പാവങ്ങളേ, ഇത് അവസാനത്തെ
താണ്. അതിനുശേഷം നമുക്ക് ദീർഘമായൊന്ന് വിശ്രമിക്കാം. ഏയ്?
തീർച്ചയായിട്ടും, ഒരു നീണ്ട സമ്പൂർണ്ണവിശ്രമം."

ആ നായ ഓട്ടക്കാരെല്ലാം ആത്മാർത്ഥമായും ഒരു ദീർഘമായ ഒരു
വിശ്രമം പ്രതീക്ഷിക്കുകയായിരുന്നു. അവരെ സംബന്ധിച്ചിടത്തോളം,
രണ്ടുദിവസത്തെ വിശ്രമമെടുത്ത് ആയിരത്തി ഇരുനൂറ് മൈലുകളാണ്
യാത്ര ചെയ്തത്; അപ്പോൾ സാമാന്യ നീതിയും യുക്തിയും അനുസരി
ച്ചുതന്നെ വെറുതെയിരിക്കാനുള്ള ഒരു നീണ്ട ഇടവേളയ്ക്ക് അവർ അർഹ
രായിരുന്നു. പക്ഷേ, 'ക്ലോൺ ഡൈക്കി'ലേക്ക് ഇരച്ചുകയറിയ പുരുഷ
ന്മാരുടെ എണ്ണം വളരെ കൂടുതലായിരുന്നു. അത്രയുംതന്നെയുണ്ടായി
രുന്നു, അവിടേക്ക് വരാതിരുന്ന കാമുകിമാരും, ഭാര്യമാരും, ബന്ധുക്കളും.
അതുകൊണ്ടുതന്നെ തപാൽ ഉരുപ്പടികൾ മലപോലെ പെരുകിക്കൊണ്ടി
രുന്നു; അതിന്റെ കൂടെ ഔദ്യോഗിക ഉത്തരവുകളും. വഴികളിലേക്ക്
യോജിക്കാത്ത വിലയില്ലാത്ത നായ്ക്കൾക്കു പകരം 'ഹഡ്സൺ ബേ'
നായ്ക്കളുടെ പുതിയ സംഘങ്ങൾ കയറിക്കൂടുകയായിരുന്നു. അപ്പോൾ
വിലയില്ലാത്തവയെ എല്ലാം ഒഴിവാക്കുകയേ നിവൃത്തിയുള്ളൂ. അങ്ങനെ
വന്നപ്പോൾ ഡോളറിന്റെ മൂല്യവുമായി തട്ടിച്ചുനോക്കുമ്പോൾ നായ്ക്കൾ
നിസ്സാരമൂല്യമുള്ളവയായിരുന്നതുകൊണ്ട്, അവയെ വില്ക്കുകയും
ചെയ്തു.

അങ്ങനെ മൂന്നുദിവസം കഴിഞ്ഞുപോയി. അപ്പോഴാണ് ബക്കും
സംഘാംഗങ്ങളും ശരിക്കും മനസ്സിലാക്കിയത് യഥാർത്ഥത്തിൽ അവർ

എത്രമാത്രം അവശരും ക്ഷീണിച്ചവരുമായിരുന്നെന്ന്. നാലാമത്തെ ദിവസം രാവിലെ, അമേരിക്കയിൽനിന്നുള്ള രണ്ടുപേർ അതുവഴി വരുകയും, ചമയങ്ങളും തോൽവാറുകളുമടക്കം അവരെ നിസ്സാരവിലയ്ക്ക് വാങ്ങുകയും ചെയ്തു. അവർ പരസ്പരം വിളിച്ചിരുന്നത് 'ഹാൽ' എന്നും 'ചാൾസ്' എന്നുമായിരുന്നു. ചാൾസ് ഒരു മദ്ധ്യവയസ്കനായിരുന്നു, നേരിയ നിറമുള്ള ഒരുവൻ, തളർന്ന ജലാർദ്രമായ കണ്ണുകളും കൊമ്പൻ മീശയും; ആ കൊമ്പൻമീശ അയാൾ വളരെ ഗൗരവത്തിൽ മുകളിലോട്ട് പിരിച്ചുവച്ചിരുന്നു, അതുകൊണ്ട് അയാളുടെ നിർജ്ജീവമായ തൂങ്ങിയ ചുണ്ട് മറഞ്ഞിരുന്നു. ഹാൽ ഒരു ചെറുപ്പക്കാരനായിരുന്നു, പത്തൊൻപതോ ഇരുപതോ വയസ്സ് പ്രായം കാണും. അയാളുടെ അരയിൽ ചുറ്റിയിരുന്ന വീതികൂടിയ തുകൽ ബെൽറ്റിൽ ഒരു റിവോൾവറും അതിനു വേണ്ട ഉണ്ടകളും, പിന്നെ ഒരു വേട്ടയ്ക്കുപയോഗിക്കുന്ന കത്തിയും ബന്ധിപ്പിച്ചിരുന്നു. അയാളെ സംബന്ധിച്ചിടത്തോളം ഈ ബെൽറ്റ് പരമ പ്രധാനമായിരുന്നു. അത് അയാളുടെ അപകഹൃദയത്തെ വിളംബരം ചെയ്തു—കലർപ്പില്ലാത്തതും അപ്രകാശിതവുമായ അപകവത. ആ രണ്ടു പേരും തികച്ചും അസ്ഥാനത്തായിരുന്നു, അവർ എന്തിന് ഈ വടക്കൻ ദിക്കിലേക്ക് ഇങ്ങനെയൊരു സാഹസികയാത്ര നടത്തി എന്നതിലെ ദുരൂഹത മനസ്സിലാക്കാൻ പ്രയാസമുള്ള കാര്യങ്ങളുടെ ഭാഗമാണ്.

ബക്ക് ആ വിലപേശൽ വർത്തമാനം കേട്ടു, ആ മനുഷ്യനും, ആ ഗവൺമെന്റ് ഏജന്റിനും ഇടയിൽ പൈസ കൈമാറ്റം നടക്കുന്നതും അവൻ കണ്ടു. അർദ്ധസങ്കരനായ ആ സ്കോട്ടിഷ്കാരനും, ആ തപാൽ വണ്ടികൾ ഓടിച്ചിരുന്നവരുമെല്ലാംതന്നെ, തന്റെ ജീവിതത്തിൽനിന്ന് പെറോൾട്ടിനെയും ഫ്രാങ്കോയെയും അതിന് മുമ്പുകടന്നുപോയവരെയും പോലെ, കടന്നുപോകുകയാണെന്നും അവൻ മനസ്സിലാക്കി. പുതിയ ഉടമസ്ഥന്റെ ക്യാമ്പിലേക്ക് തന്റെ സംഘാംഗങ്ങളോടൊപ്പം ഓടിച്ചുകൊണ്ടു പോയപ്പോൾ, ബക്ക് കണ്ടത് അടുക്കും ചിട്ടയുമില്ലാത്ത, അച്ചടക്കമില്ലാത്ത കാര്യങ്ങളാണ്; പകുതി വിരിച്ച കൂടാരം, കഴുകിവൃത്തിയാക്കാത്ത പാത്രങ്ങൾ, എല്ലാം ക്രമമില്ലാതെ കിടക്കുന്നു, അതിന്റെകൂടെ അവൻ ഒരു സ്ത്രീയെയും കണ്ടു. ആ പുരുഷന്മാർ അവളെ വിളിച്ചത് 'മെഴ്സ ഡേസ്' എന്നായിരുന്നു. അവൾ ചാൾസിന്റെ ഭാര്യയും ഹാലിന്റെ സഹോദരിയുമായിരുന്നു—നല്ലൊരു കുടുംബകൂട്ടായ്മ.

അവർ കൂടാരം ഇളക്കി ഹിമശകടത്തിന്റെ മുകളിൽ ലോഡ്ചെയ്യാൻ ആരംഭിച്ചപ്പോൾ, ബക്ക് ആശങ്കയോടെയാണ് അവരെ വീക്ഷിച്ചത്. അവരുടെ രീതി കണ്ടാൽ ധാരാളം പ്രയത്നം ചെയ്യുന്നതായി തോന്നും, അല്ലാതെ പരിചയവും കൃത്യതയുമില്ല. ആ കൂടാരംതന്നെ ചുരുട്ടിവച്ചിരുന്നത് ആവശ്യമുള്ളതിന്റെ മൂന്നിരട്ടി വലിപ്പത്തിൽ പടപണ്ടാരമായിട്ടാണ്. തകരംകൊണ്ടുള്ള പാത്രങ്ങൾ കഴുകാതെയാണ് കയറ്റിവച്ചത്. മെഴ്സ ഡേസ് ആണെങ്കിൽ ആ പുരുഷന്മാരുടെ വഴിയിൽ തുടർച്ചയായി നടന്ന് തടസ്സം സൃഷ്ടിക്കുകയും ഇടതടവില്ലാതെ ശകാരിക്കുകയും ഉപദേശം

നല്കുകയും ചെയ്തുകൊണ്ടേയിരുന്നു. അവർ തുണികൾ നിറച്ച ഒരു ചാക്ക് ഹിമശകടത്തിന്റെ മുൻഭാഗത്ത് വച്ചപ്പോൾ, അവൾ നിർദ്ദേശിച്ചു, അത് പിൻഭാഗത്തേക്ക് പോകണമെന്ന്; അവരത് പിൻഭാഗത്ത് വച്ചപ്പോൾ അതിന്റെ മുകളിൽ മറ്റുരണ്ട് കെട്ടുകൾ കൂടിവച്ചു. അപ്പോഴാണ് അവൾ കണ്ടുപിടിച്ചത് ചില സാധനങ്ങൾ വയ്ക്കാൻ വിട്ടുപോയിട്ടുണ്ടെന്നും. അത് ആ ചാക്കിൽത്തന്നെ വയ്ക്കണമെന്നും പറഞ്ഞു. അവർ വീണ്ടും ആ ചാക്ക് വലിച്ച് താഴെയിറക്കി.

അതിനടുത്തുണ്ടായിരുന്ന മറ്റൊരു കൂടാരത്തിൽനിന്നും മൂന്ന് പുരു ഷന്മാർ വന്ന് ഇതെല്ലാം നോക്കി, ചിരിക്കുകയും പരസ്പരം കണ്ണിറുക്കി കാട്ടുകയും ചെയ്തു. "ഇപ്പോൾത്തന്നെ നിങ്ങൾക്ക് അതിൽ നല്ലൊരു ലോഡ് ഉണ്ടല്ലേ" അതിൽ ഒരുവൻ പറഞ്ഞു, "എനിക്ക് നിങ്ങളുടെ കാര്യ ത്തിൽ ഇടപെട്ട് അഭിപ്രായം പറയേണ്ട കാര്യമില്ല, എന്നിരുന്നാലും നിങ്ങ ളുടെ സ്ഥാനത്ത് ഞാനായിരുന്നെങ്കിൽ, ആ കൂടാരം ഞാൻ എടുക്കില്ലാ യിരുന്നു."

"ഇത് സ്വപ്നത്തിൽ കൂടെ വിചാരിക്കാൻ പറ്റില്ല" വിസ്മയത്തോടെ തന്റെ കൈകൾ വായുവിൽ വീശിക്കൊണ്ട്, മെഴ്സഡേസ് ഉറക്കെ പറഞ്ഞു, "ഒരു കൂടാരം ഇല്ലാതെ ഈ ലോകത്ത് ഞാൻ എങ്ങനെ ജീവിക്കും?"

"ഇതിപ്പോൾ വസന്തകാലമാണ്, ഇനിയങ്ങോട്ട് തണുപ്പുള്ള കാലാ വസ്ഥയുണ്ടാവില്ല" ആ മനുഷ്യൻ മറുപടി പറഞ്ഞു. അവൾ തീരുമാനി ച്ചുറച്ചതുപോലെ തലകുലുക്കി, ചാൾസും ഹാലും അപ്പോൾതന്നെ കുന്നുകൂടുന്നപോലെ കയറ്റിയിരുന്ന ലോഡിനുമുകളിൽ അവസാനമായി ചില ലൊട്ടുലൊടുക്ക് സാധനങ്ങൾകൂടി വച്ചു.

"ഇത് വലിച്ചോണ്ട് പോകാൻ കഴിയുമെന്ന് തോന്നുന്നുണ്ടോ?" അവ രിൽ ഒരുവൻ ചോദിച്ചു.

"എന്തുകൊണ്ട് പറ്റില്ല?" ചാൾസ് ചോദ്യം ചെയ്തു.

"ഓ, അത് കുഴപ്പമില്ല, അത് ശരിയായിക്കൊള്ളും" ആ മനുഷ്യൻ ആദരവോടെ ധൃതിയിൽ പറഞ്ഞു, "ഞാൻ വെറുതേ ചോദിച്ചെന്നേയുള്ളൂ കേട്ടോ. അത് മുകൾഭാഗത്ത് അല്പം ഭാരക്കൂടുതലല്ലേ എന്നൊരു സംശയം."

ചാൾസ് പുറംതിരിഞ്ഞുനിന്ന് കെട്ടിയിരുന്ന ചരടുകൾ താഴോട്ട് വലിച്ച് കഴിയുന്നത്ര മുറുക്കി, "അത് ശരിക്ക് കെട്ടിയിരുന്നില്ല."

"പിന്നെ ആ കുന്ത്രാണ്ടം പുറകിലുള്ളതുകൊണ്ട് നായ്ക്കൾക്ക് ദിവസം മുഴുവൻ വലിച്ചോണ്ട് പോകാൻ കഴിയും" ആ മനുഷ്യരിൽ രണ്ടാമത്തെയാൾ പറഞ്ഞു.

"തീർച്ചയായും" ഹാൽ പറഞ്ഞു, ഘനീഭവിച്ച മര്യാദയോടെ. അയാൾ ഒരു കൈകൊണ്ട് നീണ്ട ഒരു കമ്പ് എടുക്കുകയും മറ്റേ കൈ കൊണ്ട് ചാട്ടവാർ ചുഴറ്റുകയും ചെയ്തിട്ട് പറഞ്ഞു, "വിട്ടോലു!" പിന്നീട് അയാൾ ഉച്ചത്തിൽ പറഞ്ഞു, "വിട്ടോ, നേരെ വിട്ടോലു!"

ആ നായ്ക്കൾ നെഞ്ചോട് ചേർത്ത് ബന്ധിച്ചിരുന്ന തോൽവാറു കളിൽ ഉരുമ്മിക്കൊണ്ട് ഏതാനും നിമിഷങ്ങൾ കഠിനമായി ശ്രമിച്ചു, പിന്നെ വെറുതെ നിന്നു. അവർക്ക് ആ ഹിമശകടം നീക്കാൻ കഴിഞ്ഞില്ല.

"മടിപിടിച്ച ജന്തുക്കൾ, നിന്നെയൊക്കെ കാണിച്ചുതരാം" അയാൾ അലറിവിളിക്കുകയും, അവയെ ചാട്ടവാറുകൊണ്ട് അടിക്കാൻ തയ്യാറെടു ക്കുകയും ചെയ്തു.

പക്ഷേ, മെഴ്സഡേസ് ഇടപെട്ടു, ഉറക്കെ പറഞ്ഞു, "ഓ, ഹാൽ, അങ്ങനെ ചെയ്യല്ലേ" എന്നിട്ട് ആ ചാട്ടയിൽ പിടിച്ച് അത് അയാളുടെ കൈയിൽനിന്നും ബലത്തിൽ തട്ടിയെടുത്തു. "കഷ്ടം സാധു ജീവികൾ! ഇനി നിങ്ങൾ എനിക്ക് വാക്കുതരണം, ഈ യാത്രയുടെ ശേഷിക്കുന്ന ഭാഗമത്രയും അവറ്റയോട് ക്രൂരമായി പെരുമാറുകയില്ലെന്ന്. അല്ലെങ്കിൽ ഞാൻ ഒരു ചുവടുപോലും മുന്നോട്ടുവയ്ക്കില്ല."

"നിനക്ക് നായ്ക്കളെക്കുറിച്ച് വലിയ വിവരമാണെന്ന് തോന്നുന്നു" അവളുടെ സഹോദരൻ പരിഹാസത്തോടെ പറഞ്ഞു, "ഞാൻ പറ ഞ്ഞേക്കാം, എന്നെ എന്റെ പാട്ടിന് വിട്ടേക്ക്. അവറ്റകൾ മടിയന്മാരാണ്, ഞാൻ പറയാം, അവരെക്കൊണ്ട് എന്തെങ്കിലും ചെയ്യിക്കണമെങ്കിൽ, നല്ല അടി കൊടുക്കുകതന്നെ വേണം. അതിനോടൊക്കെ അങ്ങനെയാണ് ചെയ്യേണ്ടത്. ആരോടെങ്കിലും ചോദിച്ചുനോക്ക്. അവിടെ നില്ക്കുന്നവ രിൽ ആരോടെങ്കിലും ചോദിച്ചേ."

മെഴ്സെഡേസ് അഭ്യർത്ഥനാരൂപത്തിൽ അവരെ നോക്കി, വേദന കാണുമ്പോഴുള്ള പറഞ്ഞറിയിക്കാനാവാത്ത ദുഃഖം അവളുടെ മുഖത്ത് എഴുതിവച്ചിരുന്നു.

"അവയെല്ലാം വെള്ളംപോലെ തളർന്നിരിക്കുകയാണ്, നിങ്ങൾക്ക് അറിയില്ലെങ്കിൽ ഞാൻ പറയാം" എന്നായിരുന്നു അവരിൽ ഒരാൾ പറഞ്ഞ മറുപടി. "അവയുടെ ചാറ് പിഴിഞ്ഞെടുത്തിരിക്കുകയാണ്, അതാണ് യഥാർത്ഥ കാരണം. അവർക്ക് വിശ്രമം ആവശ്യമാണ്."

"വിശ്രമത്തിന്റെ കാര്യം വിട്ടേക്ക്", ഹാൽ പറഞ്ഞു, മീശയില്ലാത്ത അയാളുടെ ചുണ്ടുകൾ കൊണ്ട്.

ആ പ്രതിജ്ഞകേട്ട് മെഴ്സഡേസ് വേദനയോടും ദുഃഖത്തോടുംകൂടി പറഞ്ഞു, "ഓ!"

പക്ഷേ, അവളൊരു വംശസ്വഭാവമുള്ള ജീവിയായിരുന്നു. ഉടൻതന്നെ സഹോദരന്റെയടുക്കലേക്ക് ഓടിച്ചെന്ന് അവനെ ന്യായീകരിച്ചുകൊണ്ട് പറഞ്ഞു, "ആ മനുഷ്യൻ പറയുന്നത് കാര്യമാക്കേണ്ട." പിന്നീട് തറ പ്പിച്ച് കൂട്ടിച്ചേർത്തു, "നീയാണല്ലോ നമ്മുടെ നായ്ക്കളെ ഓടിക്കുന്നത്, അവരോട് നിനക്ക് നല്ലതെന്താണെന്നുവച്ചാൽ അങ്ങനെ ചെയ്യ്."

വീണ്ടും ഹാലിന്റെ ചാട്ട ആ നായ്ക്കളുടെമേൽ വീണു. അവർ നെഞ്ചിനോട് ബന്ധിച്ചിരുന്ന തോല്പെട്ടകളിന്മേൽ ആഞ്ഞ് തള്ളി, നിലത്ത് അടിഞ്ഞുകിടന്ന മഞ്ഞിൽ കാല്പാദങ്ങൾ പൂഴ്ത്തി, പിന്നെ അതുവരെ നല്ലവണ്ണം കുനിഞ്ഞ്, അവരുടെ ശക്തിമുഴുവൻ പ്രയോഗിച്ചു. ആ ഹിമ

ശകടം ഒരു നങ്കൂരം കണക്കെ അനങ്ങാതെ നിന്നു. വീണ്ടും രണ്ടു പ്രാവശ്യംകൂടി ശ്രമിച്ചശേഷം, അവർ നിശ്ചലരായി നിന്നു, കിതച്ചു കൊണ്ട്. ചാട്ടവാർ കാട്ടാളത്തത്തോടെ ചേളം കുത്തുകയായിരുന്നു; അപ്പോൾ ഒരിക്കൽക്കൂടി മെഴ്സഡേസ് ഇടപെട്ടു. അവൾ ബക്കിന്റെ മുന്നിൽ മുട്ടിന്മേൽ വീണ്, കണ്ണീർ ഒലിപ്പിച്ചുകൊണ്ട്, പിന്നെ അവന്റെ കഴുത്തിനുചുറ്റും അവളുടെ കൈകൾ ചുറ്റി.

"എന്റെ പാവം കുട്ടികളേ" അവൾ സഹതാപപൂർവ്വം പറഞ്ഞു, "നിങ്ങൾക്ക് എന്തുകൊണ്ട് കുറെക്കൂടി ശക്തിയോടെ വലിച്ചുകൂടാ? അപ്പോൾ നിങ്ങൾക്ക് ചാട്ടയടി കിട്ടുകയുമില്ല."

ബക്കിന് അവളെ ഇഷ്ടമല്ലായിരുന്നു, പക്ഷേ, അവളെ എതിർക്കുന്ന കാര്യം പരിതാപകരമായി തോന്നുകയും ചെയ്തു, അങ്ങനെ അതും അന്നത്തെ പരിതാപകരമായ ജോലിയുടെ ഒരു ഭാഗമായെടുത്തു.

കാഴ്ചക്കാരിൽ ഒരുവൻ, തന്റെ ദേഷ്യം പുറത്തുവരാതിരിക്കാനായി അതേവരെ പല്ലുകടിച്ചുപിടിച്ചുകൊണ്ടിരുന്നെങ്കിലും, ഇപ്പോൾ പറഞ്ഞു:

"നിങ്ങൾക്ക് എന്ത് സംഭവിച്ചാലും എനിക്ക് ഒരു കാര്യവുമില്ല, പക്ഷേ, ആ നായ്ക്കളുടെ കാര്യം ആലോചിക്കുമ്പോൾ എനിക്ക് ഒരു സംഗതി പറയാനുണ്ട്. ആ ഹിമശകടം ഒന്ന് തള്ളിവിട്ടാൽ നിങ്ങൾക്ക് ആ നായ്ക്കളെ നന്നായി സഹായിക്കാനാവും. ശകടത്തിന്റെ അടിഭാഗം മഞ്ഞിൽ ഉറഞ്ഞ് കട്ടിപിടിച്ചിരിക്കുകയാണ്. ആ വലിയ കമ്പിൽ നിങ്ങൾ ഭാരം മുഴുവൻ ആഞ്ഞുപിടിച്ച്, ഇടത്തോട്ടും വലത്തോട്ടും ആട്ടിയാൽ, ആ ഐസ് പൊട്ടിക്കിട്ടും."

മൂന്നാമത്തെ പ്രാവശ്യമാണ് അതിനുള്ള ശ്രമം നടന്നത്; പക്ഷേ, ഇപ്രാവശ്യം, ആ ഉപദേശം സ്വീകരിച്ചതുകൊണ്ട് മഞ്ഞിൽ ഉറച്ചുപോയി രുന്ന ശകടത്തിന്റെ അടിഭാഗം ഇളക്കിവിടാൻ ഹാലന് കഴിഞ്ഞു. അധിക ഭാരം കയറ്റിയതും പടപണ്ടാരം പോലെയുള്ളതുമായ ആ ഹിമശകടം മുന്നോട്ടു നീങ്ങി. ചാട്ടയടിയുടെ പെരുമഴയിൽ കുളിച്ച് ബക്കും സംഘാംഗ ങ്ങളും അന്തംവിട്ട് വലിക്കുകയായിരുന്നു. ഒരു നൂറുവാര അകലത്തിലായി പ്രധാന തെരുവിലേക്ക് എത്തുന്നിടത്ത് വഴിയിൽ ഒരു വളവും കുത്തനെ യുള്ള ഇറക്കവുമായിരുന്നു. വളരെ പരിചയസമ്പന്നനായ ഒരുത്തനു മാത്രമേ മുകളിൽ അധികഭാരമുള്ള ആ ഹിമശകടം നേരെ നിറുത്തി നിയന്ത്രിക്കാൻ കഴിയുമായിരുന്നുള്ളു; പക്ഷേ, ഹാൽ അങ്ങനെയുള്ള ഒരാളായിരുന്നില്ല. വളവ് തിരിഞ്ഞയുനെ ശകടം ഇളകിയാടി, അയഞ്ഞു പോയ കെട്ടുകൾക്കിടയിലൂടെ പകുതിസാധനങ്ങളും ചിതറി വീണു. നായ്ക്കൾ ഓട്ടം നിറുത്തിയതേയില്ല. ഭാരം കുറഞ്ഞ ശകടം പാതി ചരിഞ്ഞ് അവർക്കു പിന്നിലായി ഓടി. തങ്ങൾക്ക് ലഭിച്ച മോശം പെരു മാറ്റവും, യാതൊരു നീതീകരണവുമില്ലാത്ത അധികഭാരവുംകൊണ്ട് നായ്ക്കൾ ദേഷ്യത്തിലായിരുന്നു. ബക്കിന്റെ രോഷം അധികരിച്ചു. അവൻ ഓടാൻ തുടങ്ങിയപ്പോൾ അവന്റെ നേതൃത്വത്തിൽ സംഘം മുഴുവൻ അവനെ പിന്തുടർന്നു. ഹാൽ "ഹേയ്! വോ!" എന്ന് ഉറക്കെ വിളിച്ചു

പറഞ്ഞെങ്കിലും അവർ വകവച്ചില്ല. കാലിടറിവീണ അയാളും ഉരുണ്ടു പോയി. തകിടംമറിഞ്ഞ ഹിമശകടം അയാളെയും തട്ടിക്കൊണ്ട് നീങ്ങി, നായ്ക്കൾ നേരെ തെരുവിലേക്ക് ഓടി; ശകടത്തിൽ ബാക്കിയുണ്ടായി രുന്നതെല്ലാംകൂടി അവർ അവിടത്തെ പ്രധാന തെരുവിൽ ചിതറിച്ചിട്ട പ്പോൾ, 'സ്ക്കാഗ്വേ'യിലെ ആഹ്ലാദത്തിന് ആക്കംകൂടി.

ദയാലുക്കളായ അവിടത്തെ പൗരന്മാർ ആ നായ്ക്കളെ പിടിച്ചു നിറു ത്തുകയയും ചിതറിപ്പോയ സാമാനങ്ങൾ പെറുക്കികൊടുക്കുകയും ചെയ്തു. അതോടൊപ്പം, അവർ ഉപദേശവും കൊടുത്തു. പകുതി ഭാരവും ഇരട്ടിനായ്ക്കളും, 'ഡോസണി'ൽ എത്തണമെങ്കിൽ അതേയുള്ളൂ മാർഗ്ഗ മെന്നാണ് അവർ പറഞ്ഞത്. ഹാലും അയാളുടെ സഹോദരിയുടെ അളി യനും, ഒട്ടും സമ്മതമില്ലാതെ അത് ശ്രദ്ധിച്ചു, പിന്നെ യാത്രാളപകരണ ങ്ങളുടെ അറ്റകുറ്റപ്പണി ചെയ്തു. ടിന്നിലടച്ച ഭക്ഷ്യവസ്തുക്കൾ പെറുക്കി വച്ചത് അവിടെ കൂടിയവരിൽ ചിരിയുയർത്തി, എന്തെന്നാൽ അവിടത്തെ സുദീർഘമായ വഴിത്താരയിൽ അത് സ്വപ്നം കാണാൻ കഴിയുന്നൊരു സാധനം മാത്രമായിരുന്നു. "ഇത് ഒരു ഹോട്ടലിനുവേണ്ടത്ര ബ്ലാങ്കറ്റുകൾ ഉണ്ടല്ലോ" എന്നായിരുന്നു സഹായികളിൽ ഒരുവൻ ചിരിച്ചുകൊണ്ട് പറ ഞ്ഞത്. "ഇതിന്റെ പകുതിതന്നെ ആവശ്യത്തിൽ കൂടുതലാണ്; ബാക്കി യുള്ളത് ഒഴിവാക്കണം. ആ കൂടാരവും എറിഞ്ഞുകളയണം, പിന്നെ ആ പാത്രങ്ങളും — അവയൊക്കെ കഴുകാൻ ആരിരിക്കുന്നു? എന്റെ ദൈവമേ, നിങ്ങളെന്താണ് കരുതുന്നത്, നിങ്ങൾ ഒരു റെയിൽവേ വാഗണിൽ യാത്ര ചെയ്യുന്നെന്നാണോ?"

അങ്ങനെ അത് നടന്നു, അനാവശ്യമായവയുടെ നിഷ്കരുണമായ ഒഴിവാക്കൽ. തന്റെ വസ്ത്രങ്ങൾ നിറച്ച ബാഗുകൾ നിലത്തെറിഞ്ഞ പ്പോഴും, ഒന്നിനു പിറകെ മറ്റൊന്നായി സാധനങ്ങൾ വലിച്ചെറിഞ്ഞ പ്പോഴും, മെഴ്സഡേസ് കരയുകയായിരുന്നു. പൊതുവെ അവൾ കരയു കയായിരുന്നു, പിന്നെ ഓരോ സാധനം വലിച്ചെറിഞ്ഞപ്പോഴും പ്രത്യേ കിച്ച് കരഞ്ഞു. മുട്ടുകൾക്കുമേൽ കൈകൾ ചേർത്തുപിടിച്ച് ഹൃദയം തകർന്നപോലെ അവൾ അങ്ങോട്ടുമിങ്ങോട്ടും നടന്നു. ഒരിഞ്ചുപോലും നടക്കില്ലെന്ന് അവൾ പ്രഖ്യാപിച്ചു, ഒരു ഡസൻ നക്ഷത്രങ്ങൾ നല്കി യാലും. അവൾ എല്ലാവരോടും എല്ലാറ്റിനോടും അഭ്യർത്ഥിച്ചു, ഒടുവിൽ കണ്ണുകൾ തുടച്ചുകൊണ്ട് മുന്നോട്ടുചെന്ന് അത്യന്താപേക്ഷിതമായിരുന്ന വസ്ത്രങ്ങൾപോലും എറിഞ്ഞുകളഞ്ഞു. എന്നിട്ട് അവളുടെ അത്യുത്സാ ഹത്തിൽ, സ്വന്തം സാധനങ്ങൾ എറിഞ്ഞു തീർന്നപ്പോൾ, ഒരു കൊടു ങ്കാറ്റുപോലെ പാഞ്ഞുകയറി അവളുടെ കൂടെയുള്ള പുരുഷന്മാരുടെ സാധനങ്ങളെ ആക്രമിച്ചു.

ഇത്രയുമൊക്കെ ചെയ്തുകഴിഞ്ഞിട്ടും, യാത്രയ്ക്കുള്ള സാമഗ്രികൾ, പകുതിയായി കുറഞ്ഞിട്ടും, അപ്പോഴും അപകടകരമാംവിധം വലുപ്പമുള്ള തായിരുന്നു. ചാൾസും ഹാലുംകൂടെ വൈകുന്നേരം പുറത്തുപോയി ആറ് നായ്ക്കളെ പുതുതായി വാങ്ങിക്കൊണ്ടുവന്നു. ആദ്യമുണ്ടായിരുന്ന

ടീമിലെ ആറ് നായ്ക്കളും, ഈ പുതിയ നായ്ക്കളും, പിന്നെ 'റിങ്ക് റാപിഡ്സി'ൽനിന്നും മേടിച്ച 'ടിക്കും' 'കൂന'യുംകൂടി ആയപ്പോൾ മൊത്തം ആ ടീമിൽ പതിനാല് നായ്ക്കളായി. പക്ഷേ, ഇപ്പോൾ പുറ ത്തുനിന്ന് വാങ്ങിയ നായ്ക്കൾ, അവർ അവിടെ എത്തിച്ചേർന്നശേഷം പ്രത്യേകം കൂട്ടിയതാണെങ്കിലും, വലിയ ഗുണമൊന്നും ചെയ്തില്ല. അതിൽ മൂന്നെണ്ണം കുറിയ രോമമുള്ള വേട്ടനായ്ക്കളായിരുന്നു, ഒരെണ്ണം ഒരു 'ന്യൂ ഫൗണ്ട്ലാൻഡും' മറ്റേ രണ്ടെണ്ണം ശുദ്ധജാതിയല്ലാത്ത സങ്കര വർഗ്ഗവുമായിരുന്നു. ഈ നവാഗതർക്ക് ഒന്നുംതന്നെ അറിയില്ലെന്ന് തോന്നി. ബക്കും അവന്റെ കൂട്ടുകാരും അവരെ അവജ്ഞയോടെയാണ് നോക്കിയത്. അവൻ വളരെ വേഗത്തിൽ അവരുടെ സ്ഥാനം ഏതാ ണെന്നും അവർ എന്തൊക്കെ ചെയ്യരുത് എന്നും പഠിപ്പിച്ചുകൊടുത്തു, പക്ഷേ, അവർ എന്തുചെയ്യണമെന്ന് അവരെ പഠിപ്പിക്കാൻ കഴിഞ്ഞില്ല. അവർ ഇഷ്ടത്തോടെയല്ല തോൽവാറുകളെയും വഴിത്താരയെയും സ്വീക രിച്ചത്. ആ രണ്ട് വേട്ടനായ്ക്കൾ ഒഴിച്ചാൽ ബാക്കിയുള്ളവരെല്ലാം ഉത്സാഹം നഷ്ടപ്പെട്ടവരും പരിഭ്രമിച്ചവരുമായിരുന്നു; കാരണം, അവർ വന്നുപെട്ട അപരിചിതവും പ്രാകൃതവുമായ ചുറ്റുപാടുകളും പിന്നെ അവർക്ക് ലഭിച്ച മോശമായ പരിചരണവും. ആ രണ്ട് വേട്ടപ്പട്ടികൾക്ക് ഉത്സാഹമേ ഇല്ലായിരുന്നു; അവരുടേതായിട്ട് എന്തെങ്കിലും ഒടിക്കാനു ണ്ടെങ്കിൽ അത് എല്ലുകൾ മാത്രമായിരുന്നു.

പ്രതീക്ഷയറ്റവരും ഹതാശരുമായ നവാഗതരും രണ്ടായിരത്തിയ ഞ്ഞൂറ് മൈൽ തുടർച്ചയായ യാത്രകൊണ്ട് ക്ഷീണിച്ച് അവശരായ പഴയ ടീമും കൂടിയായപ്പോൾ, സ്ഥിതി ഒട്ടും ശോഭനമല്ലായിരുന്നു. ആ രണ്ട് പുരുഷന്മാരും, എന്തൊക്കെയായാലും, നല്ല സന്തോഷവാന്മാരായിരുന്നു. അവർ അഹന്തയുള്ളവരും കൂടിയായിരുന്നു. പതിനാല് നായ്ക്കളെയും കൂട്ടി അവർ ഗംഭീരമായിത്തന്നെ കാര്യങ്ങൾ ചെയ്തു. ഡോസനിലേക്ക് പോകുന്ന ശകടങ്ങളും ഡോസനിൽനിന്ന് വരുന്നവയുമൊക്കെ അവർ കണ്ടിരുന്നു, പക്ഷേ, പതിനാല് നായ്ക്കളെ കെട്ടിയ ഒരു ശകടം അവർ ഇതുവരെ കണ്ടിരുന്നില്ല. ആർട്ടിക്ക് മേഖലയിൽ കൂടിയുള്ള യാത്രയുടെ സ്വഭാവമനുസരിച്ച് ഒരു ഹിമശകടം വലിക്കാൻ എന്തുകൊണ്ട് പതിനാല് നായ്ക്കളെ വയ്ക്കരുത് എന്നതിന് ഒരു കാരണമുണ്ടായിരുന്നു, അത് എന്താണെന്നുവച്ചാൽ ഒരു ശകടത്തിന് പതിനാല് നായ്ക്കളുടെ ഭക്ഷണം വഹിച്ചുകൊണ്ടുപോകാൻ കഴിയില്ലയെന്നതായിരുന്നു. ഇത് പക്ഷേ, ഹാലിനും ചാൾസിനും അറിയില്ലായിരുന്നു. അവർ ആ യാത്രയ്ക്ക് ഒരുക്കം കൂട്ടിയത് ഒരു പെൻസിൽ കൊണ്ടാണ്; ഒരു നായയ്ക്ക് ഇത്ര, ഇത്രയും നായ്ക്കൾ, ഇത്രയും ദിവസങ്ങൾ, അതൊക്കെ കണ്ടറിയണം. അവരുടെ ചുമലുകൾക്ക് മുകളിലൂടെ നോക്കി എല്ലാം മനസ്സിലാകുന്ന പോലെ മെഴ്സഡേസ് തലയാട്ടുകയും ചെയ്തു, ഇതൊക്കെ വളരെ ലളിതമായ സംഗതികളല്ലേ.

അടുത്ത ദിവസം രാവിലെ ആ വലിയ ടീമിനെ ബക്ക് തെരുവി

ലൂടെ നയിച്ചു. അതിൽ ഉത്സാഹംപകരുന്നതായി ഒന്നുമില്ലായിരുന്നു, അവ
നിലോ അവന്റെ കൂട്ടുകാരിലോ ഒരു ചുണയും ചുറുചുറുക്കും ഉണ്ടായിരു
ന്നില്ല. ജീവച്ഛവംപോലെ തളർന്നാണ് അവർ തുടങ്ങിയത്. 'സോൾട്ട് വാട്ട
റിനും' 'ഡോസനും' ഇടയ്ക്കുള്ള ദൂരം നാല് പ്രാവശ്യം പോയിട്ടുണ്ടാ
യിരുന്നു ബക്ക്. അതുകൊണ്ടുതന്നെ, ക്ഷീണിച്ചും തളർന്നും, ആ വഴി
ഒരിക്കൽക്കൂടി അഭിമുഖീകരിക്കുകയാണ് എന്ന ബോധം അവനെ ദുഃഖി
തനാക്കി. ആ ജോലിയിൽ അവന്റെ ഹൃദയം ഇല്ലായിരുന്നു, അവന്റേതു
മാത്രമല്ല ഒരു നായയുടേതും ഇല്ലായിരുന്നു. പുറംഭാഗങ്ങളെല്ലാം ഭയ
പ്പെട്ടും അധീരമായും ഇരുന്നു, അകത്തുള്ള ഭാഗങ്ങളാകട്ടെ അവരുടെ
യജമാനന്മാരിൽ വിശ്വാസമില്ലാതെയും.

ബക്കിന് വളരെ വ്യക്തമല്ലാതെ തോന്നിയത് ഈ രണ്ട് പുരുഷന്മാ
രെയും ഈ സ്ത്രീയെയും ആശ്രയിക്കുന്നതിൽ കാര്യമില്ലെന്നാണ്. ഒരു
കാര്യം എങ്ങനെ ചെയ്യണമെന്ന് അവർക്കറിയില്ല, ദിവസങ്ങൾ കഴിഞ്ഞു
പോയപ്പോൾ ഒന്ന് വ്യക്തമായി, അതായത് അവർക്ക് ഒന്നും പഠിക്കാനും
കഴിയില്ലെന്ന്. എല്ലാ കാര്യങ്ങളിലും അവർ അലസരായിരുന്നു, ഒരു ക്രമ
വുമില്ലായിരുന്നു. അച്ചടക്കവുമില്ലായിരുന്നു. ഒരു രാത്രിയുടെ പകുതിയോള
മെടുത്താണ് അവർ വൃത്തിയില്ലാത്ത ഒരു ക്യാമ്പ് തട്ടിക്കൂട്ടിയത്, അതു
പോലെ പ്രഭാതത്തിന്റെ പകുതിയെടുക്കും ആ ക്യാമ്പ് അഴിക്കാനും ഹിമ
ശകടത്തിൽ സാധനങ്ങൾ കയറ്റിവയ്ക്കാനും, അതുതന്നെ ഒട്ടും
അടുക്കും ചിട്ടയുമില്ലാതെ ചെയ്യുന്നതുകാരണം പകൽ അവശേഷിച്ച
സമയത്ത് പലപ്പോഴും നിറുത്തി സാധനങ്ങൾ മാറ്റി അടുക്കേണ്ടിവന്നു.
ചില ദിവസങ്ങളിൽ പത്ത് മൈൽപോലും പോകാൻ കഴിഞ്ഞില്ല. മറ്റ്
ദിവസങ്ങളിൽ പുറപ്പെടാൻ കഴിയാതെപോലും വന്നിട്ടുമുണ്ട്. ഒരു ദിവസം
പോലും ആ രണ്ടുപേരുംകൂടി നായ്ക്കളുടെ ഭക്ഷണം കണക്കുകൂട്ടുന്ന
തിൽ അടിസ്ഥാനമായെടുത്ത ദൂരത്തിന്റെ പകുതിയിൽ കൂടുതൽ പോകു
ന്നതിൽ വിജയിച്ചതുമില്ല.

നായ്ക്കളുടെ ഭക്ഷണത്തിൽ ദൗർല്ലഭ്യം വരുകയെന്നത് അവരെ
സംബന്ധിച്ചിടത്തോളം അനിവാര്യമായിരുന്നു. പക്ഷേ, കൂടുതൽ
ഭക്ഷണം നല്കിക്കൊണ്ട് അവർ അതിന് ആക്കംകൂട്ടി, ആവശ്യത്തിന്
ഭക്ഷണം നല്കാതിരിക്കുന്നത് തുടങ്ങുന്ന ദിവസം അടുപ്പിച്ചുകൊണ്ടു
വന്നു. പുറത്തുനിന്ന് വന്ന നായ്ക്കൾക്ക്, സ്ഥിരമായി പട്ടിണികിടക്കുന്ന
തുമൂലമുണ്ടാകുന്ന ദഹനപ്രക്രിയയിലെ വൈകല്യം ഉണ്ടായിരുന്നില്ല,
അതുകൊണ്ടുതന്നെ ഇത്തിരി ഭക്ഷിച്ച് ഒത്തിരി നേടുന്നതും അറിയില്ലാ
യിരുന്നു; തന്മൂലം അവർക്ക് ആർത്തിപിടിച്ച വിശപ്പായിരുന്നു. അതിന്റെ
കൂടെ തളർന്നുക്ഷീണിച്ച കർക്കശന്മാർ ശകടംവലിക്കുന്നതിൽ ശക്തി
ക്കുറവ് കാണിച്ചപ്പോൾ, ഹാൽ നിശ്ചയിച്ചു, സാധാരണ റേഷൻ വളരെ
കുറവാണെന്ന്. അതോടെ അയാൾ റേഷൻ ഇരട്ടിയാക്കി. ഇതിനൊക്കെ
മകുടം ചാർത്തിക്കൊണ്ടാണ്, മെഴ്‌സഡേസ് അവളുടെ മനോഹരമായ
നയനങ്ങളിൽ കണ്ണീരും കണ്ഠത്തിൽ ഗദ്ഗദവുമായി, ഹാലിനെ പ്രേരി

പ്പിച്ച് നായ്ക്കൾക്ക് ഇനിയും കൂടുതൽ ഭക്ഷണം നല്കാൻ നോക്കിയത്. അത് ഫലിക്കാതെ വന്നപ്പോൾ അവൾ മത്സ്യം സൂക്ഷിച്ചിരുന്ന ചാക്കു കളിൽനിന്ന് മോഷ്ടിച്ചെടുത്ത് നായ്ക്കൾക്ക് ഒളിച്ചുനല്കി. പക്ഷേ, ബക്കിനും മറ്റ് നായ്ക്കൾക്കും വേണ്ടിയിരുന്നത് ഭക്ഷണമല്ലായിരുന്നു, മറിച്ച് വിശ്രമമായിരുന്നു. അവർ അധികദൂരം പോയില്ലെങ്കിലും, അവർ വലിച്ചുകൊണ്ടുപോയ അമിതഭാരം അവരുടെ ശക്തി ഭയങ്കരമായി ക്ഷയി പ്പിച്ചുകളഞ്ഞു.

അപ്പോഴാണ് ആഹാരക്കുറവ് വന്നത്. ഒരു സുപ്രഭാതത്തിൽ ഹാൽ എണീറ്റുവന്നത് ഒരു സത്യം അറിഞ്ഞുകൊണ്ടാണ്, അതായത് തന്റെ നായ്കൾക്കുള്ള ഭക്ഷണം പകുതി തീർന്നെങ്കിലും പോകാനുള്ള ദൂരം കാൽഭാഗം മാത്രമേ കഴിഞ്ഞിട്ടുള്ളൂവെന്ന്; അതോടൊപ്പം, പണം കൊണ്ടോ സ്നേഹംകൊണ്ടോ കൂടുതൽ നായ ഭക്ഷണം സംഭരിക്കാ നുമാവില്ലെന്ന്. അതുകൊണ്ട് അയാൾ സാധാരണ നല്കേണ്ട റേഷൻ പോലും വെട്ടിക്കുറയ്ക്കുകയും ദിനംപ്രതിയുള്ള യാത്ര വർദ്ധിപ്പിക്കാൻ ശ്രമിക്കുകയും ചെയ്തു. അയാളുടെ സഹോദരിയും അളിയനും അയാളെ പിന്തുണച്ചു; പക്ഷേ, അവർ അവരുടെ ഭാരമുള്ള സാധന ങ്ങളും അവരുടെ കഴിവുകേടുംകൊണ്ട് നിരാശരാക്കപ്പെട്ടു. നായ്ക്കൾക്ക് ഭക്ഷണം കുറച്ചുകൊടുക്കുകയെന്നത് വളരെ ലളിതമായൊരു കാര്യമായി രുന്നു; പക്ഷേ, അവരെക്കൊണ്ട് വേഗത്തിൽ യാത്ര ചെയ്യിക്കുകയെന്നത് അസാദ്ധ്യമായിരുന്നു; അതേസമയംതന്നെ അതിരാവിലെ എണീറ്റ് കാര്യ ങ്ങൾ ശരിയാക്കി നേരത്തെ പുറപ്പെടാൻ അവർക്ക് കഴിയാതെ പോയത് കൂടുതൽ മണിക്കൂറുകൾ സഞ്ചരിക്കുന്നതിൽനിന്ന് അവരെ തടയുകയും ചെയ്തു. അവർക്ക് നായകളെക്കൊണ്ട് എങ്ങനെ പണിയെടുപ്പിക്കണ മെന്ന് അറിവില്ലായിരുന്നുവെന്ന് മാത്രമല്ല, അവർക്കുതന്നെ എങ്ങനെ സ്വന്തം പണി ചെയ്യണമെന്നും അറിയില്ലായിരുന്നു.

ആദ്യം പോയത് ഡബ്ബ് ആയിരുന്നു. മയത്തരം കാട്ടുന്നൊരു കള്ള നായിരുന്നു അവനെങ്കിലും, എപ്പോഴും കളവ് കണ്ടുപിടിക്കപ്പെടുകയും ശിക്ഷിക്കപ്പെടുകയും ചെയ്തെങ്കിലും, എന്തെല്ലാം പറഞ്ഞാലും അവൻ നല്ലൊരു പണിക്കാരനായിരുന്നു. അവന്റെ തകർന്ന തോളിലെ അസ്ഥി ചികിത്സിക്കാതെയും, ആവശ്യത്തിന് വിശ്രമം നല്കാതെയും സംഗതി കൾ കൂടുതൽ മോശമായിക്കൊണ്ടിരുന്നു. ഒടുവിൽ ഹാൽ തന്റെ വലിയ കൈത്തോക്കുകൊണ്ട് അവനെ വെടിവച്ചുകൊന്നു. അവിടെ നാട്ടിൻപുറ ത്തെ ഒരു ചൊല്ലുണ്ടായിരുന്നു, അതായത് പുറത്തുനിന്നുള്ള ഒരുനായ, ഒരു കർക്കശന്റെ റേഷൻ കഴിച്ചാൽ പട്ടിണികിടന്ന് മരിക്കുമെന്ന്. അങ്ങനെ ബക്കിന്റെ കീഴിലുണ്ടായിരുന്ന ആറ് പുറത്തുനിന്നുള്ള നായ്ക്കളും കർക്കശന്മാരുടെ പകുതി റേഷൻ കഴിച്ച് ചാകുകയെന്ന ല്ലാതെ മറ്റ് മാർഗ്ഗമില്ലായിരുന്നു. ആദ്യം പോയത് ആ 'ന്യൂഫൗണ്ട്‌ലാൻഡ്' ആയിരുന്നു, അതിനുപിന്നാലെ കുറ്റിരോമങ്ങളുള്ള മൂന്ന് വേട്ടപ്പട്ടികളും;

സങ്കരവർഗ്ഗക്കാരായ രണ്ട് നായ്ക്കളും കുറെ കഷ്ടപ്പെട്ട് ജീവിതത്തോട് ചേർന്നുനിന്നെങ്കിലും അവസാനം വിട്ടുപോകേണ്ടിവന്നു.

ഇത്രയുമൊക്കെ ആയപ്പോഴേക്കും തെക്കൻ ദേശത്തുനിന്നുവന്ന ആ മൂന്നുപേരുടെയുമടുത്തുനിന്ന് എല്ലാ രമ്യതയും മാന്യതയുമൊക്കെ കൈ മോശം വന്നുപോയിരുന്നു. നിറപ്പകിട്ടും ഭാവുകത്വവും ചേർന്നുപോയ പ്പോൾ, ആർട്ടിക്ക് പ്രദേശത്തുകൂടെയുള്ള യാത്ര അവർക്ക് ഒരു യാഥാർ ത്ഥ്യമായിത്തീർന്നു, അവരുടെ പൗരുഷത്തിനും പിന്നെ സ്ത്രീത്വത്തിനും ഉൾക്കൊള്ളാനാവാത്തത്ര പരുഷമായ യാഥാർത്ഥ്യം. മെഴ്സഡേസ് നായ്ക്കളെയോർത്ത് കരയുന്നത് നിറുത്തി, അവൾ തന്നെക്കുറിച്ച് ഓർത്ത് കരയുന്നതിലും അവളുടെ ഭർത്താവും സഹോദരനുമായും വഴ ക്കുകൂടുന്നതിലും അത്രയ്ക്ക് വ്യാപൃതയായിരുന്നു. വഴക്കുകൂടുക എന്ന ഒറ്റക്കാര്യം ചെയ്യുന്നതിൽമാത്രം അവർ ഒരിക്കലും ക്ഷീണിച്ചില്ല. അവ രുടെ ദുരിതത്തിൽനിന്നാണ് അവരുടെ മുൻകോപം സംജാതമായത്, അത് വർദ്ധിച്ചുവന്നു, ഇരട്ടിയായി മാറി, സമയത്തെ മറികടക്കുകയും ചെയ്തു. ആ വഴികളിലൂടെ യാത്രചെയ്യുന്നവരുടെ അത്ഭുതകരമായ ക്ഷമാശീലം വരുന്നത് അവരുടെ കഠിനാദ്ധ്വാനത്തിൽനിന്നും കഷ്ടപ്പാടുകളും ദുരി തങ്ങളും സഹിക്കുന്നതിൽ നിന്നുമാണ്; അവർ മധുരമായി സംസാരി ക്കുകയും ദയാപൂർവ്വം പ്രവർത്തിക്കുകയും ചെയ്യും. ഈ രണ്ട് പുരുഷ ന്മാർക്കും ആ സ്ത്രീക്കും ഇതൊന്നുമില്ലായിരുന്നു. അത്തരമൊരു ക്ഷമ യുടെ ലാഞ്ഛനപോലും അവർക്ക് ഇല്ലായിരുന്നു. അവർ മയമില്ലാത്ത വരും വേദനയുള്ളവരുമായിരുന്നു. അവരുടെ പേശികൾ വേദനിച്ചു, അവ രുടെ എല്ലുകൾ വേദനിച്ചു, അവരുടെ ഹൃദയങ്ങൾപോലും വേദനിച്ചു; ഇതൊക്കെക്കൊണ്ട് അവർ കഠിനമായ വാക്കുകൾ സംസാരിക്കുന്നവരാ യിത്തീർന്നു, അങ്ങനെ രാവിലെ അവരുടെ അധരങ്ങളിൽ വരുന്നതും രാത്രി അവസാനമായി പറയുന്നതും കഠിനപദങ്ങളായി.

എപ്പോഴൊക്കെ മെഴ്സഡേസ് ഒരവസരം നൽകിയോ അപ്പോ ഴൊക്കെ ചാൾസും ഹാലും തമ്മിൽ ശണ്ഠകൂടി. അവർ ഓരോരുത്തരും ആത്മാർത്ഥമായി വിശ്വസിച്ചത് തന്റെ വിഹിതം പണിയേക്കാൾ അധികം താൻ ചെയ്തു എന്നായിരുന്നു; അതുമാത്രമല്ല ഈ വിശ്വാസം തങ്ങൾക്ക് കിട്ടുന്ന അവസരങ്ങളിലെല്ലാം പുറത്ത് പറയാതെയും ഇരുന്നില്ല. ചില പ്പോഴൊക്കെ മെഴ്സഡേസ് അവളുടെ ഭർത്താവിന്റെ പക്ഷം ചേരും, മറ്റു ചിലപ്പോൾ അവളുടെ സഹോദരന്റെ പക്ഷത്തും. ഫലമോ, ഒരിക്കലും അവസാനിക്കാത്ത മനോഹരമായൊരു കുടുംബ കലഹം. അടുപ്പിൽ തീ കത്തിക്കാനായി ഏതാനും കമ്പുകൾ ആര് മുറിക്കണം എന്നതിലായി രിക്കും തർക്കത്തിന്റെ തുടക്കം—അത് ചാൾസിനെയും ഹാലിനെയും മാത്രം ബാധിക്കുന്ന തർക്കമാണല്ലോ. പക്ഷേ, ഉടനെ അത് വലിച്ചുനീട്ടി കുടുംബത്തിലെ ശേഷമുള്ളവരിലേക്കും കൊണ്ടുപോകും, പിതാക്കൾ, മാതാക്കൾ, അമ്മാവന്മാർ, കസിൻസ്, ആയിരക്കണക്കിന് മൈലുകൾ അകലെയുള്ളവർ, അതിൽ ചിലരൊക്കെ മരിച്ചുപോയവരുമായിരുന്നു.

കലകളെക്കുറിച്ച് ഹാലിന്റെ കാഴ്ചപ്പാട്, അല്ലെങ്കിൽ അയാളുടെ മാതൃ സഹോദരൻ എഴുതിയ സാമൂഹ്യനാടകങ്ങളുടെ മേന്മ, ഇവയ്ക്കൊക്കെ ഏതാനും കമ്പുകൾ മുറിക്കുന്നതുമായി എന്തു ബന്ധമാണുള്ളതെന്ന കാര്യം മനസ്സിലാക്കാനേ കഴിയില്ല. എന്നിരുന്നാലും ആ വഴക്ക് ആ ദിശ യിലേക്കൊക്കെ മാറാനുള്ള സാധ്യതയുണ്ടായിരുന്നു, അതേപോലെ തന്നെ ചാൾസിന്റെ രാഷ്ട്രീയമായ മുൻവിധികളുടെ ദിശയിലേക്കും. 'യൂക്കോണി'ൽ ഒരു അടുപ്പ് കത്തിക്കാൻ തീയുണ്ടാക്കുന്ന കാര്യത്തിൽ, ചാൾസിന്റെ സഹോദരിയുടെ കഥകൾ–മെനയുന്ന നാക്ക് എങ്ങനെ പ്രസ ക്തമാണെന്നത്, മെഴ്സഡേസിന് മാത്രമേ വ്യക്തമായിരുന്നുള്ളൂ. അവളാ ണെങ്കിൽ ആ വിഷയത്തിൽ വാചാലമായ അഭിപ്രായങ്ങൾ എഴുന്നള്ളിച്ച് അവളുടെ ഭാരം കുറയ്ക്കുകയും ചെയ്തു; അതുമായി ബന്ധപ്പെടുത്തി അവളുടെ ഭർത്താവിന്റെ കുടുംബത്തിലെ സുഖകരമല്ലാത്ത മറ്റുചില പ്രവണതകളെക്കുറിച്ചും അവൾ പറഞ്ഞു. ഇതൊക്കെ നടക്കുമ്പോൾ, അടുപ്പിൽ തീകൂട്ടൽ നടന്നില്ല, കൂടാരം പകുതിപോലും ഉയർത്താൻ കഴി ഞ്ഞില്ല, നായ്ക്കൾക്ക് ഭക്ഷണം കൊടുത്തതുമില്ല.

മെഴ്സഡേസിന് ഒരു പ്രത്യേക പരാതി ഉന്നയിക്കാനുണ്ടായിരുന്നു— സ്ത്രീകളെ സംബന്ധിക്കുന്ന പരാതി. അവൾ സുന്ദരിയായിരുന്നു, മൃദു ലയും; അവളെ ഇത്രകാലവും സ്ത്രീജനമര്യാദയോടെയാണ് പരിഗണിച്ചു പോന്നതും. പക്ഷേ, ഇപ്പോഴത്തെ, അവളുടെ ഭർത്താവിന്റെയും സഹോ ദരന്റെയും പെരുമാറ്റം ഒട്ടും സ്ത്രീജനമര്യാദയോടെയല്ലായിരുന്നു. നിസ്സ ഹായ ആകുകയെന്നത് അവളുടെ ഒരു പാരമ്പര്യമായിരുന്നു. അവർ പരാ തിപ്പെടും. അതിന്മേൽ കുറ്റാരോപണം നടത്തുകയെന്നത് അവളുടെ പരമ പ്രധാനമായ ലൈംഗികവിശേഷാധികാരമായിരുന്നു. അവൾ അവരുടെ ജീവിതം അസ്സഹനീയമാക്കിത്തീർത്തു. പിന്നീട് ഒരിക്കലും അവൾ നായ് ക്കളുടെ കാര്യം പരിഗണിച്ചതേയില്ല. അവൾ ക്ഷീണിതയയും കാലുകളിൽ മുറിവുള്ളവളുമായതുകൊണ്ട്, ഹിമശകടത്തിലേ യാത്ര ചെയ്യൂ എന്ന് നിർബന്ധം പിടിച്ചു. അവൾ സുന്ദരിയും മൃദുലയുമായിരുന്നു, പക്ഷേ, നൂറ്റി ഇരുപത് പൗണ്ട് ഭാരമുള്ളവളായിരുന്നു. തളർന്നും പട്ടിണികിടന്നും ക്ഷീണിച്ച നായ്ക്കൾ വലിക്കുന്ന ഭാരത്തിനുമുകളിൽ വയ്ക്കാവുന്ന ചോരത്തിളപ്പുള്ള അവസാനത്തെ കച്ചിത്തുരുമ്പ്. ദിവസങ്ങളോളം അവൾ അങ്ങനെ യാത്ര ചെയ്തു, ഒടുവിൽ നായ്ക്കൾ താഴെ വീഴുകയും ശകടം നിശ്ചലമാകുകയും ചെയ്യുന്നതുവരെ അവൾ താഴെയിറങ്ങിനടക്കണ മെന്ന് ചാൾസും ഹാലും അപേക്ഷിച്ചു. അവർ അവളോട് അഭ്യർത്ഥിച്ചു, യാചിച്ചു, അപ്പോഴൊക്കെ അവൾ കരയുകയും അവരുടെ ക്രൂരതകൾ ഉദ്ധരിച്ചുകൊണ്ട് സ്വർഗ്ഗത്തെ അലട്ടുകയും ചെയ്തു.

ഒരവസരത്തിൽ അവർ ബലം പ്രയോഗിച്ചുതന്നെ അവളെ ഹിമ ശകടത്തിൽനിന്നും താഴെയിറക്കി. പിന്നീടൊരിക്കലും അവർ അങ്ങനെ ചെയ്തതുമില്ല. ലാളിച്ച് വഷളാക്കിയ ഒരു കുട്ടിയെപ്പോലെ തന്റെ കാലു കൾ തളർത്തിയിട്ട് അവൾ ആ വഴിത്താരയിൽ കുത്തിയിരുന്നു. അവർ

ആ വഴി മുന്നോട്ടുപോയി, എന്നിട്ടും അവൾ അനങ്ങിയില്ല. അവർ മൂന്ന് മൈൽ പോയശേഷം, ശകടത്തിൽനിന്ന് ഭാരം ഇറക്കിവച്ചിട്ട്, അവൾക്കു വേണ്ടി തിരിച്ചുവന്നു, പിന്നെ അവരുടെ ശക്തിയുപയോഗിച്ച് വീണ്ടും അവളെ ശകടത്തിൽ ഇരുത്തി.

തങ്ങളുടെ സ്വന്തം ദുരിതങ്ങളുടെ ആധിക്യത്തിനിടയിൽ അവർ മൃഗ ങ്ങളുടെ കഷ്ടപ്പാടുകളിൽ ഉദാസീനരായിരുന്നു. 'ഹാലി'ന്റെ സിദ്ധാന്തം, ഒരുവൻ പരുക്കനായിത്തീരണം എന്നതായിരുന്നു; ഇത് അയാൾ മറ്റുള്ള വരുടെമേൽ പ്രയോഗിക്കുകയും ചെയ്തുപോന്നു. അയാൾ അത് തന്റെ സഹോദരിയുടെയും അളിയന്റെയും അടുത്ത് പ്രസംഗിക്കാനും ആരംഭി ച്ചിരുന്നു. അവിടെ പരാജയപ്പെട്ടപ്പോൾ, അത് അയാൾ നായ്ക്കളുടെമേൽ ഒരു ഗദകൊണ്ട് അടിച്ചേല്പിച്ചു. 'അഞ്ച് വിരലുകൾ' എന്ന സ്ഥലത്തു വച്ച് നായ്ക്കളുടെ ആഹാരം തീർന്നുപോയിരുന്നു. അപ്പോൾ പല്ലുകൾ കൊഴിഞ്ഞ ഒരു വൃദ്ധയായ റെഡ് ഇന്ത്യൻ സ്ത്രീ, ഏതാനും പൗണ്ട് മരവിപ്പിച്ച കുതിരത്തോൽ കൊടുക്കാമെന്ന് പറഞ്ഞു, പകരം ചോദിച്ചത് ഹാലിന്റെ അരപ്പട്ടയിൽ വലിയ വേട്ടക്കത്തിക്ക് കൂട്ടുകിടന്നിരുന്ന കൈത്തോക്കായിരുന്നു. ഈ തോലാണെങ്കിൽ ഭക്ഷണത്തിനുപകരമായി ഉപയോഗിക്കാൻ തീരെ പറ്റുന്നതല്ലായിരുന്നു, അതും പട്ടിണികിടന്ന് ചത്ത കന്നാലിക്കാരുടെ കുതിരകളിൽനിന്ന് ആറുമാസംമുമ്പ് ഉരിച്ചെടുത്തവയും. മരവിപ്പിച്ച അവസ്ഥയിൽ അത് ഏറെയും ഈയം പൂശിയ ഇരുമ്പുതുണ്ടു കൾപോലെ തോന്നിച്ചു. ഒരു നായ അതുമായി ഗുസ്തിപിടിച്ച് വായിൽ കൂടി ആമാശയത്തിലേക്ക് ഇട്ടപ്പോൾ, അത് മഞ്ഞുരുകി മാറിയ കനകം കുറഞ്ഞ പോഷകാംശമില്ലാത്ത തുകൽച്ചരടുകളും പിന്നെ നീളം കുറഞ്ഞ രോമക്കട്ടയുമായി മാറി, ചൊറിച്ചുലുണ്ടാക്കുന്നതും ദഹിക്കാത്ത തുമായ വസ്തു.

ഇതിലൊക്കെക്കൂടി ബക്ക് തപ്പിത്തടഞ്ഞ് മുന്നോട്ടുപോയി, ആ ടീമിന്റെ തലവനായി, ഒരു ദുഃസ്വപ്നത്തിലെന്നപോലെ. അവന് കഴിയു മ്പോഴൊക്കെ അവൻ ശകടം വലിച്ചു; ഇനി വലിക്കാനാവില്ലെന്നാകു മ്പോൾ, അവൻ നിലത്ത് വീഴും അവിടെത്തന്നെ കിടക്കും; പിന്നെ ചാട്ട യുടെയോ ഗദയുടെയോ അടികൾ അവനെ എണീപ്പിച്ച് സ്വന്തം കാലു കളിൽ നിർത്തുന്നതുവരെ. അവന്റെ രോമം നിറഞ്ഞ സുന്ദരമായ തോലി യിൽനിന്നും ബലവും തിളക്കവും മാഞ്ഞുപോയി. രോമം താഴോട്ട് തൂങ്ങി ക്കിടന്നു, കുരുങ്ങി കട്ടിപിടിച്ച്, അല്ലെങ്കിൽ ഹാലിന്റെ ഗദ മുറിപ്പെടുത്തി യിടങ്ങളിൽ രക്തവുമായി ചേർന്ന് ചടപിടിച്ച്. അവന്റെ പേശികൾ ക്ഷയിച്ച് കെട്ടുപിണഞ്ഞ ചരടുകളായി, മാംസളമായ ഭാഗങ്ങൾ അപ്രത്യ ക്ഷമായി, ഓരോ വാരിയെല്ലും മറ്റ് അസ്ഥികളും അവന്റെ ശരീരത്തിൽ വ്യക്തമായി രൂപം രേഖപ്പെടുത്തിയിരുന്നു, ഇളകിച്ചുളിഞ്ഞ തോലിന്റെ ശൂന്യമായ മടക്കുകളിൽ. അത് ഹൃദയഭേദകമായിരുന്നു, പക്ഷേ, ബക്കിന്റെ ഹൃദയം മാത്രം അഭേദ്യമായിരുന്നു. ചുവന്ന സ്വറ്ററിട്ട ആ മനു ഷ്യൻ അത് തെളിയിച്ചിരുന്നു.

ബക്കിന്റെ സ്ഥിതി എന്തായിരുന്നോ, അതുതന്നെയായിരുന്നു അവന്റെ ടീം അംഗങ്ങളുടേതും. അവർ ചുറ്റിനടക്കുന്ന അസ്ഥിപഞ്ജര ങ്ങളായിരുന്നു. അവർ ഏഴുപേരായിരുന്നു, അവനെയുംകൂട്ടി. അവരുടെ വളരെ വലിയ ദുരിതത്തിൽ അവർ ചാട്ടയടിയുടെ കടിക്കോ ഗദയുടെ മുറിവിനോ ബോധമറ്റവരായി മാറിക്കഴിഞ്ഞിരുന്നു. അടിയുടെ വേദന മ്ലാനവും വിദൂരവുമായിരുന്നു, അതേപോലെ തന്നെ അവരുടെ കണ്ണുകൾ കണ്ട കാര്യങ്ങളും കാതുകൾ കേട്ട ശബ്ദവുമൊക്കെ മ്ലാനവും വിദൂര വുമായിരുന്നു. അവർ പകുതി ജീവനുള്ളവരായിരുന്നു, അഥവാ കാൽ ഭാഗം ജീവനുള്ളവർ. എല്ലുകൾ പെറുക്കിയിട്ട സഞ്ചികളിൽ ജീവന്റെ സ്ഫുരണങ്ങൾ മങ്ങിത്തെളിയുന്ന വെറും കോലങ്ങളായിരുന്നു അവർ. എപ്പോഴെങ്കിലും യാത്ര നിറുത്തുമ്പോൾ, അവർ വഴിത്താരയിൽ ചത്ത നായ്ക്കളെപ്പോലെ താഴെവീണു, അപ്പോൾ ആ സ്ഫുരണം മങ്ങുകയും വിളറുകയും ചെയ്തുകൊണ്ട് അണയാൻ പോകുന്നതുപോലെ തോന്നിച്ചു. പിന്നീട് ഗദയോ ചാട്ടവാറോ അവരുടെമേൽ വീണപ്പോൾ, ആ സ്ഫുരണം ലോലമായി മേലോട്ട് ഉയർന്നു, അവർ തങ്ങളുടെ കാലു കളിൽ തപ്പിത്തടഞ്ഞു എണീക്കുകയും വെച്ചുവെച്ച് നീങ്ങുകയും ചെയ്തു.

ഒരുദിനം വന്നെത്തി, അന്ന് നല്ല പ്രകൃതമുള്ള ബില്ലി നിലത്തു വീണിട്ട് എണീക്കാൻ കഴിഞ്ഞില്ല. ഹാലിന്റെ കൈത്തോക്ക് കച്ചവടം ചെയ്തുപോയിരുന്നതുകൊണ്ട്, അയാൾ കൈക്കോടാലിയെടുത്ത് തോൽ വാറുകളിൽത്തന്നെ കിടന്നിരുന്ന ബില്ലിയുടെ തലയ്ക്ക് അടിച്ചു, പിന്നെ ആ ശവശരീരം ശകടത്തിന്റെ വാറുകളിൽനിന്ന് വെട്ടിമാറ്റി ഒരു വശ ത്തേക്ക് വലിച്ചുകൊണ്ടുപോയി. ബക്ക് അത് കണ്ടു, അവന്റെ ടീം അംഗ ങ്ങളും കണ്ടു, അവർക്കറിയാമായിരുന്നു ഈ ഗതി അവരുടെ വളരെയ ടുത്ത് എത്തിയിരുന്നെന്ന്. അതിനടുത്തദിവസം കൂനാ പോയി, പിന്നെ അവരിൽ അഞ്ചുപേർ മാത്രം അവശേഷിച്ചു: ജോ, ശക്തിയെല്ലാം ചോർന്ന്; പൈക്ക് ഒടിവുപറ്റി മുടന്തിക്കൊണ്ട്; സോൾ-ലെക്സ്, ആ ഒറ്റ ക്കണ്ണൻ അപ്പോഴും അദ്ധ്വാനത്തോടും വഴിയോടും സത്യസന്ധനായി രുന്നു, തനിക്ക് ശകടം വലിക്കാനായി അല്പം ശക്തിയല്ലേയുള്ളൂ എന്ന തിൽ പരിതപിക്കുകയും ചെയ്തു. ടീക്ക്, ആ ശിശിരകാലത്ത് അധികം യാത്ര ചെയ്തിട്ടില്ലാതിരുന്നതുകൊണ്ട് ഒരു പുതുമുഖമായതിനാൽ മറ്റുള്ള വരേക്കാൾ കൂടുതൽ അടിമേടിച്ചു. ബക്ക് അപ്പോഴും ആ ടീമിന്റെ തലവ നായിരുന്നു, പക്ഷേ, അവൻ അച്ചടക്കം നടപ്പാക്കുകയോ നടപ്പാക്കാൻ ശ്രമിക്കുകയോ ചെയ്തില്ല, ക്ഷീണംകൊണ്ട് പകുതിനേരവും കണ്ണുകാ ണാതായ അവൻ വഴിതെളിച്ചത് കാല്പാദങ്ങളുടെ മങ്ങിയ സ്പർശനം കൊണ്ടായിരുന്നു.

അപ്പോൾ സുന്ദരമായ വസന്തകാലമായിരുന്നു, പക്ഷേ, നായ്ക്കളും അതറിഞ്ഞില്ല; മനുഷ്യരും അറിഞ്ഞില്ല. ഓരോ ദിവസവും സൂര്യൻ നേര ത്തേ ഉദിക്കുകയും വൈകി അസ്തമിക്കുകയും ചെയ്തു. പുലർച്ചെ മൂന്നു

മണിയാവുമ്പോഴേക്കും ഉദയമാവും, രാത്രി ഒമ്പതുമണിവരെ സന്ധ്യാ വെളിച്ചം തങ്ങിനിന്നു. ദൈർഘ്യമേറിയ പകൽ മുഴുവൻ വെട്ടിത്തിളങ്ങുന്ന സൂര്യപ്രകാശം. ശിശിരകാലത്തെ പ്രേതബാധിതമായ നിശ്ശബ്ദത വസന്ത ത്തിലെ ഉണർവുള്ള ജീവന്റെ മഹത്തായ മർമ്മരങ്ങൾക്ക് വഴിമാറിക്കൊ ടുത്തു. ഈ മർമ്മരം ഭൂമിയുടെ എല്ലാ ഭാഗത്തുനിന്നും ഉയർന്നുവന്നു, ജീവിതത്തിന്റെ സന്തോഷം നിറച്ചുകൊണ്ട്. ജീവിക്കുകയും വീണ്ടും ചലി ക്കുകയും ചെയ്ത സാധനങ്ങളിൽനിന്നും അത് വന്നു, അതേപോലെ മഞ്ഞിന്റെയും മരവിപ്പിന്റെയും നീണ്ട മാസങ്ങളിൽ മരിച്ചും നിശ്ചല മായും കിടന്ന സാധനങ്ങളിൽനിന്നും. പൈൻ മരങ്ങളിൽ നീര് ഉയരുക യായിരുന്നു. വില്ലോ മരങ്ങളിലും മേപ്പിൾ മരങ്ങളിലും പുതുമുകുളങ്ങൾ പൊട്ടിവിടരുകയായിരുന്നു. കുറ്റിച്ചെടികളും വള്ളികളും പച്ചനിറമുള്ള പുതുവസ്ത്രങ്ങൾ അണിഞ്ഞു. രാത്രികാലങ്ങളിൽ ചീവീടുകൾ പാടിയ പ്പോൾ, പകൽനേരങ്ങളിൽ ഇഴയുകയും നുഴയുകയും ചെയ്യുന്ന എല്ലാ ജീവികളും സൂര്യപ്രകാശത്തിലേക്ക് കിരുകിരാ ശബ്ദത്തോടെ മുന്നേറി. തിത്തിരി പക്ഷികളും മരംകൊത്തികളും വനത്തിൽ മുഴക്കമുണ്ടാക്കിയും മുട്ടിയും പറന്നുനടന്നു. അണ്ണാരക്കണ്ണന്മാർ ചിലച്ചു, പക്ഷികൾ പാടി; തലയ്ക്കുമുകളിലൂടെ കൂകിക്കൊണ്ട് കാട്ടുകോഴികൾ ആകാശത്തിൽ ത്രികോണം തീർത്തുകൊണ്ട് തെക്കൻ ദേശത്തുനിന്നും വടക്കോട്ട് പറന്നു.

ഓരോ കുന്നിൻ ചരിവിലൂടെയും ഒഴുകുന്ന വെള്ളത്തിന്റെ നീർച്ചാലു കൾ പുറപ്പെട്ടു, അദൃശ്യമായ ഉറവകളുടെ സംഗീതം. എല്ലാ സാധന ങ്ങളും ഉരുകി, വളഞ്ഞു, ഒടിഞ്ഞു. തന്നെ ബന്ധിച്ചുനിറുത്തിയിരുന്ന ഐസ് ഭേദിക്കാൻ 'യൂക്കോൻ' അദ്ധ്വാനിക്കുകയായിരുന്നു. അത് താഴെ നിന്ന് തിന്നപ്പോൾ സൂര്യൻ മുകളിൽനിന്നും തിന്നു. വായു സുഷിരങ്ങൾ രൂപപ്പെട്ടു, വിള്ളലുകൾ തുള്ളിവന്ന് വികസിച്ചുവിടർന്നപ്പോൾ ഐസിന്റെ കനംകുറഞ്ഞ പാളികൾ അപ്പാടെ നദിയിലേക്ക് നിപതിച്ചു. അങ്ങനെ ജീവന്റെ ഉണർന്നെണീക്കലിന്റേതായ ഈ പൊട്ടിത്തെറിയുടെയും, ഉരു കലിന്റെയും, മിടിപ്പുകളുടെയും മദ്ധ്യത്തിലൂടെ കത്തിജ്വലിക്കുന്ന സൂര്യനു താഴെയായി, മന്ദമായി നിശ്വസിക്കുന്ന കുളിർക്കാറ്റുകളിലൂടെ, മൃത്യുവിലേക്കുള്ള പഥികരെപ്പോലെ, രണ്ടു പുരുഷന്മാരും, ഒരു സ്ത്രീയും പിന്നെ ആ കർക്കശരായ നായ്ക്കളും വെച്ചുവെച്ച് നടന്നു.

വീണുപോകുന്ന നായ്ക്കളും, കരയുകയും ശകടത്തിൽ ഇരിക്കു കയും ചെയ്യുന്ന മെഴ്സഡേസും, നിരുപദ്രവമായി ആണയിടുന്ന ഹാലും, പ്രത്യാശയോടെ കണ്ണിൽ വെള്ളമൂറുന്ന ചാൾസും അടങ്ങുന്ന ആ സംഘം 'വൈറ്റ് റിവറി'ന്റെ നദീമുഖത്തുള്ള 'ജോൺ തോൺടൻസ്' ക്യാമ്പിലേക്ക് വെച്ചുവെച്ച് എത്തിച്ചേർന്നു. അവർ യാത്ര നിറുത്തിയ ഉടനെ, നായ്ക്കൾ നിലത്തുവീണു, ആരോ അവരെ വെടിവച്ച് കൊന്നിട്ട പോലെ. മെഴ്സഡേസ് അവളുടെ കണ്ണുകൾ തുടച്ച് ജോൺ തോൺടനെ നോക്കി. ചാൾസ് ഒരു വലിയ മരത്തടിയിൽ വിശ്രമിക്കാനിരുന്നു. അയാൾ

വളരെ സാവധാനത്തിലും വേദനയനുഭവിച്ചുംകൊണ്ടാണ് ഇരുന്നത്, വലിയ കനം ഭാവിച്ചിരുന്നെങ്കിലും. ഹാൽ ആണ് സംസാരിച്ചത്. ജോൺ തോൺടൻ ഒരു ബർച്ച് മരക്കൊമ്പിൽനിന്നും ഉണ്ടാക്കിയെടുത്ത കോടാലി കൈയ്ക്ക് അവസാന മിനുക്കുപണികൾ ചെയ്യുകയായിരുന്നു. അയാൾ അത് ചെത്തിമിനുക്കുന്നതിനിടയിലാണ് ശ്രദ്ധിച്ചത്. ഒറ്റവാക്കുകളിൽ അയാൾ മറുപടി നല്കി, പിന്നെ ആവശ്യപ്പെട്ടപ്പോൾ വളരെ ചുരുക്കി ഉപദേശങ്ങളും നല്കി. ഈ വർഗ്ഗത്തെ അയാൾക്ക് നല്ലപോലെ അറിയാ മായിരുന്നു, അതുകൊണ്ടുതന്നെ താൻ നല്കുന്ന ഉപദേശങ്ങൾ തീർച്ച യായും അനുസരിക്കപ്പെടുകയില്ല എന്ന് അറിഞ്ഞുകൊണ്ടുതന്നെയാണ് നല്കിയത്.

ഇപ്പോഴത്തെ കുഴഞ്ഞുമറിഞ്ഞ ഹിമപാളികളിന്മേൽ ഭാഗ്യപരീക്ഷ ണത്തിന് നില്ക്കരുത്, എന്ന തോൺടന്റെ ഉപദേശത്തോട് പ്രതികരിച്ചു കൊണ്ട് ഹാൽ പറഞ്ഞത് ഇങ്ങനെയാണ്: "അവിടെ മുകളിലുള്ളവർ ഞങ്ങളോട് പറഞ്ഞത്, ശകടത്തിന്റെ അടിഭാഗം വീണുകൊണ്ടിരിക്കു കയാണ്, അതുകൊണ്ട് ഞങ്ങൾക്ക് ചെയ്യാവുന്ന ഏറ്റവും നല്ല കാര്യം യാത്ര കുറേ താമസിപ്പിക്കുകയാണ്, എന്നായിരുന്നു." അയാൾ തുടർന്നു പറഞ്ഞു, "അവർ പറഞ്ഞത് ഞങ്ങൾക്ക് 'വൈറ്റ്റിവറി'ൽ എത്താനാ വില്ല, എന്നാണ്. പക്ഷേ, ഞങ്ങൾ ഇവിടെ എത്തിച്ചേർന്നല്ലോ." ഇതിലെ അവസാനഭാഗം പറഞ്ഞപ്പോൾ അയാളുടെ ശബ്ദത്തിൽ വിജയത്തിന്റെ ഒരു പരിഹാസധ്വനിയുണ്ടായിരുന്നു.

"അവർ നിങ്ങളോട് പറഞ്ഞത് വാസ്തവമാണ്" ജോൺ തോൺടൻ മറുപടിയായി പറഞ്ഞു, "ശകടത്തിന്റെ അടിവശം ഏത് നിമിഷവും വീഴാ വുന്ന നിലയിലാണ്. വിഡ്ഢികൾക്കു മാത്രമേ, വിഡ്ഢികൾക്ക് ലഭി ക്കുന്ന അന്ധമായ ഭാഗ്യംകൊണ്ട് മാത്രം, ഇവിടെ എത്തിച്ചേരാൻ കഴി യുകയുള്ളൂ. ഞാൻ തുറന്നുപറയുകയാണ്, അലോസ്ക്കയിലുള്ള സ്വർണ്ണം മുഴുവൻ തരാമെന്നു പറഞ്ഞാലും ഞാൻ എന്റെ ശവം ഈ ഐസിൽ വീഴാൻ സമ്മതിക്കില്ല."

"അത് എന്താണെന്നുവച്ചാൽ, നിങ്ങളൊരു വിഡ്ഢിയല്ലാത്തതുകൊ ണ്ടാണെന്ന് ഞാൻ കരുതുന്നു" ഹാൽ പറഞ്ഞു. "അതെന്തുമാകട്ടെ, ഞങ്ങൾ 'ഡോസൻ' വരെ പോകുകയാണ്." അയാൾ തന്റെ ചാട്ടയുടെ ചുരുൾ അഴിച്ചുകൊണ്ട് പറഞ്ഞു, "ബക്ക്, എണീറ്റ് റെഡിയാകൂ! ഹായ്! എല്ലാവരും എണീറ്റേ! നീങ്ങിക്കോ!" തോൺടൻ ആ കൈപ്പിടി മിനുക്കി ക്കൊണ്ടിരുന്നു. ഒരു വിഡ്ഢിയും അയാളുടെ വിഡ്ഢിത്തത്തിനും ഇട യിൽ നില്ക്കുകയെന്നാൽ സമയം പാഴാക്കുകയാണെന്ന് അയാൾക്കറി യാമായിരുന്നു. അപ്പോൾ രണ്ടോ മൂന്നോ വിഡ്ഢികൾ ഒന്നിച്ചാൽ കാര്യ ങ്ങളുടെ പോക്കിൽ വലിയ ഏറ്റക്കുറച്ചിലൊന്നും ഉണ്ടാകുകയില്ല.

പക്ഷേ, അയാളുടെ ഉത്തരവനുസരിച്ച് ആ ടീം എണീറ്റില്ല. അടി കൊടുത്താൽ മാത്രമേ അവർ എണീക്കു എന്ന സ്ഥിതിയിലേക്ക് വളരെ നേരത്തേ തന്നെ ആ നായ്ക്കൾ പോയിക്കഴിഞ്ഞിരുന്നു. ദയയില്ലാത്ത

ദൗത്യവുമായി ചാട്ടവാറടികൾ അവിടെയുമിവിടെയുമായി മുഴങ്ങി. ജോൺ തോൺടൻ ചുണ്ടുകൾ കടിച്ചുപിടിച്ചു. സോൾ-ലെക്സ് ആണ് ഇഴഞ്ഞു കൊണ്ട് ആദ്യം എണീറ്റത്. റ്റീക്ക് രണ്ടാമതും, മൂന്നാമതായി വേദന കൊണ്ട് കരഞ്ഞ് ജോവനും. പൈക്ക് വേദനയോടെ ശ്രമിച്ചു; അവൻ രണ്ടുപ്രാവശ്യം വീണുപോയി, പകുതിയും എണീറ്റുവന്നപ്പോൾ; മൂന്നാ മത്തെ ശ്രമത്തിൽ എങ്ങനെയോ എണീറ്റുനിന്നു. ബക്ക് ഒട്ടും ശ്രമിച്ചതേ യില്ല. അവൻ വീണിടത്തുതന്നെ നിശ്ചലമായി കിടന്നു. ചാട്ടവാർ വീണ്ടും വീണ്ടും അവനെ ദംശിച്ചു, പക്ഷേ, അവൻ മുരളുകയോ വിറളുകയോ ചെയ്തില്ല. നിരവധി പ്രാവശ്യം തോൺടൻ നാക്കു വളച്ചതാണ്, എന്തെ ങ്കിലും പറയാൻ വേണ്ടി, പക്ഷേ, മനസ്സ് മാറ്റിക്കളഞ്ഞു. അയാളുടെ കണ്ണു കളിൽ നനവ് പടർന്നു, പിന്നെ, ആ ചാട്ടയടി തുടർന്നപ്പോൾ, അയാൾ എണീറ്റ് ഒരു നിശ്ചയവുമില്ലാതെ അങ്ങോട്ടും ഇങ്ങോട്ടും നടന്നു.

ഇത് ആദ്യമായിട്ടായിരുന്നു ബക്ക് പരാജയപ്പെട്ടത്, അതുതന്നെ ഹാലിനെ കുപിതനാക്കാൻ മതിയായ കാരണവുമായി. അയാൾ ചാട്ടവാർ മാറ്റിവച്ച് പരമ്പരാഗതമായ ഗദ കൈയിലെടുത്തു. ഇപ്പോൾ തന്റെമേൽ പെയ്ത അടികളുടെ മഴയിൽപ്പോലും ബക്ക് അനങ്ങാൻ കൂട്ടാക്കിയില്ല. അവന്റെ കൂട്ടുകാരെപ്പോലെ, അവന് എണീക്കാൻ കഴിയാതിരുന്നില്ല, പക്ഷേ, അവരിൽനിന്ന് വ്യത്യസ്തമായി അവൻ എണീക്കേണ്ടെന്ന് മന സ്സിൽ തീരുമാനിച്ചിരുന്നു. ആസന്നമായ നാശത്തെക്കുറിച്ച് അവന് അവ്യ ക്തമായൊരു ബോധമുണ്ടായിരുന്നു. അവൻ ആ നദീതീരത്തിലേക്ക് എത്തിയപ്പോൾ ഈ ബോധം അവനിൽ ശക്തമായിരുന്നു, അത് അവനെ വിട്ടുപോയിരുന്നുമില്ല. അന്ന് പകൽ മുഴുവൻ അവന്റെ പാദങ്ങൾക്കുതാഴെ അവൻ അനുഭവിച്ചറിഞ്ഞ കട്ടികുറഞ്ഞതും വൃത്തികെട്ടതുമായ ഐസ് എന്താണ് സൂചന നല്കുന്നത്; അപകടം അടുത്തെത്തിയതായി അവന് തോന്നി, അവിടെ വെളിയിൽ മുന്നിലുള്ള ഐസിൽ, തന്റെ യജമാനൻ തന്നെക്കൊണ്ട് ഓടിക്കാൻ ശ്രമിക്കുന്ന അവിടെ, അവൻ അനങ്ങാൻ കൂട്ടാ ക്കിയില്ല. അവൻ വളരെയധികം ദുരിതമനുഭവിച്ചിരുന്നു, അത്രയേറെ അവൻ വേദനിച്ചതുകൊണ്ട് ഈ അടികൾ അവനെ അത്രയൊന്നും ഏശി യില്ല. അടികൾ തുടർച്ചയായി അവന്റെമേൽ വീണുകൊണ്ടിരുന്നപ്പോൾ, അവന്റെയുള്ളിൽ ജീവന്റെ സ്ഫുരണം മിന്നുകയും പിന്നെ താഴെ പോവു കയും ചെയ്തു. അത് ഏറക്കുറെ അണഞ്ഞതുപോലെയായി. അവൻ വിചിത്രമായൊരു മരവിപ്പ് അനുഭവപ്പെട്ടു. വളരെ ദൂരത്തുനിന്ന് ആരോ അവനെ അടിക്കുന്നതായിട്ടാണ് അവന് തോന്നിയത്. വേദനയുടെ അവ സാന ഇന്ദ്രിയബോധവും അവനെ വിട്ടുപോയിരുന്നു. അവന് ഒന്നുംതന്നെ അറിയാൻ കഴിഞ്ഞില്ല, തന്റെ ശരീരത്തിൽ ഗദ വന്നുവീഴുന്നതിന്റെ വളരെ നേർത്തശബ്ദം കേൾക്കാൻ കഴിഞ്ഞെങ്കിലും. പക്ഷേ, അത് അവന്റെ ശരീരമല്ലായിരുന്നു, അത് വളരെ ദൂരെയെവിടെയോ ആണെന്ന് തോന്നി.

അപ്പോഴാണ്, വളരെ പെട്ടെന്ന്, യാതൊരു മുന്നറിയിപ്പുമില്ലാതെ,

ഒരു വിളിയോടെ, സുഗ്രഥിതമല്ലാത്തതും ഒരു മൃഗത്തിന്റേതുപോലെയു
ള്ളതുമായ ഒരു വിളിയോടെ, ജോൺ തോൺടൻ ഗദപിടിച്ചിരുന്ന മനു
ഷ്യന്റെമേൽ ചാടിവീണത്. ഹാൽ പുറകോട്ട് തള്ളിനീക്കപ്പെട്ടു, താഴെ
വീഴുന്ന ഒരു മരം തട്ടിയിട്ടെന്നപോലെ. മെഴ്സഡേസ് അലറി വിളിച്ചു.
ചാൾസ് ഉൽക്കണ്ഠയോടെ നോക്കിയിരുന്നു, അയാളുടെ സജലനേത്ര
ങ്ങൾ തുടച്ചു, പക്ഷേ, എണീറ്റുവരാൻ കഴിഞ്ഞില്ല, ശരീരം ബലം പിടിച്ചി
രുന്നതുകൊണ്ട്.

ജോൺ തോൺടൻ ബക്കിന്റെ മുകളിലായിനിന്നു, സ്വയം നിയന്ത്രി
ക്കാൻ കിണഞ്ഞു ശ്രമിച്ചുകൊണ്ട്, രോഷംകൊണ്ട് കോച്ചിപ്പോയതു
കാരണം അയാൾക്ക് സംസാരിക്കാൻ കഴിഞ്ഞില്ല.

"ഇനിയും നീ ആ നായയെ അടിക്കുകയാണെങ്കിൽ, നിന്നെ ഞാൻ
കൊല്ലും" ഒടുവിൽ തൊണ്ടയിൽ തടഞ്ഞ ശബ്ദത്തിൽ എങ്ങനെയോ
പറഞ്ഞു.

"അത് എന്റെ നായയാണ്" ഹാൽ മറുപടി പറഞ്ഞു. വായിൽനിന്നും
പൊടിച്ച രക്തം തുത്തുകളഞ്ഞുകൊണ്ട് തിരിയെ വരുന്നതിനിടെ, "എന്റെ
വഴിയിൽനിന്ന് മാറിനില്ക്ക്, അല്ലെങ്കിൽ നിന്നെ ഞാൻ ശരിയാക്കും.
ഞാൻ ഡോസനിലേക്ക് പോകുകയാണ്."

തോൺടൻ അയാൾക്കും ബക്കിനും ഇടയിലായി നിന്നു, ആ വഴി
യിൽനിന്ന് മാറാനുള്ള യാതൊരു ഉദ്ദേശ്യവും പ്രകടിപ്പിച്ചുമില്ല. ഹാൽ
തന്റെ നീളമുള്ള വേട്ടക്കത്തി വലിച്ചെടുത്തു. മെഴ്സഡേസ് അലറി
വിളിച്ചു, കരഞ്ഞു, ചിരിച്ചു, അങ്ങനെ ഹിസ്റ്റീരിയയുടെ ബഹളവും നിരാ
കരണവും പ്രകടിപ്പിച്ചു. തോൺടൻ തന്റെ കൈയിലിരുന്ന കോടാലി
ക്കൈയ് കൊണ്ട് ഹാലിന്റെ കൈവിരലുകൾ തകർത്തു, വേട്ടക്കത്തി
നിലത്തു വീണു. ഹാൽ കത്തിയെടുക്കാൻ ഒരു ശ്രമം നടത്തിയപ്പോൾ
തോൺടൻ ഒരിക്കൽക്കൂടി അയാളുടെ വിരലുകളിൽ അടിച്ച് അത്
തടഞ്ഞു. പിന്നീട് തോൺടൻ കുനിഞ്ഞ്, ആ കത്തി അയാൾതന്നെ
എടുത്ത്, രണ്ടു വെട്ടുകൊണ്ട് ബക്കിന്റെ ശകടവുമായി ബന്ധിക്കാനുള്ള
തോൽവാറുകൾ മുറിച്ചുകളഞ്ഞു.

ഇനി ഒരു മല്പിടുത്തത്തിനുള്ള ശക്തി ഹാലിൽ അവശേഷിച്ചിരു
ന്നില്ല. അതിനുപുറമേ, അയാളുടെ കൈകൾ തന്നെ ആശ്വസിപ്പിക്കാനെ
ത്തിയ സഹോദരിയെക്കൊണ്ട് നിറഞ്ഞിരിക്കുകയുമായിരുന്നു. അതേ
സമയം ഇനി ശകടം വലിക്കാൻ ഉപയോഗിക്കാൻ കഴിയാത്തവിധം ചത്ത
തുപോലെയായിരുന്നു ബക്ക്.

ഏതാനും മിനിറ്റുകൾക്കുശേഷം അവർ നദീതീരത്തുനിന്നും പുറ
പ്പെട്ട് താഴോട്ടു പോയി. അവർ പോകുന്ന ശബ്ദംകേട്ട ബക്ക്
തലയുയർത്തി നോക്കി, അവരെ കാണാൻ. പൈക്ക് ആണ് നയിച്ചിരു
ന്നത്, സോൾ-ലെക്സ് ആയിരുന്നു ശകടത്തിന്റെയടുത്ത്, അവർക്കിട
യിലായി ജോയും ടീക്കും. അവർ മുടന്തുകയും വെച്ചുവെച്ച് നടക്കുക
യുമായിരുന്നു. മെഴ്സഡേസ് ഭാരംനിറഞ്ഞ ആ ശകടത്തിന്റെ മുകളിലി

രുന്നാണ് യാത്ര ചെയ്തത്. ഹാൽ ഏറ്റവും മുന്നിലായി കമ്പും പിടിച്ച്‌ അവർക്ക് വഴികാട്ടിയപ്പോൾ, ശകടത്തിന് പുറകിലായി ചാൾസ് കാലി ടറി നടന്നു.

ബക്ക് അവിടെക്കിടന്ന് അവരെ ശ്രദ്ധിച്ചപ്പോൾ, തോൺടൻ അവന്റെ അരുകിൽ മുട്ടുകുത്തിനിന്ന്, അയാളുടെ പരുത്ത കൈകൾ ദയാപൂർവ്വം അവന്റെ ശരീരത്തിൽ തടവി എല്ലുകൾ ഒടിഞ്ഞിട്ടുണ്ടോ എന്ന് പരിശോ ധിച്ചു. അയാളുടെ ദീർഘമായ പരിശോധനയിൽ എല്ലുകൾക്കൊന്നും ഒടിവില്ലെന്നും, ഏതാനും മുറിവുകളും ഭീകരമായ പട്ടിണിയുടെ കേടു പാടുകളും മാത്രമേയുള്ളൂവെന്നും കണ്ടെത്തി. അപ്പോഴേക്കും ആ ഹിമ ശകടം കാൽ മൈൽ ദൂരെ എത്തിയിരുന്നു. ഐസിനു മുകളിലൂടെ അത് ഇഴഞ്ഞുനീങ്ങുന്നത് ആ മനുഷ്യനും ആ നായ്ക്കും കാണാമായിരുന്നു.

പെട്ടെന്ന്, അവർ കണ്ടത് ആ ശകടത്തിന്റെ പിൻവശം താഴോട്ട് വീഴുന്നതാണ്, ഒരു ഗർത്തത്തിലേക്കെന്നപോലെ. മുൻവശം, ഹാൽ പിടി ച്ചിരുന്ന കമ്പിനോടൊപ്പം വായുവിലേക്ക് ഉയർന്നുനിന്നു. മെഴ്‌സഡേ സിന്റെ അലർച്ചയും നിലവിളിയും അവരുടെ കാതുകളിൽ എത്തി. ചാൾസ് തിരിഞ്ഞ് പുറകോട്ട് ഓടാനായി ഒരു ചുവട് വയ്ക്കുന്നത് അവർ കണ്ടു. അപ്പോഴേക്കും ഐസിന്റെ ഒരുഭാഗം മുഴുവൻ പിളർന്ന് നായ്ക്കളും മനുഷ്യരും എല്ലാം അപ്രത്യക്ഷമായി. വായ്പൊളിച്ച് കിട ക്കുന്ന ഒരു ദ്വാരം മാത്രമേ കാണാനുണ്ടായിരുന്നുള്ളൂ. ആ വഴിത്താര യുടെ അടിഭാഗം അതിലേക്ക് നിപതിച്ചിരുന്നു.

ജോൺ തോൺടനും ബക്കും പരസ്പരം നോക്കി.

"എടാ പാവം ചെകുത്താനേ" ജോൺ തോൺടൻ പറഞ്ഞു, അപ്പോൾ ബക്ക് അയാളുടെ കൈ നക്കി.

6

ഒരു മനുഷ്യനോടുള്ള സ്നേഹംകൊണ്ട്

ഇതിനു മുമ്പിലത്തെ ഡിസംബർ മാസത്തിൽ ജോൺ തോൺടൻ്റെ കാലുകൾ മഞ്ഞിൽ പുതഞ്ഞ് മരവിച്ചുപോയപ്പോൾ, അയാളുടെ പങ്കാളി കൾ അയാളെ സുഖമായി ഇവിടെയാക്കി, കാൽ ഭേദമാക്കാൻ വിട്ടിട്ട്, അവരൊന്നിച്ച് നദിയുടെ മേൽഭാഗത്തേക്ക് പോയി, ഡോസനിലേക്ക് കൊണ്ടുപോകാനായി അറക്കാനുള്ള മരത്തടികൾ ഒരു ചങ്ങാടമാക്കി കൊണ്ടുവരാൻവേണ്ടി. ബക്കിനെ രക്ഷിക്കുന്ന സമയത്തും അയാൾക്ക് ചെറിയൊരു മുടന്ത് ഉണ്ടായിരുന്നു; പക്ഷേ, തുടർച്ചയായി ഉഷ്ണമുള്ള കാലാവസ്ഥ ലഭിച്ചതുകൊണ്ട്, ആ ചെറിയ മുടന്തും അയാളെ വിട്ട് പോയിരുന്നു. ഇവിടെ ഈ ദൈർഘ്യമേറിയ വസന്തകാല പകൽ നേര ങ്ങളിൽ നദീതീരത്ത് കിടന്നുകൊണ്ട്, ഒഴുകുന്ന വെള്ളവും നോക്കി, കിളി കളുടെ പാട്ടും പ്രകൃതിയുടെ മർമ്മരവും കേട്ട്, ബക്ക് സാവധാനം അവൻ്റെ ശക്തി വീണ്ടെടുത്തു.

ഒരുവൻ മൂവായിരം മൈലുകൾ സഞ്ചരിച്ചുകഴിയുമ്പോൾ, ഒരു വിശ്രമം വളരെ നന്നായിട്ട് അനുഭവപ്പെടും. ഇവിടെ ഒരുകാര്യം തുറന്നു പറഞ്ഞേ മതിയാവൂ, അതായത് അവൻ്റെ മുറിവുകൾ കരിയുകയും, പേശികൾ വണ്ണംവയ്ക്കുകയും, എല്ലുകൾ പൊതിയത്തക്കവണ്ണം മാംസം തിരിച്ചുവരുകയും ചെയ്തപ്പോൾ, ബക്ക് മടിയനായി വളരുകയായിരുന്നു. അക്കാര്യം പറഞ്ഞാൽ, അവരെല്ലാംതന്നെ വെറുതേ തെണ്ടിനടക്കുക യായിരുന്നു—ബക്ക്, ജോൺ തോൺടൻ, പിന്നെ സ്കീറ്റും നിഗ്ഗും; അവരെ ഡോസണിലേക്ക് കൊണ്ടുപോകാനുള്ള ചങ്ങാടത്തിനുവേണ്ടി കാത്തിരി ക്കുകയായിരുന്നു. സ്കീറ്റ് വേട്ട ഉരുക്കളെ കാട്ടിക്കൊടുക്കുന്ന, ഒരു ചെറിയ ഐറിഷ് നായ ആയിരുന്നു. അവൾ ആദ്യംതന്നെ ബക്കുമായി ചങ്ങാത്തത്തിലായി. ബക്കിനാകട്ടെ മരണാസന്നനായി കിടന്ന ആ അവ

സ്ഥയിൽ അവളുടെ ആദ്യത്തെ നീക്കങ്ങളെ നിരാകരിക്കാനും കഴി ഞ്ഞില്ല. ചില നായ്ക്കളിൽ കണ്ടുവരാറുള്ളതുപോലെ അവൾക്ക് ഒരു ഡോക്ടറുടെ ലക്ഷണമുണ്ടായിരുന്നു. ഒരു തള്ളപ്പൂച്ച തന്റെ പൂച്ചക്കുട്ടി കളെ കഴുകിയെടുക്കുന്നപോലെ, അവൾ ബക്കിന്റെ മുറിവുകൾ കഴുകി വൃത്തിയാക്കി. ഓരോ പ്രഭാതത്തിലും അവൻ തന്റെ പ്രഭാതഭക്ഷണം കഴിച്ചുതീരുമ്പോൾ, കൃത്യമായിട്ട് അവൾ പോയി അവൾ സ്വയം ഏറ്റെടുത്ത ആ ജോലി ചെയ്തുപോന്നു. അവൻ തോൺടൻ എന്താണ് ചെയ്തുകൊടുത്തിരുന്നത് അതുപോലെ അവളും തുടർന്നുപോന്നു. നിഗ്, എത്രയും സൗഹൃദമുള്ളൊരു നായ ആയിരുന്നു, പക്ഷേ, അത്രയും പ്രക ടിപ്പിച്ചില്ല. അവൻ വലിപ്പം കൂടിയൊരു കറുത്ത നായയായിരുന്നു, പകുതി കുറ്റാന്വേഷകനായും പകുതി മാൻവേട്ടക്കാരനായും ചിരിക്കുന്ന കണ്ണു കളോടും അതിരറ്റ സൽസ്വഭാവത്തോടും കൂടിയവൻ.

ഈ നായ്ക്കൾ അവനോട് ഒരു തരത്തിലുമുള്ള അസൂയ പ്രകടി പ്പിച്ചില്ല എന്നതാണ് ബക്കിനെ അത്ഭുതപ്പെടുത്തിയത്. അവരും ജോൺ തോൺടന്റെ ദയയും വിശാലമനസ്കതയും പങ്കുവയ്ക്കുന്നതായി അവന് തോന്നി. ബക്കിന്റെ ആരോഗ്യം നന്നാകുകയും ശക്തി വർദ്ധിക്കുകയും ചെയ്തപ്പോൾ, അവർ അവനെ എല്ലാത്തരം വിഡ്ഢിക്കളികളിലേക്കും ആകർഷിച്ചുകൊണ്ടുപോയി, അതിൽ പങ്കുചേരാതിരിക്കാൻ തോൺടനു തന്നെയും കഴിഞ്ഞില്ല. ഈ രീതിയിൽ ബക്ക് തന്റെ രോഗാനന്തരാവസ്ഥ യിൽ കൂടി കടന്നുപോകുകയും പുതിയൊരു അസ്തിത്വത്തിൽ എത്തു കയും ചെയ്തു. സ്നേഹം, യഥാർത്ഥവും തീവ്രവുമായ സ്നേഹം, ആദ്യ മായിട്ടായിരുന്നു അവന് ലഭിച്ചത്. സാന്താക്ലാര താഴ്വരയിലുള്ള ജഡ്ജി മില്ലറുടെ ഭവനത്തിൽപ്പോലും അവൻ ഇങ്ങനെയൊന്ന് അനുഭവിച്ചിരു ന്നില്ല. ജഡ്ജിയുടെ പുത്രന്മാരോടൊപ്പം, വേട്ടയ്ക്കും, ചുറ്റിനടക്കാനു മൊക്കെ പോകുമ്പോൾ, അത് വെറുമൊരു പ്രവർത്തന കൂട്ടുകെട്ട് മാത്ര മായിരുന്നു; ജഡ്ജിയുടെ പേരക്കുട്ടികളുമായുണ്ടായിരുന്നത്, ഒരുതരം ഡംഭുനിറഞ്ഞ രക്ഷാകർതൃത്ത്വമായിരുന്നു; ജഡ്ജിയുടെ കൂടെയാണെ ങ്കിൽ, ഒരു പദവിയുള്ള മാന്യമായ സൗഹൃദവും. പക്ഷേ, സ്നേഹം, എരിയുന്നതും തപ്തവുമായ സ്നേഹം, അത് ആരാധനയായിരുന്നു, അത് ഭ്രാന്തമായിരുന്നു, അത് ഉണർത്തിവിടാൻ ജോൺ തോൺടൻ വേണ്ടിവന്നു.

ഈ മനുഷ്യൻ അവന്റെ ജീവൻ രക്ഷിച്ചു, അത് വലിയൊരു കാര്യം തന്നെ; പക്ഷേ, അതിലുപരി, അയാളൊരു മാതൃകാ യജമാനനായിരുന്നു. മറ്റുള്ള മനുഷ്യർ അവരുടെ നായ്ക്കളുടെ ക്ഷേമം അന്വേഷിച്ചിരുന്നത് ഒരു കർത്തവ്യബോധവും പിന്നെ വ്യാപാര താല്പര്യവുംകൊണ്ടായി രുന്നു, ഇയാൾ തന്റെ ക്ഷേമം നോക്കിയിരുന്നത് അത് തന്റെ മക്കൾ എന്ന നിലയ്ക്കാണ്, എന്തുകൊണ്ടെന്നാൽ അങ്ങനെയല്ലാതെ അയാൾക്ക് ആകുമായിരുന്നില്ല. അതിനുമപ്പുറത്തേക്ക് അയാൾ ശ്രദ്ധി ച്ചിരുന്നു. ദയയോടുകൂടിയ ഒരു അഭിവാദ്യമോ അല്ലെങ്കിൽ പ്രോത്സാ

ഹിപ്പിക്കുന്ന ഒരു വാക്കോ പറയാൻ അയാൾ ഒരിക്കലും മറന്നുപോയില്ല.
അതേപോലെ അവരോടൊപ്പമിരുന്ന് ദീർഘനേരത്തേക്ക് സംസാരിക്കു
ന്നത് (അതിനെ അയാൾ വിളിച്ചിരുന്നത് 'ഗ്യാസ് അടി' എന്നാണ്) അവരെ
പ്പോലെതന്നെ അയാൾക്കും ആനന്ദകരമായിരുന്നു. അയാൾക്ക് ഒരു
പ്രത്യേകരീതിയുണ്ടായിരുന്നു, അയാൾ ബക്കിന്റെ തല തന്റെ പരുക്കൻ
കൈകളിൽ പിടിക്കും, എന്നിട്ട് തന്റെ സ്വന്തം തല ബക്കിന്റെ തലയിൽ
വച്ചിട്ട് അവനെ മുമ്പോട്ടും പിമ്പോട്ടും ആട്ടും, ആ സമയത്ത് അയാൾ
ബക്കിനെ ചീത്തപ്പേരുകൾ വിളിക്കും. എന്നാൽ അവനെ സംബന്ധിച്ചിട
ത്തോളം അത് ഓമനപ്പേരുകളായിരുന്നു. ആ പരുക്കൻ ആലിംഗനത്തേ
ക്കാളും, ആ പിറുപിറുക്കുന്ന ആണയിടലിനേക്കാളും വലിയൊരു
സന്തോഷം ബക്ക് അറിഞ്ഞിരുന്നില്ല. അവനെ ഓരോ പ്രാവശ്യവും
മുന്നോട്ടും പിന്നോട്ടും ആട്ടിവലിക്കുമ്പോൾ അവൻ അനുഭവിച്ചിരുന്ന
ആനന്ദാതിരേകം അത്രയ്ക്ക് വലുതായിരുന്നതുകൊണ്ട് അവനു തോന്നി,
ചിലപ്പോൾ അവന്റെ ഹൃദയം ശരീരത്തിൽനിന്ന് പുറത്തേക്ക് തെറിച്ചു
പോകുമെന്ന്. പിന്നീട്, അവനെ വിടുമ്പോൾ, അവൻ അയാളുടെ പാദ
ങ്ങളിലേക്ക് ചാടിവീഴും, അപ്പോൾ അവന്റെ വായിൽ ചിരിയും, കണ്ണുക
ളിൽ വാചാലതയും, തൊണ്ടയിൽ ഉച്ചരിക്കപ്പെടാത്ത ശബ്ദത്തിന്റെ
സ്പന്ദനവും. അങ്ങനെ അവൻ അനക്കമില്ലാതെ കുറെനേരം നിന്നുകഴി
യുമ്പോൾ ജോൺ തോൺടൻ ആദരവോടെ ആശ്ചര്യപ്പെടും, "എന്റെ
ദൈവമേ! നിനക്ക് സംസാരിക്കാനല്ലാതെ മറ്റെല്ലാം കഴിയുമല്ലോ!"

ബക്കിന് സ്നേഹം പ്രകടിപ്പിക്കുന്നതിന് ഒരു സൂത്രപ്പണിയുണ്ടായി
രുന്നു, അത് വേദനിപ്പിക്കുന്നതിനോട് സദൃശവുമായിരുന്നു. അവൻ പല
പ്പോഴും തോൺടന്റെ കൈ അവന്റെ വായിൽ പിടിച്ചിട്ട് വായ നല്ലപോലെ
മുറുക്കി അടയ്ക്കും, അപ്പോൾ അയാളുടെ കൈയിൽ വീഴുന്ന അവന്റെ
പല്ലുകളുടെ പാട് കുറേ നേരത്തേക്ക് നിൽക്കും. എപ്രകാരമാണോ ബക്ക്
അയാളുടെ ചീത്തപ്പേരുകൾ ഓമനപ്പേരുകളായി എടുത്തത്, അതേ
പോലെ ആ മനുഷ്യൻ അവന്റെ കടിയെന്ന നാട്യത്തെ ഒരു തലോടലായി
എടുത്തു.

ഇതൊക്കെയാണെങ്കിലും, അധികസമയവും, ബക്കിന്റെ സ്നേഹം
ആരാധനയായാണ് പ്രകടിപ്പിച്ചത്. തോൺടൻ അവനെ സ്പർശിക്കു
കയോ അവനോട് സംസാരിക്കുകയോ ചെയ്തപ്പോൾ, അവൻ ആനന്ദം
കൊണ്ട് മതിമറന്നെങ്കിലും, അവൻ അത്തരം പെരുമാറ്റം പ്രതീക്ഷിച്ചി
രുന്നില്ല. സ്കീറ്റ് ആണെങ്കിൽ, അവളുടെ മൂക്ക് തോൺടന്റെ കൈയുടെ
താഴെ തിരുകിക്കയറ്റി തട്ടിത്തട്ടി നിൽക്കും, അയാൾ താലോലിക്കുന്ന
തുവരെ. നിഗ് ആണെങ്കിൽ ഉയർന്നുനിന്ന് അവന്റെ വലിയ തല തോൺ
ടന്റെ മുട്ടിന്മേൽ വച്ചോണ്ടിരിക്കും. ഇവരിൽനിന്നൊക്കെ വ്യത്യസ്തനായി
ബക്ക് ദൂരെനിന്ന് ആരാധിക്കുന്നതിൽ സംതൃപ്തനായി. അവൻ മണി
ക്കൂറോളം അങ്ങനെ കിടക്കും, തോൺടന്റെ കാല്ച്ചുവട്ടിൽ, ഔത്സുക്യ
ത്തോടും, ജാഗ്രതയോടുംകൂടി, അയാളുടെ മുഖത്തേക്ക് നോക്കി, അതേ

ക്കുറിച്ച് ആലോചിച്ച്, അത് പഠിച്ചുകൊണ്ട്, വലിയ താല്പര്യത്തോടെ മാറിപ്പോകുന്ന ഓരോ ഭാവവും, ഓരോ നീക്കവും, അല്ലെങ്കിൽ ഓരോ ചലനവും ശ്രദ്ധിച്ചുകൊണ്ട്. അതുമല്ലെങ്കിൽ, ഒരവസരം ലഭിച്ചാൽ, അവൻ കുറെക്കൂടി ദൂരെമാറി കിടക്കും, ഒരു വശത്തോ അല്ലെങ്കിൽ പുറ കിലോ ആയി, ആ മനുഷ്യന്റെ രൂപരേഖകൾ ശ്രദ്ധിച്ചുകൊണ്ടും അയാ ളുടെ ശരീരത്തിൽ വല്ലപ്പോഴുമുണ്ടാകുന്ന ചലനം ശ്രദ്ധിച്ചുകൊണ്ടും. അങ്ങനെ പലപ്പോഴും, ഇത്തരത്തിലുള്ള ആശയവിനിമയത്തിലാണ് അവർ ജീവിച്ചത്, ബക്കിന്റെ നോട്ടത്തിന്റെ ശക്തികൊണ്ട് ജോൺ തോൺടന്റെ തല ചുറ്റിലും നോക്കും. പിന്നെ ആ നോട്ടം അയാൾ മടക്കി നല്കും, യാതൊരു സംഭാഷണവുമില്ലാതെ, അയാളുടെ ഹൃദയം തിള ങ്ങുന്നത് ആ കണ്ണുകളിൽ തെളിയും, അതുപോലെ ബക്കിന്റെ ഹൃദ യവും തിളങ്ങും.

അവൻ രക്ഷിക്കപ്പെട്ടതിനുശേഷം ദീർഘകാലത്തേക്ക്, അവന്റെ ദൃഷ്ടിയിൽനിന്നും തോൺടൻ മാറി നില്ക്കുന്നത് ബക്കിന് ഇഷ്ടമല്ലായി രുന്നു. അയാൾ കൂടാരത്തിന് വെളിയിലിറങ്ങുന്ന നിമിഷം മുതൽ തിരികെ അയാൾ അതിനകത്ത് കയറുന്നതുവരെ, ബക്ക് അയാളുടെ കാലടികൾ പിന്തുടരും. വടക്കൻദേശത്ത് എത്തിപ്പെട്ടതിൽപ്പിന്നെ അവൻ കൈമറി ഞ്ഞുപോന്ന യജമാനന്മാർ അവനിൽ ഒരു ഭീതി ജനിപ്പിച്ചിരുന്നു, അതാ യത് ഒരു യജമാനനും സ്ഥിരമായിരിക്കാനിടയില്ലെന്ന്. അവന് നല്ല ഭയ മുണ്ടായിരുന്നു, പെരാൾട്ടും ഫ്രാങ്കോയും പിന്നെ ആ അർദ്ധസങ്കര സ്കോട്ടുകാരനും കടന്നുപോയതുപോലെ തോൺടനും തന്റെ ജീവിത ത്തിൽനിന്ന് കടന്നുപോകുമെന്ന്. രാത്രിയിൽ അവൻ ഉറങ്ങു മ്പോൾപോലും, അവന്റെ സ്വപ്നങ്ങളിൽ ഈ ഭയം അവനെ ആവേശി ച്ചിരുന്നു. അങ്ങനെയുള്ള അവസരങ്ങളിൽ അവൻ ഉറക്കം കുടഞ്ഞുക ളഞ്ഞ്, തണുപ്പിലൂടെ നുഴഞ്ഞുചെന്ന്, കൂടാരത്തിന്റെ താർപ്പാളയ്ക്ക ടുത്ത് പോയി നില്ക്കും, അവിടെ നിന്നാൽ അവന്റെ യജമാനന്റെ ശ്വാ സോച്ഛാസത്തിന്റെ ശബ്ദം അവന് കേൾക്കാം.

ജോൺ തോൺടനോട് അവന് ഇത്ര വലിയ സ്നേഹമുണ്ടായിരു ന്നിട്ടുപോലും, അത് സംസ്കാരത്തിന്റെ മൃദുലമായ സ്വാധീനത്തെക്കു റിച്ച് പറയുമെങ്കിലും, വടക്കൻ നാട് അവനിൽ ഉണർത്തിവിട്ട ആ ആദിമ രൂപത്തിന്റെ ഗുണം, അവനിൽ സജീവവും സചേതനവുമായിത്തന്നെ അവശേഷിച്ചു. വിശ്വസ്തതയും അർപ്പണബോധവും, അഗ്നിയിൽനിന്നും മേല്ക്കൂരയിൽനിന്നും ജനിച്ചവ, അവന്റെ സ്വന്തമായിരുന്നു; എങ്കിൽക്കൂടി അവനിൽ അവന്റേതായ കാടത്തവും കൗശലവും അവശേഷിച്ചിരുന്നു. അവൻ വന്യതയുടെ ഒരു ജന്മമായിരുന്നു, ജോൺ തോൺടന്റെ അഗ്നിക്ക് അരികിൽ ഇരിക്കാനായി വന്യതയിൽനിന്നും വന്നു, അല്ലാതെ നാഗരി കതയുടെ നിരവധി തലമുറകളുടെ അടയാളങ്ങൾ പതിക്കപ്പെട്ട മയമുള്ള തെക്കൻ നാട്ടിലെ ഒരു നായ അല്ലായിരുന്നു. അവന് അദ്ദേഹത്തോടുള്ള അഗാധമായ സ്നേഹംകൊണ്ട്, അയാളുടെയടുത്തുനിന്നും ഒന്നും

മോഷ്ടിക്കാൻ അവന് കഴിഞ്ഞില്ല. പക്ഷേ, വേറെ ഏതൊരു മനുഷ്യ
ന്റെയടുത്തുനിന്നും, വേറെ ഏത് ക്യാമ്പിലായിരുന്നാലും, അവൻ ഒരു
നിമിഷംപോലും ശങ്കിക്കാതെ അത് ചെയ്യും; തന്നെയുമല്ല, മോഷ്ടിക്കു
ന്നതിൽ അവൻ കാട്ടുന്ന സൂത്രശാലിത്വംമൂലം പിടിക്കപ്പെടാതെ അവൻ
രക്ഷപ്പെടുകയും ചെയ്യും.

അവന്റെ മുഖത്തും ദേഹത്തും നിരവധി നായ്ക്കളുടെ പല്ലുകൾകൊ
ണ്ടുള്ള മുറിപ്പാടുകളുണ്ടായിരുന്നു. അവൻ എന്നത്തേയുംപോലെതന്നെ
പോരാടി കൂടുതൽ കൗശലത്തോടെ സ്കീറ്റും നിഗ്ഗും വഴക്കുപിടിക്കാൻ
പറ്റാത്തവിധത്തിൽ നല്ല സ്വഭാവമുള്ളവരായിരുന്നു, അതിന്റെകൂടെ,
അവർ ജോൺ തോൺടന്റെ നായ്ക്കളുമായിരുന്നു; പക്ഷേ, ഏത് അപ
രിചിതനായ നായും, അവന്റെ വംശമോ വീറോ എന്തുതന്നെയായാലും,
വളരെ എളുപ്പത്തിൽ, ബക്കിന്റെ മേധാവിത്വം അംഗീകരിച്ചു; അല്ലെങ്കിൽ
ഭയങ്കരനായൊരു പ്രതിയോഗിയുമായി ജീവൻ രക്ഷിക്കാൻ പോരാടുന്നത്
കാണേണ്ടിവന്നു. അതുപോലെ ബക്കും ദയയില്ലാത്തവനായിരുന്നു.
അവൻ ഗദയുടെയും വിഷപ്പല്ലിന്റെയും നിയമം നല്ലപോലെ പഠിച്ചിരുന്നു,
അതുകൊണ്ട് ഒരു ഗുണകരമായ സാഹചര്യവും അവൻ വിട്ടുകളഞ്ഞില്ല;
അതേപോലെ അവൻ മരണത്തിലേക്ക് തുടങ്ങിവച്ച ഒരു ശത്രുവിന്റെയ
ടുത്തുനിന്നും പിൻവലിഞ്ഞതുമില്ല. അവൻ പാഠങ്ങൾ പഠിച്ചത് സ്പിറ്റ്
സിൽനിന്നും, പിന്നെ പൊലീസുകാരുടെയും തപാൽക്കാരുടെയും പ്രധാ
നികളായ പോരാളി നായ്ക്കളിൽ നിന്നുമായിരുന്നു, അതുകൊണ്ട് അവന്
അറിയാമായിരുന്നു ഒരു മദ്ധ്യമാർഗ്ഗം ഇല്ലെന്ന്. ഒന്നുകിൽ അവൻ അനു
സരിപ്പിക്കണം അല്ലെങ്കിൽ അനുസരിക്കണം; അപ്പോൾ കരുണ കാണി
ക്കുന്നത് ഒരു ബലഹീനതയാണ്. ആദിമ ജീവിതത്തിൽ കരുണ നില
നിന്നിരുന്നില്ല. ഭയത്തെയാണ് അങ്ങനെ തെറ്റിദ്ധരിക്കപ്പെട്ടത്, അങ്ങനെ
യുള്ള തെറ്റിദ്ധാരണ മരണത്തിൽ കലാശിക്കുകയും ചെയ്തു. കൊല്ലുക
അല്ലെങ്കിൽ കൊല്ലപ്പെടുക, ഭക്ഷിക്കുക അല്ലെങ്കിൽ ഭക്ഷിക്കപ്പെടുക,
അതായിരുന്നു നിയമം; അതിനാൽ ഈ കല്പന, യുഗങ്ങളുടെ ആഴ
ത്തിൽനിന്നും പുറത്തുവന്ന ഈ കല്പന, അവൻ അനുസരിച്ചു.

അവൻ കണ്ട ദിനങ്ങളെക്കാളും അവൻ നടത്തിയ ശ്വാസോച്ഛ്വാസ
ങ്ങളെക്കാളും കൂടുതൽ പ്രായം അവനുണ്ടായിരുന്നു. അവൻ ഭൂത
കാലത്തെ വർത്തമാനവുമായി ബന്ധിപ്പിച്ചു, അവന്റെ പിന്നിലുണ്ടായി
രുന്ന നിത്യത അവനിലൂടെ ഒരു ശക്തമായ താളമായി തുടിച്ചപ്പോൾ
അതിനനുസരിച്ച് അവൻ ആടിയുലഞ്ഞു, വേലിയേറ്റങ്ങളും ഋതുക്കളും
ആടിയുലയുന്നപോലെ. അവൻ ജോൺ തോൺടന്റെ തീയുടെ അരി
കിൽ ഇരുന്നു, നെഞ്ച് വിരിവുള്ള ഒരു നായ, വെളുത്ത കോമ്പല്ലുകളും
നീണ്ട രോമങ്ങളുമുള്ളോരു നായ, പക്ഷേ, അവന്റെ പിന്നിൽ എല്ലാത്തരം
നായകളുടെയും രീതികളുടെ നിറം കലർന്നിരുന്നു, പകുതി–ചെന്നാ
യ്ക്കളും കാടൻ ചെന്നായ്ക്കളും, വേഗതയുള്ളതും പ്രേരിപ്പിക്കുന്നതും,
അവൻ ഭക്ഷിക്കുന്ന മാംസത്തിന്റെ രുചിയറിയുന്നവൻ, അവൻ കുടിച്ച

വെള്ളത്തിനുവേണ്ടി ദാഹിച്ചവൻ, അവന്റെ കൂടെയുള്ള കാറ്റിന്റെ മണം പിടിക്കുന്നവൻ, വനത്തിലെ വന്യജീവികൾ ഉണ്ടാക്കുന്ന ശബ്ദങ്ങൾ അവനോടൊപ്പം ശ്രദ്ധിക്കുകയും അവനോട് പറയുകയും ചെയ്യുന്നവൻ, അവന്റെ ശീലങ്ങൾ പറഞ്ഞുകൊടുത്ത്, അവന്റെ പ്രവൃത്തികൾ നിയ ന്ത്രിച്ച്, അവൻ കിടക്കുമ്പോൾ അവനോടൊപ്പം ഉറങ്ങാൻ കിടക്കുകയും, അവനോടൊപ്പം സ്വപ്നം കാണുകയും അവന് അപ്പുറം കാണുകയും അവന്റെ സ്വപ്നങ്ങളിലെ കാതലായി അവർ സ്വയം മാറിത്തീരുകയും ചെയ്യുന്നവർ.

അവനോട് അത്രയേറെ നിർബ്ബന്ധപൂർവ്വമാണ് ഈ നിറങ്ങൾ കല്പി ച്ചിരുന്നത്, അതിനാൽ ഓരോ ദിവസവും മനുഷ്യകുലവും മനുഷ്യകുല ത്തിന്റെ അവകാശപ്പെടലുകളും അവനിൽനിന്ന് വളരെ ദൂരേക്ക് തെന്നി മാറിക്കൊണ്ടിരുന്നു. വനത്തിന്റെ ഉള്ളിൽ ദൂരെ എവിടെയോ നിന്ന് ഒരു വിളി കേൾക്കാമായിരുന്നു, അവൻ എത്ര അടുപ്പിച്ചടുപ്പിച്ച് ഈ വിളി കേട്ടോ, അത്രയും അത് ദുരൂഹവും കോൾമയിർകൊള്ളിക്കുന്നതും വശ്യ വുമായിരുന്നു. അതുമൂലം അവൻ ആ തീയോടും അതിനു ചുറ്റുമുള്ള മനുഷ്യർ നടന്ന മണ്ണിനോടും പുറംതിരിഞ്ഞു നില്ക്കാൻ നിർബ്ബന്ധിത നായി; പിന്നീട് വനത്തിലേക്ക് ചാടാനും, കൂടുതൽ കൂടുതൽ പോകാനും, അവനുതന്നെ അറിയില്ലായിരുന്നു എങ്ങോട്ടാണെന്നും എന്തിനാണെന്നും; അവനും അത്ഭുതപ്പെട്ടില്ല എവിടെന്നാണെന്നും അല്ലെങ്കിൽ എന്തിനാ ണെന്നും, ആ വിളി വനത്തിന്റെ അത്രയ്ക്ക് ഉള്ളിൽ നിന്നായിരുന്നു, ആ വിളിയിൽ അധികാരസ്വരം തുടിച്ചുനിന്നു. പക്ഷേ, എപ്പോഴെല്ലാം അവന് മൃദുലവുമായ മുറിക്കപ്പെടാത്ത ഭൂമിയും, പിന്നെ ആ ഹരിതാഭയും കൈവന്നോ, അപ്പോഴൊക്കെ ജോൺ തോൺടനോടുള്ള സ്നേഹം അവനെ ആ തീയുടെ അടുത്തേക്ക് മടക്കിക്കൊണ്ടുവന്നു.

തോൺടൻ മാത്രമാണ് അവനെ പിടിച്ചുനിറുത്തിയത്. മനുഷ്യകുല ത്തിൽ ബാക്കിയുള്ളതെല്ലാം അവന് ഒന്നുമായിരുന്നില്ല. വല്ലപ്പോഴു മൊക്കെ വരുന്ന യാത്രക്കാർ അവനെ താലോലിക്കുകയോ തടവുകയോ ചെയ്യുമായിരുന്നു; പക്ഷേ, അതിനോടൊക്കെ അവന് ഒരു തണുപ്പൻ പ്രതികരണമായിരുന്നു; പിന്നെ വളരെയേറെ പ്രകടനാത്മകത കാണി ക്കുന്ന ഒരാളാണെങ്കിൽ അവൻ എണീറ്റ് നടന്നുപോയിക്കളയും. തോൺടന്റെ കച്ചവട പങ്കാളികളായ ഹാൻസും പീറ്റും, വളരെനാളായി പ്രതീക്ഷിച്ചിരുന്ന ചങ്ങാടത്തിൽ വന്നുചേർന്നപ്പോൾ, ബക്ക് അവരെ ശ്രദ്ധിക്കാനേ പോയില്ല, ഒടുവിൽ അവർ തോൺടനോട് വളരെ അടുപ്പ മുള്ളവരാണെന്ന് മനസ്സിലാക്കുന്നതുവരെ. അതിനുശേഷം അവൻ അവരെ ഒരുതരം നിരുത്സാഹത്തോടെയാണ് സഹിച്ചത്, അവൻ എന്തെ ങ്കിലുമൊക്കെ ഉപകാരങ്ങൾ സ്വീകരിക്കുമ്പോൾ അവൻ അത് സ്വീകരി ക്കുന്നതിലൂടെ അവർക്ക് ഉപകാരം ചെയ്യുന്നതുപോലെയായിരുന്നു. അവരും തോൺടനെപ്പോലെ തന്നെ വിശാലമനസ്കരായിരുന്നു, മണ്ണി നോട് ചേർന്നു ജീവിക്കുകയും ലളിതമായി ചിന്തിക്കുകയും വ്യക്തമായി

കാണുകയും ചെയ്യുന്നവർ. അങ്ങനെ അവർ ആ തടിച്ചങ്ങാടം ഡോസ ണിലെ തടിമില്ലിനു സമീപത്തുള്ള ആഴംകൂടിയ കടവിലേക്ക് തള്ളിക്ക യറ്റുന്നതിന് മുമ്പേതന്നെ അവർ ബക്കിന്റെ രീതികൾ മനസ്സിലാക്കിയി രുന്നു, അതുകൊണ്ട് സ്കീറ്റിന്റെയും നിഗ്ഗിന്റെയും അടുത്തുനിന്നെന്ന പോലെ ഒരു ഗാഢസൗഹൃദം നേടിയെടുക്കാൻ ശ്രമിച്ചില്ല.

തോൺടനെ സംബന്ധിച്ചിടത്തോളം, എന്തൊക്കെയായാലും അവ നോടുള്ള സ്നേഹം വളർന്നു വളർന്ന് വരുകയായിരുന്നു. അയാൾക്ക് മാത്രമേ, അവരുടെ ഇടയിൽ, ആ വേനൽക്കാല യാത്രകളിൽ, ബക്കിന്റെ പുറത്ത് ഒരു കെട്ടുവയ്ക്കാൻ കഴിയുമായിരുന്നുള്ളൂ. തോൺടൻ ആജ്ഞാപിച്ചാൽ എന്തും ചെയ്യുന്നത് ബക്കിന് ഒരു വലിയ കാര്യമായി രുന്നില്ല. അവർ ഒഴുക്കിക്കൊണ്ടുവന്ന തടി വിറ്റ് കിട്ടിയ പൈസ വീതി ച്ചെടുത്തശേഷം അവർ തനാനാ നദിയുടെ കുറെക്കൂടി മുകൾഭാഗത്തുള്ള ഒരു സ്ഥലത്തേക്ക് പോയി. ഒരുദിവസം അവർ അവിടെ കിഴുക്കാംതൂ ക്കായ ഒരു സ്ഥലത്ത് ഇരിക്കുമ്പോൾ അതിന്റെ ഒരുഭാഗം ഇടിഞ്ഞ് താഴേക്ക് വീണു. ബക്കും തോൺടനും അരികുപറ്റി ഇരിക്കുകയായിരുന്നു. അവർ വീണതോ മുന്നൂറോളം അടി താഴെയുള്ള പാറക്കെട്ടിലേക്കും. ആലോചനയില്ലാതെ ഒരു മോഹം തോൺടനെ ബാധിച്ചു, അയാൾ അത് ഹാൻസിന്റെയും പീറ്റിന്റെയും ശ്രദ്ധയിൽ കൊണ്ടുവന്നു. എന്നിട്ട് അയാൾ ആജ്ഞാപിച്ചു, "ബക്ക്, ചാടിക്കയറെടാ!" എന്നിട്ട് അയാൾ തന്റെ കൈ ആ ഗർത്തത്തിൽനിന്ന് വെളിയിലേക്ക് വീശിക്കാണിച്ചു. അടുത്തനിമിഷം അയാളും ബക്കുംകൂടെ ആ കുഴിയുടെ വക്കത്തേക്ക് തപ്പിത്തടഞ്ഞ് കയറി; അതേസമയം ഹാൻസും പീറ്റും കൂടെ അവരെ സുരക്ഷിതത്വ ത്തിലേക്ക് വലിച്ചുകയറ്റാൻ എത്തിയിരുന്നു.

"ഇതൊരു കുഴപ്പംപിടിച്ച പണിയായിപ്പോയി" പീറ്റ് പറഞ്ഞു.

അതൊക്കെ കഴിഞ്ഞ് അവർക്ക് സംസാരിക്കാമെന്നായപ്പോൾ തോൺടൻ പറഞ്ഞു, തലകുലുക്കിക്കൊണ്ട്, "ഇല്ലെന്നേ, അത് ഗംഭീര മായിരുന്നു, ഒപ്പം ഭയങ്കരവും. നിങ്ങൾക്കറിയാമോ ഇവൻ ചിലപ്പോൾ എന്നെ ഭയപ്പെടുത്തും."

"അവൻ അടുത്തുള്ളപ്പോൾ നിങ്ങളുടെ പുറത്ത് കൈ ഇടുന്ന ആളാ കാൻ ഞാൻ ആഗ്രഹിക്കുന്നില്ല" പീറ്റ് തീർത്ത് പറഞ്ഞു, ബക്കിന്റെ നേരെ നോക്കി തലയാട്ടിക്കൊണ്ട്.

"എന്റെയമ്മോ!" ഹാൻസ് കൂട്ടിച്ചേർത്തു, "ഞാനും ഇല്ല, എന്റെ പൊന്നേ."

'സർക്കിൾ സിറ്റി'യിൽ വച്ചാണ് അത് നടന്നത്, ആ വർഷം തീരുന്ന തിനുമുമ്പേ, പീറ്റിന്റെ അനുമാനം സ്ഥിരീകരിക്കപ്പെട്ടത്. അവിടെ ഒരു ബാറിൽവച്ച് "കറുമ്പൻ" എന്ന ഇരട്ടപ്പേരിൽ അറിയപ്പെടുന്ന ബർട്ടൺ, ഒരു പാവം പയ്യനുമായി വഴക്കുകൂടി. ക്ഷിപ്രകോപിയും കുബുദ്ധിയു മായ ബർട്ടണെ മയപ്പെടുത്താനായി തോൺടൻ സദുദ്ദേശ്യത്തോടെ അവർക്കിടയിൽ കയറിനിന്നു. ബക്ക്, അവന്റെ പതിവ് രീതിയനുസരിച്ച്,

ഒരു മൂലയിൽ കിടക്കുകയായിരുന്നു, കൈകൾക്ക് മുകളിൽ തലയും വച്ച്, തന്റെ യജമാനന്റെ ഓരോ നീക്കവും നിരീക്ഷിച്ചുകൊണ്ട്. യാതൊരു മുന്നറിയിപ്പുമില്ലാതെ, ബർട്ടൺ കയറി ഒരൊറ്റയടി, തോൾ പൊക്കത്തിൽ നിന്ന്, തോൺടൻ ചുറ്റിത്തിരിഞ്ഞുപോയി, ബാറിന്റെ കൈവരിയിൽ പിടി ച്ചതുകൊണ്ടു മാത്രമാണ് അയാൾ നിലത്തുവീഴാതെ രക്ഷപ്പെട്ടത്.

ഇത് കണ്ടുനിന്നവരെല്ലാം പെട്ടെന്ന് ഒരു ശബ്ദം കേട്ടു, അത് ഒരു കുരയോ വിളിയോ അല്ലായിരുന്നു, ഏറ്റവും ഭംഗിയായി പറയാവുന്നത് ഒരു അലർച്ചയെന്നാണ്. പിന്നീട് അവർ കണ്ടത് നിലത്തുകിടന്ന ബക്കിന്റെ ശരീരം ബർട്ടന്റെ കഴുത്ത് ലക്ഷ്യമാക്കി വായുവിലൂടെ കുതി ച്ചുയരുന്നതാണ്. ആ മനുഷ്യൻ അയാളുടെ ജീവൻ രക്ഷിച്ചത് സഹജാവ ബോധംകൊണ്ട് തന്റെ കൈയെടുത്ത് തട്ടിയതുകൊണ്ടാണ്; പക്ഷേ, അയാൾ മലർന്നടിച്ച് തറയിൽ വീണു, ബക്ക് അയാളുടെ പുറത്തും. ബക്ക് അയാളുടെ കൈയിലെ മാംസത്തിൽനിന്ന് തന്റെ പല്ലുകൾ വിടു വിച്ച് വീണ്ടും കഴുത്തിലേക്ക് ഇറക്കി. ഇക്കുറി അത് തടയുന്നതിൽ അയാൾ ഭാഗികമായേ വിജയിച്ചുള്ളൂ, അയാളുടെ പിടലി കീറി മുറിക്ക പ്പെട്ടു. അപ്പോഴേക്കും ആൾക്കാർ എല്ലാം അടുത്തുകൂടി ബക്കിനെ ഓടി ച്ചുവിട്ടു. പക്ഷേ, ഒരു ഡോക്ടർ അയാളുടെ രക്തമൊഴുകുന്ന മുറിവ് പരിശോധിച്ചുകൊണ്ടിരുന്നപ്പോൾ, അവൻ ദേഷ്യത്തിൽ മുരണ്ടുകൊണ്ട്, അങ്ങോട്ടുമിങ്ങോട്ടും നടക്കുകയായിരുന്നു, അകത്തേക്ക് ഓടിക്കയറാൻ തക്കംപാർത്തുകൊണ്ട്. മയമില്ലാത്ത ഗദകളുടെ ഒരു നിരയാണ് അവനെ അതിൽനിന്നും പിന്തിരിപ്പിച്ച് മടക്കി അയച്ചത്. അവിടെവച്ച് അപ്പോൾ തന്നെ വിളിച്ചു ചേർത്ത ഒരു "ഖനനം നടത്തുവരുടെ യോഗം" എത്തി ച്ചേർന്ന തീരുമാനപ്രകാരം, ആ നായയ്ക്ക് മതിയായ പ്രകോപനം ഉണ്ടാ യിരുന്നുവെന്നാണ്, അങ്ങനെ ബക്കിനെ വെറുതെ വിട്ടു. പക്ഷേ, അവൻ അതോടെ പ്രശസ്തി നേടിയിരുന്നു; അന്നുമുതൽ അവന്റെ പേര് അലാസ് കയിലുള്ള ഓരോ ക്യാമ്പിലൂടെയും പ്രചരിച്ചു.

അതുകഴിഞ്ഞ്, ആ വർഷത്തെ ഇലപൊഴിയും കാലത്ത്, ബക്ക് തികച്ചും വ്യത്യസ്തമായ രീതിയിൽ ജോൺ തോൺടന്റെ ജീവിതം രക്ഷിച്ചു. ആ മൂന്ന് പങ്കുകവച്ചടക്കാരും കൂടെ നാല്പത്-മൈൽ-നദി യിലെ കുഞ്ഞൊഴുക്കും ചുഴികളുമുള്ളോരു മോശം ഭാഗത്തുകൂടെ നീളം കൂടി വീതികുറഞ്ഞ ഒരു 'കഴകൾ-കൊണ്ടുപോകുന്ന-ബോട്ട്' വലിച്ചു കൊണ്ടുവരുകയായിരുന്നു. ഹാൻസും പീറ്റും കൂടെ നദിയുടെ കരയി ലൂടെ നീങ്ങുകയായിരുന്നു, കനംകുറഞ്ഞ ഒരു ചണക്കയറുകൊണ്ട് മര ത്തിൽനിന്ന് മരത്തിലേക്ക് മാറിമാറി കെട്ടി ബോട്ടിനെ ഒഴുക്കിനനുസ രിച്ച് വിട്ടുകൊണ്ട്. അതേസമയം തോൺടൻ ബോട്ടിലായിരുന്നു, നദിയി ലൂടെയുള്ള അതിന്റെ ഇറക്കം ഒരു കഴുക്കോൽകൊണ്ട് സഹായിക്കുന്ന തോടൊപ്പം കരയിൽ നില്ക്കുന്നവർക്ക് നിർദ്ദേശങ്ങൾ വിളിച്ചു പറഞ്ഞു കൊടുത്തുകൊണ്ടും. ബക്ക്, കരയിലായിരുന്നെങ്കിലും, ഉൽക്കണ്ഠ യോടും, വിഷമത്തോടുംകൂടി ബോട്ടിന്റെ ഒപ്പത്തിനൊപ്പം നീങ്ങി, ഒരി

ക്കലും തന്റെ യജമാനന്റെമേൽനിന്നും കണ്ണുകൾ എടുക്കാതെ.

ഒരു പ്രത്യേക ഭാഗത്ത്, വളരെ അപകടകരമായവിധത്തിൽ, വെള്ള ത്തിൽ മുങ്ങിക്കിടന്ന പാറയുടെ ഒരു തിട്ട കുറച്ച് മുകളിൽ തെളിഞ്ഞു കാണാമായിരുന്നു. ഹാൻസ് ചണക്കയർ അഴിച്ച് എറിഞ്ഞുവിട്ടു. അപ്പോൾ തോൺടൻ ബോട്ടിനെ നദിയുടെ ഒഴുക്കിലേക്ക് കുത്തിവിട്ടു, ബോട്ട് തീര ത്തോട് അടുത്തുവന്നപ്പോൾ, അയാൾ ആ തിട്ടയിൽ തട്ടാതിരിക്കാനായി കഴുക്കോൽ കൈയിൽ പിടിച്ച് ബോട്ടിനോട് ചേർത്ത് തിക്കിത്തിരിച്ചു. ബോട്ട് തിരിഞ്ഞു എന്നത് ശരിതന്നെ, പക്ഷേ, വെള്ളച്ചാട്ടത്തിലെന്ന പോലെ അതിവേഗത്തിൽ താഴോട്ട് ഒഴുകിയ നദിയിലൂടെ ബോട്ട് പറ ക്കുകയായിരുന്നു. ബോട്ടിന്റെ വേഗം കുറയ്ക്കാൻ ഹാൻസ് ചണക്കയറു പയോഗിച്ചു, പക്ഷേ, അത് വളരെ ധൃതിയിലായിപ്പോയി. തെറിച്ച് മാറിയ ബോട്ട് കരയിൽ ചെന്നിടിച്ച് തലകീഴായി മറിഞ്ഞു, അതിൽനിന്ന് പുറ ത്തേക്ക് എറിയപ്പെട്ട തോൺടൻ, നദിയുടെ ഏറ്റവും അപകടകരമായ ഭാഗത്തേക്ക് ഒഴുക്കിൽപ്പെട്ടുപോയി. അവിടെ ആ വേഗത്തിലുള്ള ചുഴി യിലും ഒഴുക്കിലും ഒരു നീന്തൽക്കാരനും ജീവനോടെ തിരിച്ചുവരാൻ കഴിയുമായിരുന്നില്ല.

ആ നിമിഷം ബക്ക് പുഴയിലേക്ക് എടുത്തുചാടി; മുന്നൂറ് വാര അക ലത്തിലായി, ഭ്രാന്തമായി ചുഴികുത്തിയൊഴുകുന്ന വെള്ളത്തിൽ അവൻ തോൺടനെ സൂക്ഷ്മമമായി പരിശോധിച്ചു. അദ്ദേഹം തന്റെ വാലിൽ പിടിച്ചു എന്ന് മനസ്സിലാക്കിയപ്പോൾ, ബക്ക് കരയെ ലക്ഷ്യമാക്കി തന്റെ സകല ശക്തിയുമുപയോഗിച്ച് നീന്തി. പക്ഷേ, തീരത്തേക്കുള്ള നീക്കം വളരെ സാവധാനത്തിലായിരുന്നു, അതേസമയം താഴോട്ടുള്ള നീക്കം അത്ഭുതപ്പെടുത്തുന്ന വേഗത്തിലും. താഴെനിന്ന് മാരകമായ അലർച്ച കേൾക്കാമായിരുന്നു, അവിടെ വന്യമായ ആ ഒഴുക്ക് കൂടുതൽ വന്യമാ കുകയും, ഒരു ഭീമാകാരനായ ചിപ്പിലെ പല്ലുകൾപോലെ മുകളിലോട്ട് തള്ളിനിന്ന പാറകൾ വെള്ളത്തെ പിച്ചിച്ചീന്തി ചീളുകളും കഷണങ്ങളു മാക്കി വിടുക്കുമായിരുന്നു. അവസാനത്തെ തൂക്കായ ഇറക്കത്തിലേക്കൊ ഴുകിയ വെള്ളത്തിന്റെ വലിവ് അത്രയേറെ ഭയാനകമായിരുന്നതുകൊണ്ട്, തോൺടന് അറിയാമായിരുന്നു കരയിലെത്തുക അസാദ്ധ്യമാണെന്ന്. അയാൾ ഒരു പാറയിലൂടെ ഉരസിയിറങ്ങി, രണ്ടാമത്തേത് കടക്കുമ്പോൾ മുറിവേറ്റ്, മൂന്നാമത്തതിലേക്ക് തകർക്കുന്നതുപോലെ ചെന്ന് ഇടിക്കു കയും ചെയ്തു. അയാൾ ബക്കിന്റെ വാലിലുള്ള പിടിവിട്ട്, വഴുക്കലുള്ള ആ പാറയുടെ മുകൾഭാഗത്ത് രണ്ടു കൈകൊണ്ടും അള്ളിപ്പിടിച്ച്, ഇളകി മറിയുന്ന വെള്ളത്തിന്റെ ആരവത്തിനെ വെല്ലുന്ന ശബ്ദത്തിൽ അലറി: "പൊയ്ക്കോളൂ, ബക്ക്! നീ പൊയ്ക്കോളൂ!"

ബക്കിന് സ്വയം പിടിച്ചുനിൽക്കാൻ കഴിഞ്ഞില്ല, താഴോട്ടുള്ള ഒഴു ക്കിൽ പൊയ്ക്കൊണ്ടെയിരുന്നു, സർവ്വശക്തിയും സംഭരിച്ച് പൊരുതി ക്കൊണ്ട്, പക്ഷേ, വിജയിക്കാനായില്ല. തോൺടൻ തന്റെ ആജ്ഞ ആവർ ത്തിക്കുന്നത് കേട്ട ബക്ക്, ഭാഗികമായി വെള്ളത്തിൽനിന്നും വെളിയി

ലായി, അവന്റെ തല ഉയർത്തിനോക്കി, അവസാനമായി ഒരുനോക്ക് കാണാനെന്നപോലെ, എന്നിട്ട് അനുസരണയോടെ തീരത്തേക്ക് തിരിഞ്ഞുനീന്തി. അവൻ അതിശക്തമായി നീന്തുകയും ഒരിടത്തെത്തിയ പ്പോൾ പീറ്റും ഹാൻസും ചേർന്ന് അവനെ കരയിലേക്ക് വലിച്ചുകയറ്റു കയും ചെയ്തു, അവിടംമുതൽ അങ്ങോട്ട് നീന്തൽ അസാധ്യമായിത്തീ രുകയും നാശം ആരംഭിക്കുകയും ചെയ്തു.

അവർക്കറിയാമായിരുന്നു അത്തരം അതിശക്തമായ ഒഴുക്കിനെ നേരിട്ട് അതുപോലെ വഴുക്കലുള്ള ഒരു പാറയിൽ ഒരു മനുഷ്യന് അള്ളി പ്പിടിച്ചിരിക്കാൻ കഴിയുന്ന സമയം ഏറിയാൽ ഏതാനും മിനിറ്റുകൾ മാത്ര മാണെന്ന്. അതുകൊണ്ട് അവർ കഴിയുന്നത്ര വേഗത്തിൽ ഓടി, തോൺ ടൻ തൂങ്ങിക്കിടന്ന പാറയുടെ മുകൾഭാഗത്തായി നദീ തീരത്തിലെ ഒരു സ്ഥലത്തേക്ക്. അവർ ബോട്ട് വലിച്ചുകൊണ്ടുപോകാൻ ഉപയോഗിച്ചിരുന്ന ചണംകൊണ്ടുള്ള ചരട്, ബക്കിന്റെ കഴുത്തിലും തോളുകളിലുമായി കെട്ടി; അത് അവന്റെമേൽ കുരുങ്ങിപ്പോകുകയോ അവന്റെ നീന്തലിനെ തടസ്സപ്പെടുത്തുകയോ ചെയ്യാതിരിക്കാൻ അവർ പ്രത്യേകം ശ്രദ്ധിച്ചി രുന്നു, എന്നിട്ട് അവർ അവനെ ആ നദിയിലേക്ക് തള്ളിവിട്ടു. അവൻ ധൈര്യപൂർവ്വം നീന്തിത്തുടങ്ങി, പക്ഷേ, അരുവിയിലേക്ക് വേണ്ടത്ര നേരെ അല്ലായിരുന്നു. ആ തെറ്റ് അവൻ കണ്ടുപിടിച്ചപ്പോഴേക്കും വളരെ വൈകി പ്പോയി, അപ്പോൾ തോൺടൻ അവന്റെ മുന്നിൽ ആയിരുന്നു, കഷ്ടിച്ച് ആറേഴ് തുഴപ്പാട് അകലെ; എങ്കിലും നിസ്സഹായനായ അവനെ ഒഴുക്ക് അതിവേഗം മാറ്റിക്കൊണ്ടുപോയി.

ഹാൻസ് കൃത്യസമയത്തുതന്നെ ചരടു പിടിച്ച് വലിച്ചു, ബക്ക് ഒരു ബോട്ട് എന്ന് കരുതിയപോലെ. ആ വെള്ളത്തിന്റെ ഒഴുക്കിന്റെ ശക്തി കൊണ്ട് ചരട് അവന്റെമേൽ മുറുകി, അവനെ വെള്ളത്തിന്റെ ഉപരിതല ത്തിനു താഴേക്ക് വലിച്ചിട്ടു, പിന്നീട് അവൻ നദീതീരത്ത് വന്നു മുട്ടു കയും അവർ രണ്ടുപേരും ചേർന്ന് അവനെ കരയിലേക്ക് വലിച്ചു കയറ്റു ന്നതുവരെ അവൻ ജലനിരപ്പിന് താഴെയായിരുന്നു. പകുതി മുങ്ങിച്ചത്ത നിലയിലായിരുന്നു അവൻ. ഹാൻസും പീറ്റും അവന്റെ മേലേക്ക് വീണു കൊണ്ട്, അവന്റെ ഉള്ളിലേക്ക് ശ്വാസം കയറ്റിവിടുകയും അവന്റെ ഉള്ളിൽ നിന്ന് വെള്ളം പുറത്തേക്ക് ഇറക്കിവിടുകയും ചെയ്തു. അവൻ വെച്ചു വെച്ച് എണീറ്റു നിന്നെങ്കിലും താഴെ വീണുപോയി. അപ്പോഴാണ് തോൺ ടന്റെ സ്വരത്തിന്റെ നേർത്ത ശബ്ദം അവരുടെയടുത്ത് വന്നു ചേർന്നത്. അതിലെ വാക്കുകൾ അവർക്ക് മനസ്സിലാക്കാൻ കഴിഞ്ഞില്ലെങ്കിലും, ഒരു കാര്യം അവർക്ക് അറിവായി, അയാൾ തന്റെ പരവശതയുടെ പാരമ്യ ത്തിലാണെന്ന്. അവന്റെ യജമാനന്റെ ശബ്ദം ബക്കിന്റെമേൽ ഒരു വൈദ്യുതാഘാതംപോലെ പ്രവർത്തിച്ചു. അവൻ ചാടിയെണീറ്റുനിന്നു, പിന്നെ ഇതിനുമുമ്പേ നദിയിലേക്കിറങ്ങിയ അതേ സ്ഥാനത്തേക്ക് ഓടി പ്പോയി, മറ്റ് രണ്ടുപേരുടെയും മുന്നിലായിട്ട്.

വീണ്ടും ആ ചരട് അവന്റെമേൽ ബന്ധിച്ച് അവനെ നദിയിലേക്ക്

ഇറക്കിവിട്ടു, വീണ്ടും അവൻ ചാടി നീന്തി, പക്ഷേ, ഇപ്രാവശ്യം അവൻ നേരെ ഒഴുക്കിലേക്കാണ് ചാടിയത്. ഒരിക്കൽ അവൻ തെറ്റായി കണക്കു കൂട്ടി, പക്ഷേ, വീണ്ടും ഒരിക്കൽക്കൂടി അതേ തെറ്റ് ചെയ്യില്ലെന്ന് അവൻ ഉറപ്പിച്ചിരുന്നു. ഹാൻസ് ചരട് ഇളക്കി വിട്ടുകൊണ്ടിരുന്നു, ഒരു വീഴ്ചയും വരുത്താതെ, അതേസമയം ചരട് കുരുങ്ങിപ്പോകാതിരിക്കാൻ ശ്രദ്ധിച്ചു കൊണ്ട് പീറ്റും നിന്നു. തോണ്ടന്റെ നേരേ മുകളിലായി ഒരു ഋജുരേഖ യിൽ വരത്തക്കവിധമാണ് ബക്ക് നീന്തിക്കൊണ്ടിരുന്നത്; ആ സ്ഥാനത്ത് എത്തിയ ഉടനെ അവൻ തിരിഞ്ഞു, എന്നിട്ട് ഒരു അതിവേഗ തീവണ്ടി യുടെ വേഗത്തിൽ താഴെ തന്റെ യജമാനനെ ലക്ഷ്യമാക്കി നീങ്ങി. അവൻ വരുന്നത് തോണ്ടൻ കണ്ടു, പിന്നെ, അവന്റെ പിന്നിലുള്ള ഒഴുക്കിന്റെ മുഴുവൻ ശക്തിയോടുകൂടി ഒരു പാറപൊട്ടിക്കുന്ന യന്ത്രംപോലെ ബക്ക് അയാളെ വന്ന് തട്ടിയപ്പോൾ, അയാൾ രണ്ട് കൈകളും നീട്ടി അവനെ പിടിച്ച് അവന്റെ രോമംനിറഞ്ഞ കഴുത്തിൽ കൈകൾ ചുറ്റിയിട്ടു. ഹാൻസ് ചരടിന്റെ അറ്റം ഒരു മരത്തിൽ കെട്ടിയിട്ടു, എന്നിട്ട് പിറ്റും ചേർന്ന്, ബക്കി നെയും തോണ്ടനെയും വെള്ളത്തിനടിയിലൂടെ കുലുക്കിവലിക്കാൻ തുടങ്ങി. കെട്ടുപിണഞ്ഞും, ശ്വാസംമുട്ടിയും, ചിലപ്പോൾ ബക്ക് മുകളിലും മറ്റുചിലപ്പോൾ തോണ്ടൻ മുകളിലുമായി, പാറകൾ ഉന്തിനില്ക്കുന്ന നദി യുടെ അടിഭാഗത്തിനുമേൽ വലിഞ്ഞും, കല്ലുകളിലും കമ്പുകളിലും തട്ടിയും മുട്ടിയും ഒരുകണക്കിന് അവർ തീരത്ത് എത്തിപ്പെട്ടു.

വെള്ളത്തിൽ കമിഴ്ന്നു കിടക്കുകയായിരുന്ന തോണ്ടനെ ഒരു പൊങ്ങുതടിയിൽ കിടത്തി ശക്തിയായി മുമ്പോട്ടും പിമ്പോട്ടും തള്ളുന്ന വെള്ളത്തിലൂടെ ഹാൻസും പീറ്റും കൂടി വലിച്ചുകൊണ്ടു വരുകയായി രുന്നു. അയാൾ ആദ്യം നോക്കിയത് ബക്കിന്റെ നേർക്കായിരുന്നു; അവന്റെ ചലനമറ്റ ജീവനില്ലെന്ന് തോന്നിക്കുന്ന ശരീരം കണ്ട് നിഗ് ഓരിയിടാൻ ആരംഭിച്ചപ്പോൾ സ്കീറ്റ് അവന്റെ നനഞ്ഞ ശരീരത്തിലും അടഞ്ഞ കണ്ണു കളിലും നക്കി തുടയ്ക്കുകയായിരുന്നു. തോണ്ടൻ ശരീരത്തിൽ നല്ല ചതവും മുറിവുകളും ഉണ്ടായിരുന്നു; എങ്കിലും ബക്ക് അപകടനില കടന്ന പ്പോൾ, അയാൾ അവന്റെ ദേഹം നല്ലപോലെ പരിശോധിക്കുകയും, മൂന്ന് വാരിയെല്ലുകൾ ഒടിഞ്ഞിട്ടുണ്ടെന്ന് കണ്ടെത്തുകയും ചെയ്തു.

"അതോടുകൂടി എല്ലാം നിന്നല്ലോ" തോണ്ടൻ പറഞ്ഞു.

"നമുക്ക് ഇവിടെത്തന്നെ ക്യാമ്പ് ചെയ്യാം." അവർ അവിടെത്തന്നെ ക്യാമ്പടിച്ചു, ബക്കിന്റെ ഒടിഞ്ഞ വാരിയെല്ലുകൾ മുറികൂടുന്നതുവരേക്കും അവന് യാത്ര ചെയ്യാൻ കഴിയുന്നതുവരേക്കും.

ആ ശിശിരകാലത്ത്, ഡോസനിൽവച്ച്, ബക്ക് മറ്റൊരു സാഹസം കൂടി പ്രവർത്തിച്ചു, ഒരുപക്ഷേ, ഇത്രയേറെ ധീരതയേറിയതായിരിക്കില്ല, പക്ഷേ, അത് അവന്റെ പേര് അലാസ്കൻ ബഹുമതിയുടെ അടയാള ചിഹ്നത്തിൽ നിരവധിഭാഗം ഉയരെയായി കുറിക്കാൻ ഇടയാക്കി. ഈ സാഹസം ആ മൂന്നുപേരെ സംബന്ധിച്ചിടത്തോളം പ്രത്യേകിച്ച് സംതൃ പ്തി നല്കുന്നതായിരുന്നു, കാരണം, അത് കൊണ്ടുവന്ന സമ്മാനപ്പണം

അവർക്ക് വളരെ ആവശ്യമായിരുന്നു; അതുപയോഗിച്ച് അവർക്ക് ഖനനം നടത്തുന്നവർ അപ്പോഴും കടന്നുചെന്നിട്ടില്ലായിരുന്ന കിഴക്കൻ പ്രദേശത്തെ കന്നിമണ്ണിലേക്ക്, അവർ ദീർഘകാലമായി കൊതിച്ചിരുന്ന ഒരു യാത്ര നടത്താനും സാധിച്ചു. 'എൽ ഡൊറാഡോ സലൂണിൽ' വച്ച് നടന്ന ഒരു സംഭാഷണത്തിലൂടെയാണ് സംഭവത്തിന്റെ തുടക്കം കുറിച്ച ത്. ആ സംഭാഷണവേളയിൽ മനുഷ്യർ അവരുടെ പ്രിയപ്പെട്ട നായ്ക്ക ളെക്കുറിച്ച് അഹംഭാവത്തോടെ പുകഴ്ത്തി പറഞ്ഞു. അവൻ സൃഷ്ടിച്ച റെക്കോർഡുകൾ കാരണം, ബക്ക് ആയിരുന്നു അവരുടെ ലക്ഷ്യം, അതു കൊണ്ടുതന്നെ തോൺടൻ അവനെ ശക്തിയായി പ്രതിരോധിക്കേണ്ട തായും വന്നു. അങ്ങനെ അരമണിക്കൂർ നേരത്തെ സംഭാഷണ ങ്ങൾക്കുശേഷം ഒരുത്തൻ പറഞ്ഞു, അവന്റെ നായയ്ക്ക് അഞ്ഞൂറ് പൗണ്ട് ഭാരം കയറ്റിയ ഒരു ഹിമശകടം ഒറ്റയ്ക്ക് നീക്കാനും വലിച്ചു കൊണ്ടുപോകാനും കഴിയുമെന്ന്. അപ്പോൾ മറ്റൊരുത്തൻ കേറി പറ ഞ്ഞു, അവന്റെ നായയ്ക്ക് അറുനൂറ് പൗണ്ട് വലിക്കാൻ കഴിയുമെന്ന്, മൂന്നാമതൊരുത്തൻ, തന്റെ നായയ്ക്ക് എഴുനൂറ് പൗണ്ട് വലിക്കാൻ കഴി യുമെന്നും.

"ഹോ! ഹോ! അത്രേയുള്ളോ" തോൺടൻ പറഞ്ഞു.

"ബക്കിന് ആയിരം പൗണ്ട് വലിക്കാൻ കഴിയും."

"തനിച്ച് തുടങ്ങാനും കഴിയുമോ? പിന്നെ അതും വലിച്ചുകൊണ്ട് നൂറുവാര നടക്കാനും?" മാത്യൂസൺ ആണ് ആ വെല്ലുവിളി ഉയർത്തി യത്, അയാളൊരു ഭാഗ്യശാലിയായിരുന്നു, എഴുനൂറ് പൗണ്ട് വലിക്കു മെന്നു പറഞ്ഞ നായയുടെ ഉടമയും.

"പിന്നല്ലാതെ, തനിയെ തുടങ്ങുകയും ചെയ്യും, അതുംകൊണ്ട് നൂറു വാര നടക്കുകയും ചെയ്യും." ജോൺ തോൺടൻ വളരെ ലാഘവത്തോടെ പറഞ്ഞു.

"അത് കൊള്ളാം" എല്ലാവരും കേൾക്കാൻ വേണ്ടി മാത്യൂസൺ മനഃപൂർവ്വം വളരെ ഉച്ചത്തിലും, നിറുത്തി നിറുത്തിയുമാണ് പറഞ്ഞത്, "ഞാൻ പറയുന്നു, അവന് അത് സാധിക്കില്ലെന്ന്, ഞാൻ ആയിരം ഡോളർ പന്തയം വയ്ക്കുന്നു." ഇത്രയും പറഞ്ഞ് അയാൾ ഒരു വലിയ സോസേജിന്റെ വലിപ്പമുള്ള, സ്വർണ്ണത്തരി നിറച്ച സഞ്ചി, ബാറിന്റെ കൗണ്ടറിന്മേൽ വച്ചു.

ആരും ഒന്നും പറഞ്ഞില്ല. തോൺടന്റെ വെടിപറച്ചിൽ, അതൊരു വെടിപറച്ചിൽ ആയിരുന്നെങ്കിൽ, വെല്ലുവിളിക്കപ്പെട്ടിരിക്കുന്നു. അയാളുടെ മുഖത്തുകൂടെ ചുടുചോര ഇഴഞ്ഞുകയറുന്നതുപോലെ തോന്നി. അയാ ളുടെ നാവ് അയാളെ കബളിപ്പിച്ചിരിക്കുന്നു. അയാൾക്കറിയില്ലായിരുന്നു ബക്കിന് ഒരായിരം പൗണ്ട് വലിച്ചു നീക്കാൻ കഴിയുമോയെന്ന്. അര ടൺ ഭാരമാണ്! അതിന്റെ വലിപ്പം അയാളെ ക്ലേശിപ്പിച്ചു. ബക്കിന്റെ ശക്തിയിൽ അയാൾക്ക് വലിയ വിശ്വാസമുണ്ടായിരുന്നു, പലപ്പോഴും അയാൾ വിചാരിച്ചിട്ടുണ്ട് അവൻ അത്രയും ഭാരം വലിക്കാൻ കഴിയു

മെന്നും; പക്ഷേ, മുമ്പ് ഒരിക്കലും, ഇപ്പോഴത്തെപ്പോലെ, അതിന്റെ സാദ്ധ്യതയെ അയാൾ അഭിമുഖീകരിച്ചിട്ടില്ല, ഒരു ഡസൻ ആൾക്കാരുടെ കണ്ണുകൾ അയാളുടെമേൽ തറച്ചിരിക്കുകയാണ്, നിശ്ശബ്ദരായി അവർ കാത്തുനില്ക്കുന്നു. അതും പോരാഞ്ഞ്, അയാളുടെ കൈയിൽ ആയിരം ഡോളർ എടുക്കാനുണ്ടായിരുന്നില്ല; ഹാൻസിന്റെയും പീറ്റിന്റെയും കൈയിലും ഇല്ലായിരുന്നു.

"എന്റെ ഒരു ഹിമശകടം ഇപ്പോൾ വെളിയിൽ കാത്തുനില്ക്കുക യാണ്, അതിൽ ഇരുപത്തിയഞ്ച് പൗണ്ട് ഗോതമ്പുമാവിന്റെ ചാക്കുകളു മുണ്ട്" മാത്യൂസൺ പ്രാകൃതമായ കാടത്തത്തോടെ വെട്ടിത്തുറന്ന് പറഞ്ഞു, "അതുകൊണ്ട് താൻ വച്ച് താമസിപ്പിക്കേണ്ട."

തോണ്ടൻ മറുപടിയൊന്നും പറഞ്ഞില്ല. എന്ത് പറയണമെന്ന് അയാൾക്കറിയില്ലായിരുന്നു. അയാൾ ആൾക്കാരുടെ മുഖത്തുനിന്ന് മുഖ ത്തേക്ക് മാറി മാറി നോക്കി, ചിന്താശക്തി നഷ്ടപ്പെട്ട ഒരു മനുഷ്യന്റെ നിസ്സംഗഭാവത്തിൽ, വീണ്ടും അത് തുടങ്ങാനുള്ള കാര്യത്തിനുവേണ്ടി എവിടെയോ അന്വേഷിക്കുന്നതുപോലെ. അപ്പോഴാണ് ജിം ഓബ്രിയന്റെ മുഖം അയാളുടെ കണ്ണിൽപ്പെട്ടത്, രാജകീയപ്രൗഢി ഉണ്ടായിരുന്ന അയാൾ തന്റെ ഒരു പഴയ ചങ്ങാതിയാണ്. അത് തോണ്ടന് ഒരു സൂചന യായിരുന്നു, താൻ സ്വപ്നത്തിൽപോലും ചെയ്യുമെന്ന് കരുതാത്ത ഒരു കാര്യം ചെയ്യാനുള്ള ആശ ഉണർത്തിയ സൂചന.

"താങ്കൾക്ക് ഒരായിരം ഡോളർ എനിക്ക് തരാൻ കഴിയുമോ?" അയാൾ ചോദിച്ചു, ഒട്ടൊരു കുശുകുശുക്കൽ പോലെ.

"തീർച്ചയായും" ഓബ്രിയൻ മറുപടി പറഞ്ഞു, എന്നിട്ട് വീർത്തൊരു സഞ്ചിയെടുത്ത് മാത്യൂസണിന്റെ സഞ്ചിക്ക് സമീപം ശബ്ദം കേൾപ്പിച്ചു കൊണ്ട് വച്ചിട്ട്, തോണ്ടന്റെ നേർക്ക് തിരിഞ്ഞു പറഞ്ഞു, "എനിക്ക് ഇക്കാര്യത്തിൽ ലേശം പോലും വിശ്വാസമുണ്ടായിട്ടല്ല, ജോൺ, അതാ യത് ആ മൃഗത്തിന് ആ സൂത്രം ചെയ്യാൻ കഴിയുമെന്ന്."

എൽഡൊറാഡോയിലെ എല്ലാ ഇടപാടുകാരും ഈ മത്സരം കാണാ നായി തെരുവിലേക്ക് ഇറങ്ങി. എല്ലാ മേശകളും കാലിയായിരുന്നു, ഇട പാടുകാരും പിന്നെ വിനോദമത്സരം നടത്തുന്നവരും ഒന്നാകെ ഈ പന്തയമത്സരത്തിന്റെ ഫലം അറിയാനും കാണാനുമായി പുറത്തുവന്നി രുന്നു, അതോടൊപ്പം ചെറിയ വാതുവയ്പ്പിനും. നൂറുകണക്കിന് പുരുഷ ന്മാർ, കമ്പിളിക്കുപ്പായമിട്ടവരും കൈയുറകൾ ധരിച്ചവരുമൊക്കെ ആ ഹിമശകടത്തിന് ചുറ്റിലുമായി കാണാൻ പറ്റുന്ന അകലത്തിൽ തടിച്ചു കൂടി. മാത്യൂസൺസിന്റെ ഹിമശകടം, ആയിരം പൗണ്ട് ധാന്യമാവും കയറ്റിവച്ച്, രണ്ട് മണിക്കൂറായി കാത്തുനില്ക്കുകയാണ്. ആ കൊടും തണുപ്പിൽ (പൂജ്യത്തിനുതാഴെ അറുപതു ഡിഗ്രിയായിരുന്നു അപ്പോൾ) ശകടത്തിന്റെ അടിവശത്തെ ഓടിക്കാനുള്ള പാളങ്ങൾ കട്ടിപിടിച്ച മഞ്ഞിൽ ഉറഞ്ഞ് കിടക്കുകയായിരുന്നു. അവിടെ കൂടിയവരിൽ മൂന്നിൽ രണ്ടുഭാഗവും പറഞ്ഞ സാദ്ധ്യത, ബക്കിന് ആ ശകടം നീക്കാൻ ആവില്ല

എന്നായിരുന്നു. അതിനിടെ "ശകടം നീക്കുക" എന്ന പദപ്രയോഗത്തിന്റെ കാര്യത്തിൽ ഒരു വക്രോക്തിവാദം പൊന്തിവന്നു. ഓബ്രിയന്റെ വാദം തോൺടന്റെ അവകാശമാണ് മഞ്ഞിലക്കി ശകടത്തിന്റെ അടിയിലെ പാള ങ്ങൾ തെളിക്കുകയെന്നത്, പിന്നീട് ബക്ക് ആ നിശ്ചലതയിൽനിന്നും വലിച്ചുകൊണ്ടുപോകണം. മാത്യൂസൺ ശഠിച്ചത് മഞ്ഞിന്റെ മരവിപ്പിച്ച ആ പിടിത്തത്തിൽനിന്ന് പാളങ്ങൾ ഇളക്കി വിടുവിക്കുന്ന ജോലികൂടി "ശകടം നീക്കുക" എന്ന പദപ്രയോഗത്തിൽ ഉൾപ്പെട്ടിരുന്നുവെന്നാണ്. ആ പന്തയം ഉറപ്പിക്കുന്നതിന് സാക്ഷിയായിരുന്നവരിൽ ഭൂരിപക്ഷവും മാത്യൂസൺസിന് അനുകൂലമായാണ് തീരുമാനിച്ചത്, അതോടെ ബക്കി നെതിരായി മൂന്നും അനുകൂലമായി ഒന്നും എന്ന നിലയിൽ സാദ്ധ്യതകൾ മാറി.

ആരും അയാളുടെ കൂടെയുണ്ടായിരുന്നില്ല. ബക്കിന് ആ ദൗത്യം നിറവേറ്റാനാകുമെന്ന് ഒരു മനുഷ്യൻപോലും വിശ്വസിച്ചില്ല. തോൺടൻ വളരെ ധൃതിപിടിച്ചാണ് ആ വാതുവയ്പിൽ ചെന്ന് ചാടിക്കൊടുത്തത്, സംശയത്തിന്റെ ഭാരവും വഹിച്ചുകൊണ്ട്. ഇപ്പോൾ അയാൾ ആ ഹിമ ശകടത്തെത്തന്നെ നോക്കി സമൂർത്തമായ വസ്തുത, അപ്പോഴാണ് അയാൾ കണ്ടത്. അത് പതിവായി വലിക്കുന്ന പത്ത് നായ്ക്കളും അതിന്റെ മുന്നിൽ മഞ്ഞിൽ ചുരുണ്ടുകൂടി കിടക്കുകയാണ്. അതോടെ ആ കൃത്യം പൂർവ്വാധികം അസാദ്ധ്യമായി തോന്നിച്ചു. മാത്യൂസൺ ആഹ്ലാദത്തോടെ വിരാജിച്ചു.

"മൂന്നിന് എതിരെ ഒന്ന്!" അയാൾ പ്രഖ്യാപിച്ചു.

"ഞാൻ ഇനിയൊരു ആയിരംകൂടി ഇറക്കാം, ആ സംഖ്യ കണക്കി ലെടുത്ത്. തോൺടൻ, താൻ, എന്ത് പറയുന്നു?"

തോൺടന്റെ സംശയം അയാളുടെ മുഖത്ത് ശക്തമായി തെളിഞ്ഞി രുന്നു, പക്ഷേ, അയാളുടെ സമരോത്സുകമായ ആവേശം ഉത്തേജിപ്പി ക്കപ്പെട്ടിരുന്നു — ആ സമരാവേശം പ്രതിബന്ധങ്ങൾക്ക് മേലേ പറന്നു യരും, അസാദ്ധ്യമായവയെ തിരിച്ചറിയുന്നതിൽ പരാജയപ്പെടും, അത് യുദ്ധത്തിന്റെ ബഹളമൊഴിച്ച് മറ്റ് യാതൊന്നും കേൾക്കുകയുമില്ല. അയാൾ ഹാൻസിനെയും പീറ്റിനെയും തന്റെയടുക്കലേക്ക് വിളിച്ചു. അവ രുടെ സഞ്ചികൾ ശോഷിച്ചവയായിരുന്നു, അതും അയാളുടെ സ്വന്തവും കൂടിച്ചേർത്തിട്ടും ആ മൂന്ന് പങ്കാളികൾക്കുംകൂടി ഉണ്ടാക്കാൻ കഴിഞ്ഞത് ഇരുന്നൂറ് ഡോളർ മാത്രമായിരുന്നു. അവരുടെ നല്ല കാലത്തിന്റെ വേലി യിറക്കത്തിൽ, ഈ തുകയായിരുന്നു അവരുടെ ആകെ മുലധനം; എന്നിട്ടും യാതൊരു മടിയുമില്ലാതെ അവർ അത് മാത്യൂസണിന്റെ അറു നൂറ് ഡോളറിന് എതിരെ പന്തയംവച്ചു.

പത്ത് നായ്ക്കളുടെ ആ ടീമിനെ അഴിച്ചുവിട്ടിരുന്നു, എന്നിട്ട് ബക്കിനെ, അവന്റെ സ്വന്തം ചമയങ്ങളോടെ, ആ ശകടത്തിൽ ചേർത്തു കെട്ടി. അവിടത്തെ ഉദ്ദേഗം അവനിലേക്കും പടർന്നുപിടിച്ചിരുന്നു, അപ്പോൾ അവനു തോന്നി, ഏതെങ്കിലും വിധത്തിൽ ജോൺ

തോൻഡനുവേണ്ടി ഒരു മഹാകാര്യം ചെയ്യണമെന്ന്. അവനെ കണ്ടപ്പോൾ ഉണ്ടായ ഗാംഭീര്യത്തിന്റെ പുകഴ്ത്തൽ ജനത്തിന്റെ അടക്കം പറച്ചിലായി ഉയർന്നുപൊങ്ങി. അവൻ പരിപൂർണ്ണമായ അവസ്ഥയിലായിരുന്നു, അനാവശ്യമായ ഒരൗൺസ് മാംസംപോലും ദേഹത്തില്ല, അവന്റെ തൂക്കമായ നൂറ്റിയമ്പത് പൗണ്ടും അത്രതന്നെ പൗണ്ട് മനക്കരുത്തും ധാതുബലവുമായിരുന്നു. അവന്റെ രോമക്കുപ്പായം പട്ടിന്റെ തിളക്കംപോലെ വെട്ടിത്തിളങ്ങി. കഴുത്തിനു താഴേക്കും ചുമലുകൾക്ക് കുറുകെയുമായി, അവന്റെ കുഞ്ചിരോമം, സാധാരണപോലെ പതിഞ്ഞുകിടന്നു, പകുതി എണീറ്റ് നില്ക്കുന്നതും ഓരോ ചലനവുമനുസരിച്ച് ഉയരുന്നതും; അത് കണ്ടാൽ തോന്നും അധികബലം ഓരോ പ്രത്യേക രോമത്തെയും സജീവവും പ്രവർത്തനക്ഷമവുമാക്കിയെന്ന്. അവന്റെ വലിയ നെഞ്ചും കനമുള്ള മുൻകാലുകളും മറ്റ് ഭാഗങ്ങളെപ്പോലെ തന്നെ ശരീരവുമായി കൃത്യമായ അനുപാതത്തിലും യോജിപ്പിലുമായിരുന്നു. തൊലിയുടെ അടിയിലായി മാംസപേശികൾ ബലമുള്ള ചുരുളുകളായി ത്രസിച്ചു നിന്നു. അവയൊക്കെ കണ്ട ആൾക്കാർക്ക് തോന്നി ആ പേശികൾ ഉരുക്കുപോലെ കട്ടിയുള്ളതാണെന്ന്, അതോടെ ബക്കിനെതിരായ ഘടകങ്ങൾ രണ്ടിന് ഒന്ന് എന്ന നിലയിലേക്ക് താണു.

"ദൈവമേ, സർ! ദൈവമേ, സർ!" ഒരു പുതുപ്പണക്കാരൻ, 'സ്കൂക്കം ബെഞ്ചസിലെ' ഒരു കൊച്ചുരാജാവ്, തോൻഡനോട് വിക്കിവിക്കി പറഞ്ഞു, "ഞാൻ ഇവന് ഒരു എണ്ണൂറ് ഡോളർ തരാം, സർ, ഈ മത്സരത്തിന് മുമ്പ്, സർ; എണ്ണൂറ് ഡോളർ അവൻ ഇപ്പോൾ നില്ക്കുന്ന നിലയ്ക്ക്."

തോൻഡൻ നിഷേധാത്മകമായി തലകുലുക്കിക്കൊണ്ട് ബക്കിന്റെ ഒരുവശത്തേക്ക് അടുത്തുനിന്നു.

"നിങ്ങൾ അവന്റെയടുത്തുനിന്ന് മാറിനില്ക്കണം" മാത്യൂസൺ പ്രതിഷേധിച്ചു, "അവനെ സ്വതന്ത്രനായി വിടണം, ധാരാളം സ്ഥലവും നല്കണം."

ആൾക്കൂട്ടം നിശ്ശബ്ദരായി. വാതുവയ്പ്പുകാർ വിഫലമായി രണ്ടിനെതിരെ ഒന്ന് എന്ന നിലയിൽ ചുമ്മാ പറയുന്നത് മാത്രമേ കേൾക്കാനുണ്ടായിരുന്നുള്ളു. എല്ലാവരും ബക്കൊരു ഗംഭീര മൃഗമാണെന്നത് അംഗീകരിച്ചു. പക്ഷേ, അമ്പത് പൗണ്ട് മാവ് നിറച്ച ഇരുപത് ചാക്കുകൾ അവരുടെ കണ്ണുകളിൽ വളരെ വലിപ്പമേറിയതായി തോന്നിയതുകൊണ്ട്, മടിശ്ശീലയുടെ ചരടുകൾ അഴിക്കാൻ അവർ മടിച്ചു.

തോൻഡൻ ബക്കിന്റെ സമീപം മുട്ടുകുത്തിനിന്നു. എന്നിട്ട് അയാളുടെ രണ്ടുകൈകളിലുമായി ബക്കിന്റെ തല വാത്സല്യപൂർവ്വം എടുത്ത് അയാളുടെ കവിൾ അവന്റേതിനോട് ചേർത്തുവച്ചു. സാധാരണ ചെയ്യാറുള്ളതുപോലെ അയാൾ അവനെ കളിപ്പിക്കുന്നരീതിയിൽ കുലുക്കുകയോ, അല്ലെങ്കിൽ സ്നേഹപൂർവ്വം ശാപവാക്കുകൾ പറയുകയോ ചെയ്തില്ല. പക്ഷേ, അയാൾ അവന്റെ ചെവിയിൽ മന്ത്രിച്ചു. "നീ എന്നെ സ്നേഹിക്കുന്നതുകൊണ്ട്, ബക്ക്. നീ എന്നെ സ്നേഹിക്കുന്നതുകൊണ്ട്."

എന്നാണ് അയാൾ മന്ത്രിച്ചത്. അടക്കിപ്പിടിച്ച ആകാംക്ഷയോടെ ബക്ക് മുരണ്ടു.

ആൾക്കൂട്ടം കൗതുകത്തോടെയാണ് വീക്ഷിച്ചുകൊണ്ടിരുന്നത്. സംഭവം കൂടുതൽ ദുരൂഹമായി വളരുകയായിരുന്നു. അതൊരു ആവാ ഹനപ്രക്രിയപോലെ തോന്നിച്ചു. തോൺടൻ എണീക്കാൻ തുടങ്ങിയ പ്പോൾ, കൈയുറയിട്ട അയാളുടെ കൈ ബക്ക് തന്റെ താടികൾക്കെ ത്താക്കി, പല്ലുകൾകൊണ്ട് മെല്ലെ അമർത്തിയശേഷം, സാവധാനം വിട്ടു കൊടുത്തു, പകുതി മടിയോടെ. അത് അവന്റെ മറുപടി ആയിരുന്നു, ഒരു രീതിയിൽ, സംഭാഷണത്തിലൂടെയല്ല, മറിച്ച് സ്നേഹംകൊണ്ട്. തോൺടൻ നല്ലപോലെ പുറകോട്ടുമാറി നിന്നു.

"ബക്ക്, ഇനി നീ തുടങ്ങിക്കോ." അയാൾ പറഞ്ഞു.

ബക്ക് അവന്റെ തോൽവാറുകൾ വലിച്ചുമുറുക്കി, എന്നിട്ട് ഒന്നു കുലുങ്ങിയശേഷം ഏതാനും ഇഞ്ചുകൾ അയച്ചുവിട്ടു. അവൻ അങ്ങനെ യാണ് പഠിച്ചിരുന്നത്.

"ഗീ!" വലിഞ്ഞുമുറുകിയ നിശ്ശബ്ദതയിൽ തോൺടന്റെ ശബ്ദം മുഴങ്ങി.

ബക്ക് വലതുവശത്തേക്ക് ഒന്ന് ആഞ്ഞു, എന്നിട്ട് ആ നീക്കം ഒരു ചാട്ടംകൊണ്ട് പിടിച്ചുനിറുത്തിയപ്പോൾ അയഞ്ഞുപോയ തോൽവാറുകൾ മുറുകി, ഉടൻതന്നെ അവൻ ഒറ്റത്തള്ളൽകൊണ്ട് തന്റെ നൂറ്റിയമ്പത് പൗണ്ട് ഭാരവും മുന്നോട്ടെടുത്തു. ഹിമശകടത്തിലെ ഭാരം ഒന്ന് വിറച്ചു, അപ്പോൾ ശകടത്തിന്റെ അടിവശത്തെ പാത്തിയിൽനിന്നും ഒരു കിറുകി രാശബ്ദം ഉയർന്നു.

"ഹോ!" തോൺടൻ ആജ്ഞാപിച്ചു.

ബക്ക് ആ പ്രവൃത്തി ഒന്നുകൂടി ആവർത്തിച്ചു, ഇക്കുറി ഇടതുവശ ത്തേക്ക്. ആ കിറുകിറാ ശബ്ദം ഒരു നുറുക്കുന്ന ശബ്ദമായി മാറി, ശകടം തിരികുറ്റിയിന്മേലെന്നപോലെ ചലിച്ചപ്പോൾ അടിവശത്തെ പാത്തികൾ തെന്നി നീങ്ങി ഒരുവശത്തേക്ക് മഞ്ഞ് അരച്ചുകൊണ്ട് ഏതാനും ഇഞ്ചു കളോളം നീങ്ങി. ആ ശകടം മഞ്ഞ് പൊട്ടിച്ച് പുറത്തേക്ക് വന്നിരുന്നു. ആൾക്കാർ ശ്വാസമടക്കിപ്പിടിച്ച് നില്ക്കുകയായിരുന്നു. എന്താണ് സംഭവി ക്കുന്നതെന്ന വസ്തുതയെക്കുറിച്ച് തീവ്രമായ അബോധത്തോടെ.

"ഇനി, മുന്നോട്ട്!"

കൈത്തോക്കിൽനിന്നുള്ള വെടിപൊട്ടിക്കൽപോലെയായിരുന്നു തോൺടന്റെ ആജ്ഞ. ബക്ക് മുന്നോട്ട് ആഞ്ഞു, തോൽവാറുകൾ മുറുക്കി ഒരു വെട്ടുപോലെ ഒറ്റക്കുതിപ്പ്. അത്യന്തം ആയാസകരമായ ഈ അഭ്യാ സത്തിൽ അവന്റെ ശരീരം മുഴുവനായി അങ്ങേയറ്റം ഒതുക്കത്തോടെ ചേർത്ത് പിടിച്ചിരുന്നു, പേശികളെല്ലാം പട്ടുപോലുള്ള രോമത്തിനുതാഴെ ജീവനുള്ള സാധനങ്ങൾപോലെ നുഴയുകയും കെട്ടുപിണയുകയും ചെയ്തു. വിശാലമായ അവന്റെ നെഞ്ച് നിലത്തോട് ചേർന്ന് താഴ്ന്നു

നിന്നു, അവന്റെ ശിരസ്സ് മുന്നോട്ടാഞ്ഞ് കുനിഞ്ഞ്, അതേസമയം അവന്റെ കാലുകൾ ഭ്രാന്തിളകിയപോലെ പറക്കുകയായിരുന്നു, കാൽനഖങ്ങൾ കട്ടിയായിക്കിടന്ന, മഞ്ഞിൽ സമാന്തര ചാലുകൾ കോറിയിട്ടു. ആ ഹിമ ശകടം ആടുകയും ഉലയുകയും ചെയ്തുകൊണ്ട് മുന്നോട്ട് പകുതി നീങ്ങി. അവന്റെ ഒരു കാല് തെന്നിപ്പോയി, അപ്പോൾ കാഴ്ചക്കാരിൽ ഒരുവൻ ഉറക്കെ ഞരങ്ങി. അപ്പോൾ ആ ശകടം മുന്നോട്ട് നീങ്ങിയത് കണ്ടാൽ തോന്നും അത് തെറിച്ച് തെറിച്ച് പോകലിന്റെ ഒരു തുടർച്ചയാണെന്ന്. ആ നീക്കം വീണ്ടും ഒരിക്കലും ശരിക്കൊരു നിറുത്തലിൽ എത്തിയില്ലെ ങ്കിലും, അര ഇഞ്ച്.... ഒരിഞ്ച്.... രണ്ടിഞ്ച്.... അങ്ങനെ തെറിച്ചുള്ള ആ നീക്കം കാണത്തന്നെ കുറഞ്ഞുവന്നു; ആ ഹിമശകടത്തിന് ആക്കം കൂട്ടി ത്തുടങ്ങിയപ്പോൾ, അവൻ അത് ഫലപ്രദമായി ഉപയോഗിച്ച്, പിന്നീട് അത് നിറുത്താതെ മുന്നോട്ടു നീങ്ങി.

ആൾക്കാർ ദീർഘനിശ്വാസം വിട്ടശേഷം വീണ്ടും ശ്വാസോച്ഛ്വാസം തുടങ്ങി, അവർ ശ്വാസം വിട്ടിട്ടില്ലായിരുന്നു എന്ന കാര്യം അവർക്ക് അറി യില്ലായിരുന്നു. തോണ്ടൻ പിന്നാലെ ഓടുകയായിരുന്നു, ചെറിയ, ഉത്സാഹം നല്കുന്ന വാക്കുകൾകൊണ്ട് ബക്കിനെ പ്രോത്സാഹിപ്പിച്ചു കൊണ്ട്. ദൂരം നേരത്തെ അടയാളപ്പെടുത്തിയിരുന്നു, ഒരു കൂന വിറക് ആയിരുന്നു നൂറുവാര ദൂരത്തിന്റെ അവസാനമായി രേഖപ്പെടുത്തിയിരു ന്നത്. അവൻ ആ വിറകുകൂനയുടെ അടുത്തേക്ക് എത്തുംതോറും ആൾ ക്കാരുടെ ആരവം വർദ്ധിച്ചു വർദ്ധിച്ചുവന്നു. ഒടുവിൽ അവൻ ആ കൂന കടന്നപ്പോൾ ആരവം വലിയൊരു അലർച്ചയായി പൊട്ടിപ്പുറപ്പെട്ടു. നിറു ത്താനുള്ള ആജ്ഞ കിട്ടിയപ്പോൾ അവൻ നിറുത്തി. ഓരോ മനുഷ്യനും സ്വയം എല്ലാംമറന്ന് തുള്ളിച്ചാടുകയായിരുന്നു, മാത്യൂസൺപോലും. തൊപ്പികളും കൈയുറകളും വായുവിൽ പറന്നുനടന്നു. ആൾക്കാർ കൈപിടിച്ച് കുലുക്കിക്കൊണ്ടിരുന്നു, ആരുമായിട്ടെന്നത് ഒരു വിഷയമല്ലാ യിരുന്നു, അവർ മൊത്തത്തിലുള്ള ഒരു സന്തോഷലഹരിയിൽ പൊതു വായ ഒരു ചേർച്ചയില്ലാത്ത ബഹളത്തിലായിരുന്നു.

പക്ഷേ, തോണ്ടൻ ബക്കിന്റെ സമീപം മുട്ടിന്മേൽ വീണു. തല തലയോട് ചേർത്തു പിടിച്ചു, അയാൾ അവനെ മുമ്പോട്ടും പിമ്പോട്ടും കുലുക്കിക്കൊണ്ടിരുന്നു. ഓടിക്കൂടിയ ജനം കേട്ടത് അയാൾ ബക്കിനെ ശപിക്കുന്നതാണ്, അയാൾ അവനെ ശക്തിയായും നീട്ടിയും ശപിച്ചു, പിന്നെ മൃദുവായും സ്നേഹപൂർണ്ണമായും.

"ദൈവമേ, സർ! ദൈവമേ സർ!" ആ 'സ്കൂക്കം ബെഞ്ച് രാജാവ്' വിക്കിവിക്കി പറഞ്ഞു, "ഞാൻ അവന് ഒരായിരം ഡോളർ തരാം, സർ, ഒരു ആയിരം, സർ, അല്ലെങ്കിൽ ഒരായിരത്തി ഇരുനൂറ്, സർ."

തോണ്ടൻ സ്വന്തം കാലിൽ എണീറ്റുനിന്നു. അയാളുടെ കണ്ണുകൾ നനഞ്ഞിരുന്നു. അയാളുടെ കവിളുകളിലൂടെ കണ്ണുനീർ നിർബ്ബാധം താഴോട്ട് ഒഴുകി. "സർ" അയാൾ ആ 'സ്കൂക്കം ബെഞ്ച് രാജാവി'നോട് പറഞ്ഞു, "ഇല്ല, സർ. താൻ നരകത്തിലേക്ക് പൊയ്ക്കൊള്ളൂ. എനിക്ക്

താങ്കൾക്കുവേണ്ടി ചെയ്യാൻ കഴിയുന്ന ഏറ്റവും നല്ല കാര്യം അതാണ്, സർ.”

ബക്ക് തോൺടൻെറ കൈ അവൻെറ പല്ലുകൾക്കിടയിൽ പിടിച്ചു. തോൺടൻ അവനെ മുമ്പോട്ടും പിമ്പോട്ടും കുലുക്കിയാട്ടി. ഒരു പൊതു വികാരത്താൽ ഉത്തേജിക്കപ്പെട്ടപോലെ, കണ്ടുനിന്നവർ ആദരപൂർവ്വം ഒരകലംവിട്ട് നിന്നു; അതല്ലെങ്കിൽ അവരെ തടസ്സപ്പെടുത്താനുള്ള അവി വേകം അപ്പോൾ അവർക്ക് ആവശ്യത്തിന് ഉണ്ടായിരുന്നില്ല.

7

ആ വിളിയുടെ ശബ്ദം

ജോൺ തോണ്ടനുവേണ്ടി അഞ്ചുമിനിറ്റുകൊണ്ട് ബക്ക് ആയിര ത്തി അറുനൂറ് ഡോളർ സമ്പാദിച്ചപ്പോൾ, അവൻ അവന്റെ യജമാനന് ചില കടങ്ങൾ വീട്ടാൻ സഹായിക്കുന്നതിനുപുറമെ, അയാളുടെ പങ്കാളി കളുമൊത്ത് കിഴക്കൻ ദേശത്തേക്കുള്ള ഒരു യാത്ര നടത്താൻ സഹായി ക്കുകകൂടെയാണ് ചെയ്തത്. ഈ യാത്രയുടെ ഉദ്ദേശ്യം അവിടെ പണ്ടെ ങ്ങോ ഉപേക്ഷിക്കപ്പെട്ടതായി കരുതപ്പെടുന്ന ഒരു ഖനി കണ്ടുപിടിക്കുക യെന്നതായിരുന്നു; ആ ഖനിയുടെ ചരിത്രത്തിന് ആ രാജ്യത്തിന്റെയത്ര തന്നെ പഴക്കമുണ്ടായിരുന്നു. നിരവധി പേർ അത് അന്വേഷിച്ച് പോയി രുന്നു; വളരെ കുറച്ചുപേർ മാത്രം അത് കണ്ടെത്തി; അതിനേക്കാളൊക്കെ വളരെ കുറവായിരുന്നു അത് കണ്ടെത്തിയശേഷം മടങ്ങി വന്നവർ. ഈ നഷ്ടപ്പെട്ട ഖനി ദുരന്തത്തിൽ മുങ്ങിയും ദുരൂഹതയിൽ പൊതിഞ്ഞും നിന്നിരുന്നു. ആരാണ് ആദ്യം മടങ്ങിയെത്തിയ ആളെന്ന് ആർക്കും അറി യില്ല. ഏറ്റവും പഴയ പാരമ്പര്യം അയാൾ മടങ്ങിയെത്തും മുമ്പേ മുടങ്ങി പ്പോയി. അവിടെ ജീർണ്ണിച്ചൊരു പഴയ കുടിലുണ്ടെന്ന് ആരംഭം മുതൽക്കേ പറഞ്ഞുകേട്ടിരുന്നു. മരണാസന്നരായ പുരുഷന്മാർ അതേ ക്കുറിച്ച് ആണയിട്ടിരുന്നു, അതോടൊപ്പം ഖനി നിന്നിരുന്ന സ്ഥലത്തെ ക്കുറിച്ചും. അതിനുള്ള സാക്ഷ്യമായി അവർ കാട്ടിയത് സ്വർണ്ണധാ തുവിന്റെ കട്ടകളായിരുന്നു, അത്ര നല്ല നിലവാരമുള്ള സ്വർണ്ണം വടക്കൻ നാട്ടിലെങ്ങും ലഭ്യമല്ലായിരുന്നു.

പക്ഷേ, ജീവിച്ചിരിപ്പുള്ള ആരുംതന്നെ ഈ നിധി ഭവനം കൊള്ളയ ടിച്ചിട്ടില്ലായിരുന്നു, മരിച്ചവർ മരിച്ചുപോകുകയും ചെയ്തു. അതുകൊ ണ്ടാണ് ജോൺ തോണ്ടനും പീറ്റും ഹാൻസും ബക്കിനോടും മറ്റ് അര ഡസൻ നായ്ക്കളോടുംകൂടി കിഴക്കൻ നാടിന ലക്ഷ്യമാക്കി പുറപ്പെട്ടത്.

അവർക്ക് അറിഞ്ഞുകൂടാത്തൊരു വഴിയായിരുന്നു അത്, അവരെപ്പോ ലെതന്നെ മിടുക്കന്മാരും നല്ല നായ്ക്കളുമടങ്ങിയ സംഘങ്ങൾ അത് കണ്ടെ ത്തുന്നതിൽ പരാജയപ്പെട്ടിരുന്നു. അവർ 'യൂക്കോണി'ലൂടെ ഹിമശകട ത്തിൽ എഴുപത് മൈൽ മുകളിലോട്ടു പോയി, പിന്നെ ഇടത്തോട്ടുമാറി 'സ്റ്റുവാർട്ട്' നദിയിലെത്തി, 'മേയോ'യും 'മാക്ക്വസ്റ്റിയനും' കടന്ന്, ഒടു വിൽ 'സ്റ്റുവാർട്ട്നദി' ഒരു ഉറവ മാത്രമായിത്തീരുന്നിടംവരെ പോയി; അവി ടന്ന് നടന്ന് കുത്തനെ നില്ക്കുന്ന മലകൾക്കടുത്തെത്തി, അവ ആ ഭൂഖ ണ്ഡത്തിന്റെ നട്ടെല്ലായി രേഖപ്പെടുത്തിയവയായിരുന്നു.

ജോൺ തോണ്ടൻ മനുഷ്യനിൽനിന്നോ പ്രകൃതിയിൽനിന്നോ വളരെ കുറച്ചേ ആവശ്യമുണ്ടായിരുന്നുള്ളൂ. അയാൾക്ക് വന്യജീവികളെ ഒട്ടും ഭയമില്ലായിരുന്നു. ഒരുപിടി കറിയുപ്പും ഒരു കൈത്തോക്കും ഉണ്ടെ ങ്കിൽ അയാൾ ഏത് വനഭൂമിയിലേക്കും ചാടിയിറങ്ങും, പിന്നെ അയാൾക്ക് ഇഷ്ടമുള്ളിടത്തെല്ലാം വിഹരിക്കും, അയാൾക്കിഷ്ടമുള്ളത്ര സമയത്തോ ളവും വിഹരിക്കും. ഒട്ടും ധൃതിയില്ലാത്തതുകൊണ്ട്, റെഡ് ഇന്ത്യൻ ശൈലിയിൽ, അതാത് ദിവസത്തെ യാത്രയ്ക്കിടയിലാണ് അയാൾ തന്റെ പ്രാതൽ വേട്ടയാടി എടുത്തിരുന്നത്. അഥവാ അത് കണ്ടെത്തുന്നതിൽ പരാജയപ്പെട്ടാൽ, റെഡ് ഇന്ത്യക്കാരനെപ്പോലെ, അയാൾ അങ്ങനെ നട ന്നുകൊണ്ടേയിരിക്കും, ഇപ്പോഴല്ലെങ്കിൽ അല്പംകഴിഞ്ഞ്, താൻ അതി ന്റെയടുത്ത് എത്തും എന്ന സുനിശ്ചിതമായ അറിവോടെ. അതുകൊണ്ട്, പൂർവ്വ ദിശയിലേക്കുള്ള ഈ ഗംഭീരയാത്രയിൽ, അപ്പോഴപ്പോൾ വേട്ട യാടുന്ന ഇറച്ചിയായിരുന്നു പ്രധാന ആഹാരം; വെടിക്കോപ്പുകളും പണി യായുധങ്ങളുമായിരുന്നു ഹിമശകടത്തിലെ ചരക്കുകളിൽ മുഖ്യം, സമയ ക്രമം നിശ്ചയിച്ചിരുന്നതോ, അതിരുകളില്ലാത്ത ഭാവിയിലും.

ഈ വേട്ടയാടൽ, ഈ മീൻപിടിത്തം, പിന്നെ അപരിചിതമായ സ്ഥല ങ്ങളിലൂടെയുള്ള അലഞ്ഞുനടക്കൽ, എല്ലാംകൂടെ ബക്കിന് സീമാതീത മായ സന്തോഷമായിരുന്നു. ചിലപ്പോൾ, ഒരു ദിവസത്തിനുപുറകെ മറ്റൊ ന്നായി, അവർ ആഴ്ചകളോളം സഞ്ചരിക്കും; മറ്റു ചിലപ്പോൾ അവിടെയും ഇവിടെയുമൊക്കെയായി അന്തമില്ലാതെ ആഴ്ചകളോളം ക്യാമ്പടിക്കും. അപ്പോൾ നായ്ക്കൾ തെണ്ടിത്തിരിഞ്ഞ് നടക്കും, മനുഷ്യർ തണുത്തു റഞ്ഞ ചരലിലും ചപ്പുചവറുകളിലും കുഴികളുണ്ടാക്കി തീ കത്തിക്കും, പിന്നെ ആ തീയിൽനിന്ന് കരിപിടിക്കുന്ന നിരവധി പാത്രങ്ങൾ കഴുകി വെടിപ്പാക്കും. ചിലപ്പോൾ അവർ വിശന്ന് പൊരിയും, ചിലപ്പോൾ മൃഷ്ടാന്നം വെട്ടിവിഴുങ്ങും, എല്ലാം വേട്ടയാടിക്കിട്ടുന്ന ഇരകളുടെയും വേട്ടയിലുണ്ടാകുന്ന ഭാഗ്യത്തിന്റെയും അളവനുസരിച്ചായിരിക്കും. വേനൽക്കാലം എത്തിയപ്പോൾ, നായ്ക്കളും മനുഷ്യരും അവരുടെ മുതു കിൽ നിറയെ സാധനങ്ങളും കയറ്റി, നീലമലകളിലെ തടാകങ്ങളിലൂടെ ചങ്ങാടങ്ങളിലേറി കടന്നുപോയി, പിന്നെ അറിഞ്ഞുകൂടാത്ത നദികളി ലൂടെ നേർത്ത വഞ്ചികളിൽ മുകളിലോട്ടും താഴോട്ടുമൊക്കെ സഞ്ചരിച്ചു; കൈവാളുകൊണ്ട് പച്ചമരങ്ങൾ അറുത്താണ് ഈ വഞ്ചികൾ തട്ടിക്കൂട്ടി യിരുന്നത്.

മാസങ്ങൾ വരുകയും പോകുകയും ചെയ്തു. അവർ അപരിചിത മായ ആ വിശാലതയിലൂടെ ചുറ്റിത്തിരിഞ്ഞ് മുമ്പോട്ടും പിമ്പോട്ടും പൊയ് ക്കൊണ്ടിരുന്നു. അവിടെയൊന്നും മനുഷ്യരാരും ഇല്ലായിരുന്നു, എങ്കിലും മനുഷ്യർ അവിടെ എത്തിയിരിക്കണം, ഉപേക്ഷിച്ചുപോയ ആ കുടിലിന്റെ കാര്യം സത്യമായിരുന്നെങ്കിൽ. അവർ ഋതുക്കളുടെ വേർതിരിവുകളി ലൂടെ കടന്നുപോയി, വേനലിന്റെ കൊടുംവെയിലും, ശിശിരത്തിലെ പാതിരാ സൂര്യന്റെ കോച്ചുന്ന കുളിരും മലനിരകൾക്കിടയിലെ നഗ്നമായ മലകളും, പിന്നെ നിത്യമായ ഹിമവും. അവർ ഗ്രീഷ്മത്തിൽ, ഈച്ചകളും ഷഡ്പദങ്ങളും കൂട്ടമായുയരുന്നതിനിടയിലൂടെ താഴ്വരകളിലേക്ക് ഇറങ്ങി, പിന്നെ മഞ്ഞുമലകളുടെ തണലിൽനിന്ന് സ്ട്രാബറി പഴങ്ങളും പൂക്കളും പറിച്ചെടുത്തു; അവയൊക്കെയും ഏത് ദക്ഷിണദേശവും അഭി മാനിക്കുന്നവയോടൊപ്പം വിളഞ്ഞതും സുന്ദരവുമായിരുന്നു. ആ വർഷത്തെ ഇലപൊഴിയും കാലത്ത്, അവരൊരു ഭീതിദമായ തടാകപ്രദേ ശത്തേക്ക് നുഴഞ്ഞുകയറി. അവിടെ ശോകമൂകമായ അന്തരീക്ഷമായി രുന്നു; കാട്ടുകോഴികൾ അവിടെ വന്നിട്ടുണ്ടായിരുന്നു, പക്ഷേ, അപ്പോൾ അവിടെ ഒരു ജീവിയുമില്ലായിരുന്നു, ജീവന്റെ അടയാളവുമില്ലായിരുന്നു. ശീതക്കാറ്റിന്റെ മുഴക്കം മാത്രം, മേലാപ്പുള്ള സ്ഥലങ്ങളിൽ ഐസ് രൂപം കൊള്ളുന്നു, വിജനമായ തടാകതീരങ്ങളിൽ തിരകളുടെ ശോകസാന്ദ്ര മായ ഓളങ്ങളും.

മറ്റൊരു ശിശിരകാലത്ത് അവർ അലഞ്ഞു നടന്നത് അവർക്ക് മുമ്പ് എപ്പോഴോ പോയവർ ഇളക്കിയിട്ടിരുന്ന വഴിത്താരകൾക്ക് മേലേ കൂടി യായിരുന്നു. ഒരിക്കൽ, അവർ ചെന്നുപെട്ടത് വനത്തിലൂടെ തെളിച്ചിട്ടി രുന്ന ഒരു നടപ്പാതയിലാണ്, ഒരു പുരാതനപാത, അപ്പോൾ അവർക്കു തോന്നി നഷ്ടപ്പെട്ട ആ കുടിൽ വളരെ അടുത്തെങ്ങാനുമായിരിക്കുമെന്ന്. പക്ഷേ, ആ പാത ഒരിടത്തും തുടങ്ങിയതുമില്ല, ഒരിടത്തും അവസാനി ച്ചതുമില്ല, അതൊരു ദുരൂഹതയായി അവശേഷിച്ചു. അത് ഉണ്ടാക്കിയത് ആരാണെന്നും എന്തിനുവേണ്ടി ഉണ്ടാക്കി എന്നതും ദുരൂഹമായി അവ ശേഷിച്ചതുപോലെ. മറ്റൊരവസരത്തിൽ യാദൃച്ഛികമായി അവരൊരു കാല പ്പഴക്കംചെന്ന വേട്ടക്കുടിലിന്റെ അവശിഷ്ടങ്ങൾ കണ്ടെത്തി, അവിടെ ജീർണ്ണിച്ച കരിമ്പടങ്ങളുടെ തുണ്ടുകൾക്കിടയിൽ ജോൺ തോൺടൻ ഒരു നീളംകൂടിയ കുഴലുള്ള നിറയ്ക്കുന്ന തോക്ക് കണ്ടെത്തി. അതൊരു ഹഡ്സൺബേ കമ്പനിക്കാരുടെ തോക്കാണെന്ന് അയാൾക്ക് മനസ്സി ലായി. അത് വടക്കുപടിഞ്ഞാറൻ ദേശത്തിന്റെ ആദ്യകാലങ്ങളിൽ ഉള്ളതും, അന്നൊക്കെ അതുപോലൊരു തോക്ക് കിട്ടണമെങ്കിൽ ആ തോക്കിന്റെ ഉയരത്തിൽ അടുക്കിവച്ച നീർനായത്തോൽ നൽകേണ്ടിയി രുന്നെന്നും അയാൾ പറഞ്ഞു. അത്രമാത്രം, അല്ലാതെ ആ കാലത്ത് ആരാണ് ആ വേട്ടക്കുടിൽ സൂക്ഷിച്ചുപോന്നതെന്നോ, ആ കരിമ്പട ങ്ങൾക്കിടയിൽ എന്തിന് ആ തോക്ക് വിട്ടിട്ടുപോയെന്നോ ഉള്ളതിനെക്കു റിച്ച് ഒരു സൂചനയും ലഭിച്ചില്ല.

വീണ്ടും ഒരിക്കൽക്കൂടി വസന്തം വന്നു. അവരുടെ അലഞ്ഞു തിരി യലുകൾക്കൊടുവിൽ അവർ കണ്ടെത്തി, നഷ്ടപ്പെട്ട ആ കുടിൽ അല്ല, മറിച്ച് വിശാലമായ ഒരു താഴ്വരയിൽ ആഴംകുറഞ്ഞ, സ്വർണ്ണ നിക്ഷേപ മുള്ള ഒരു സ്ഥലം. അവിടെ മണൽ കഴുകിയെടുത്തപ്പോൾ കഴുകിയ താലത്തിന്റെ അടിത്തട്ടിൽ മഞ്ഞനിറമുള്ള വെണ്ണപോലെ സ്വർണ്ണം കാണ പ്പെട്ടു. അവർ അവിടുന്നങ്ങോട്ട് കൂടുതലൊന്നും അന്വേഷിച്ചതേയില്ല. അവർ പണിയെടുത്ത ഓരോ ദിവസവും സമ്പാദിച്ചത് ആയിരക്കണക്കിന് ഡോളറാണ്, വൃത്തിയുള്ള സ്വർണ്ണത്തരികളും കട്ടകളുമായിട്ട്. അവർ എല്ലാദിവസവും പണിയെടുക്കുകയും ചെയ്തു. മാനിന്റെ തോലുകൊ ണ്ടുള്ള സഞ്ചികളിലാണ് അവർ സ്വർണ്ണം ശേഖരിച്ചത്, ഒരു സഞ്ചിയിൽ അമ്പത് പൗണ്ട് വീതം, അങ്ങനെയുള്ള സഞ്ചികൾ അവർ വിറക് അടു ക്കുന്നതുപോലെ പൈൻമര ശിഖരങ്ങൾക്കൊണ്ടുതീർത്ത കുടിലിനു വെളിയിൽ അട്ടിയിട്ടിരിക്കുന്നു. രാക്ഷസന്മാരെപ്പോലെ അവർ അദ്ധ്വാ നിച്ചു, ഒന്നിനു പിറകേ ഒന്നായി ദിവസങ്ങൾ സ്വപ്നങ്ങൾപോലെ മിന്നി മറഞ്ഞപ്പോൾ അവർ സമ്പത്ത് കുന്നുകൂട്ടുകയായിരുന്നു.

നായ്ക്കൾക്ക് ചെയ്യാനായി ഒന്നുമുണ്ടായിരുന്നില്ല, തോണ്ടൻ കൊല്ലുന്ന മൃഗങ്ങളുടെ മാംസം വല്ലപ്പോഴുമൊക്കെ വലിച്ചുകൊണ്ടുവരു ന്നതൊഴികെ. ബക്ക് തീയുടെ അരികിലിരുന്ന് മനോരാജ്യം കണ്ട് ദീർഘ മായ നാഴികകൾ ചെലവഴിച്ചു. കുറിയ കാലുകളുള്ള രോമാവൃതനായ മനുഷ്യന്റെ ദൃശ്യം അവൻ കൂടുതൽ അടുപ്പിച്ചടുപ്പിച്ച് കാണാൻ തുടങ്ങി. ഇപ്പോൾ കാര്യമായ ഒരു പണിയും ചെയ്യാനില്ലാതെ, തീയുടെ അടുത്തി രുന്ന് കണ്ണടച്ചുകൊണ്ട്, ബക്ക് അയാളോടൊപ്പം അവൻ ഓർമ്മിച്ച മറ്റൊരു ലോകത്തിൽ അലഞ്ഞു നടന്നു.

ഈ വ്യത്യസ്തമായ ലോകത്തിലെ പ്രധാന കാര്യം ഭീതി ആണെന്ന് അവന് തോന്നി. രോമാവൃതനായ ആ മനുഷ്യൻ തീയുടെ അടുത്തിരുന്ന്, തന്റെ മുട്ടുകൾക്കിടയിലായി തലവച്ച് കൈകൾ മുകളി ലായി കോർത്തുപിടിച്ച് ഉറങ്ങുന്ന രംഗം ബക്ക് നിരീക്ഷിച്ചപ്പോൾ, അവൻ കണ്ടത് അയാൾ അശാന്തനായാണ് ഉറങ്ങുന്നത് എന്നാണ്. ഇടയ്ക്കിടെ അയാൾ ഞെട്ടുകയും ഉണരുകയും ചെയ്യും, ആ സമയങ്ങളിൽ അയാൾ ഭയത്തോടെ ഇരുട്ടിലേക്ക് ഒളിഞ്ഞുനോക്കും, എന്നിട്ട് തീയിലേക്ക് കൂടു തൽ വിറക് എടുത്തിടും. അവർ ഒരുമിച്ച് ഒരു കടലിന്റെ തീരത്തുകൂടി നടന്നപ്പോൾ, രോമാവൃതനായ ആ മനുഷ്യൻ അവിടന്ന് ചിപ്പികൾ പെറു ക്കിയെടുക്കുകയും അവ പെറുക്കിയെടുത്തയുടനെ അയാൾ ഭക്ഷിക്കു കയും ചെയ്തു. അപ്പോഴൊക്കെ അയാളുടെ കണ്ണുകൾ എല്ലായിട ത്തേക്കും തിരിച്ച് ഒളിഞ്ഞിരിക്കുന്ന അപകടം പരതുകയായിരുന്നു, കാലു കളാകട്ടെ അപകടത്തിന്റെ ആദ്യദർശനത്തിൽത്തന്നെ വായുവേഗത്തിൽ ഓടാനുള്ള തയ്യാറെടുപ്പോടുകൂടിയും. വനത്തിൽ കൂടെ അവർ ശബ്ദ മുണ്ടാക്കാതെയാണ് ഇഴഞ്ഞുപോയത്, രോമാവൃതനായ ആ മനുഷ്യന്റെ കാല്പാദത്തിനടുത്ത് ബക്കും, അവർ ശ്രദ്ധിച്ചും സൂക്ഷിച്ചുമാണ് പോയ

ത്, ആ രണ്ടുപേരും, ചെവികൾ കൂർപ്പിച്ചും ചലിപ്പിച്ചും, നാസികകൾ വിറപ്പിച്ചുമാണ് പൊയ്ക്കൊണ്ടിരുന്നത്, എന്തെന്നാൽ ബക്കിനെപ്പോലെ തന്നെ ആ മനുഷ്യനും സൂക്ഷ്മമായി കേൾക്കുകയും മണക്കുകയും ചെയ്തു. രോമാവൃതനായ ആ മനുഷ്യന് മരങ്ങളിൽ ചാടിക്കയറാനും അതേപോലെ തന്നെ നിലത്ത് വേഗത്തിൽ നടക്കുവാനും കഴിഞ്ഞിരു ന്നു; ചിലപ്പോൾ പന്ത്രണ്ടടി അകലെയുള്ള മരക്കൊമ്പിൽപ്പോലും ചാടിപ്പിടിക്കാൻ കഴിഞ്ഞിരുന്നു, കൈകളിൽ തൂങ്ങിക്കിടന്ന് ആടും, എന്നിട്ട് പിടിവിട്ട് ചാടിവീണ്ടും പിടിക്കും, ഒരിക്കലും വീഴില്ല, ഒരിക്കലും തന്റെ പിടിവിട്ടുപോകുകയുമില്ല. യഥാർത്ഥത്തിൽ, അവൻ മരക്കൊമ്പു കളിലും നിലത്തും ഒരേപോലെ സൗകര്യത്തോടെയാണ് നീങ്ങുന്നതെന്ന് തോന്നി. ബക്കിന് നല്ല ഓർമ്മയുണ്ടായിരുന്നു, മരങ്ങൾക്കുതാഴെ രോമാ വൃതനായ ആ മനുഷ്യൻ ഉറങ്ങുമ്പോൾ, തന്നെയും കെട്ടിപ്പിടിച്ച് കിട ക്കുന്നതും, താൻ ഉണർന്നിരുന്ന് സുരക്ഷ നല്കുന്നതും.

രോമാവൃതനായ ആ മനുഷ്യന്റെ ദൃശ്യങ്ങളോട് വളരെ സാദൃശ്യ മുള്ളതായിരുന്നു വനത്തിൽ ഇപ്പോഴും മുഴങ്ങിക്കേൾക്കുന്ന ആ വിളി. അത് അവനിൽ വലിയ അശാന്തിയും വിചിത്രമായ മോഹങ്ങളും നിറച്ചു. അത് അവന് വ്യക്തതയില്ലാത്ത മധുരതരമായ സന്തോഷം അനുഭവി ക്കാൻ ഇടനല്കിയപ്പോൾ, എന്താണെന്നറിയാത്ത ഒരുതരം വന്യമായ അഭിലാഷങ്ങളും ഇളക്കങ്ങളും ഉണ്ടാക്കുന്നതായി തോന്നുകയും ചെയ്തു. ചില നേരങ്ങളിൽ അവൻ ആ വിളിയെ പിന്തുടർന്ന് വനത്തി ലേക്ക് പോയി, അതൊരു തൊട്ടറിയാവുന്ന വസ്തുവാണെന്ന് കരുതി അതിനെ അന്വേഷിച്ച്, മൃദുലമായും അല്ലെങ്കിൽ നിഷേധാത്മകമായും കുരച്ചുകൊണ്ട്, അവന്റെ അപ്പോഴത്തെ മാനസികനില പറയുന്നതു പോലെ. അവൻ തടിയിൽ പിടിച്ചിരിക്കുന്ന പൂപ്പലിലേക്ക് അവന്റെ മൂക്ക് കടത്തിനോക്കും, അല്ലെങ്കിൽ വലിയ പുല്ലുകൾ വളരുന്ന മണ്ണിലേക്ക്, എന്നിട്ട് സ്നിഗ്ദ്ധമായ ഭൂമിയുടെ ഗന്ധംകേട്ട് ചീറ്റും, അതുമല്ലെങ്കിൽ വീണുപോയ മരങ്ങളുടെ കൂണുകൾ പൊതിഞ്ഞ തായ്ത്തടിയുടെ പിന്നി ലായി, ഒളിച്ചിരിക്കുന്നപോലെ, മണിക്കൂറുകളോളം കുത്തിയിരിക്കും, അവ നുചുറ്റും ചലിക്കുകയോ ശബ്ദിക്കുകയോ ചെയ്യുന്ന എല്ലാറ്റിന്റെ നേർക്കും വിടർന്ന കണ്ണുകളോടും വികസിച്ച കാതുകളോടുംകൂടി. ഇങ്ങനെ കിടന്നുകൊണ്ട്, അതായിരിക്കാം അവർ ഉദ്ദേശിച്ചത്, അവന് മനസ്സിലാക്കാൻ കഴിയാതെ പോയ ആ വിളിയെ അത്ഭുതപ്പെടുത്താമെന്ന് അവൻ ആശിച്ചിട്ടുണ്ടാവണം. പക്ഷേ, അവന് അറിയില്ലായിരുന്നു, എന്തു കൊണ്ടാണ് അവൻ ഇങ്ങനെ വിവിധ കാര്യങ്ങൾ ചെയ്തതെന്ന്. അവ യൊക്കെ ചെയ്യാൻ അവൻ പ്രേരിപ്പിക്കപ്പെടുകയായിരുന്നു, അല്ലാതെ അവയുടെ കാരണത്തെക്കുറിച്ച് അവൻ അന്വേഷിച്ചതേയില്ല.

അപ്രതിരോധ്യമായ ഉൾപ്രേരണകൾ അവനെ പിടികൂടി. അവൻ ക്യാമ്പിൽ കിടക്കുകയായിരിക്കും, പകലത്തെ ചൂടിൽ അലസമായി ഉറ ങ്ങിക്കൊണ്ട്, അപ്പോൾ പൊടുന്നനെ അവൻ തലപൊക്കും ചെവികൾ

കൂർപ്പിക്കും, തീവ്രമായി ശ്രദ്ധിക്കും, പിന്നെ ചാടിയെണീറ്റ് ഒറ്റയോട്ടമാണ്, ദൂരേക്ക് അങ്ങനെ പൊയ്ക്കൊണ്ടേയിരിക്കും, മണിക്കൂറുകളോളം, വന ത്തിന്റെ പാർശ്വഭാഗങ്ങളിലൂടെയും കരിമ്പാറകൾ കൂടിനില്ക്കുന്ന വെളിമ്പ്രദേശത്തിന് കുറുകെയും. നീരൊഴുക്ക് വറ്റിയ അരുവിത്തടങ്ങളി ലൂടെ ഓടാനും, വനങ്ങളിലേക്ക് നുഴഞ്ഞുകയറി പക്ഷികളുടെ ജീവിത ചര്യ വീക്ഷിക്കാനും അവന് വലിയ ഇഷ്ടമായിരുന്നു. ഒരുദിവസം മുഴു വൻ വേണമെങ്കിലും അവൻ കുറ്റിക്കാട്ടിൽ കിടന്നുകൊണ്ട് തിത്തിരി പക്ഷികൾ കലപില കൂട്ടിക്കൊണ്ട് മേലോട്ടും കീഴോട്ടും നടക്കുന്നത് നോക്കി കിടക്കും. പക്ഷേ, അവന്റെ ഏറ്റവും വലിയ ഇഷ്ടം വേനൽക്കാല പാതിരാവുകളിലെ പോക്കുവെളിച്ചത്തിൽ ഓടിനടന്ന്, വനത്തിലെ അട ക്കിപ്പിടിച്ചതും ഉറക്കച്ചടവുള്ളതുമായ മർമ്മരങ്ങൾ ശ്രദ്ധിക്കുകയെന്ന തായിരുന്നു, എന്നിട്ട് മനുഷ്യർ പുസ്തകം വായിക്കുന്നപോലെ അവൻ സൂചനകളും സ്വരങ്ങളും വായിക്കും, പിന്നെ അവനെ വിളിച്ച ദുർഗ്രാ ഹ്യമായ എന്തോ ഒന്നിനെ അന്വേഷിക്കും — ആ വിളി, ഉറങ്ങുമ്പോഴും ഉണർന്നിരിക്കുമ്പോഴും, എല്ലാ സമയങ്ങളിലും, അവനെ ചെല്ലാൻ വിളി ച്ചിരുന്നു.

ഒരുദിവസം രാത്രിയിൽ അവർ ഉറക്കത്തിൽനിന്ന് ചാടിയെണീറ്റു നിന്നു, ആകാംക്ഷകൊണ്ട് അവന്റെ കണ്ണുകൾ വിടർന്നു, നാസാരന്ധ്ര ങ്ങൾ വിറയ്ക്കാനും മണംപിടിക്കാനും തുടങ്ങി, അവന്റെ കുഞ്ചിരോമ ങ്ങൾ ഒന്നിനുപിറകെ ഒന്നായി തിരകൾപോലെ എണീറ്റുനിന്നു. വന ത്തിൽനിന്ന് ആ വിളി വന്നു (അല്ലെങ്കിൽ അതിന്റെ ഒരു സ്വരം, എന്തെ ന്നാൽ ആ വിളി നിരവധി സ്വരങ്ങൾ ഉള്ളതായിരുന്നു), മുമ്പൊരിക്കലും ഇല്ലാത്തപോലെ ഇപ്പോൾ അത് വ്യക്തവും കൃത്യവുമായിരുന്നു, നീട്ടി പ്പിടിച്ച ഒരു ഓരിയിടൽ, ഒരു കർക്കശൻനായ ഉണ്ടാക്കുന്ന ശബ്ദംപോലെ, എന്നാൽ അങ്ങനെയല്ലാത്ത, ശബ്ദം. അവന് അത് അറിയാമായിരുന്നു, പരിചിതമായ പഴയ രീതിയിൽ, മുമ്പ് കേട്ടിട്ടുള്ള ശബ്ദംപോലെ. അവൻ ഉറങ്ങുന്ന ക്യാമ്പിൽനിന്ന് ചാടിയിറങ്ങി അതിവേഗത്തിൽ നിശ്ശബ്ദമായി വനത്തിലൂടെ പാഞ്ഞുപോയി. അവൻ ആ കരച്ചിലിനെ സമീപിക്കാറായ പ്പോൾ മന്ദഗതിയിൽ പോയി, ഓരോ ചലനത്തിലും ജാഗ്രത പുലർത്തി ക്കൊണ്ട്, മരങ്ങൾക്കിടയിൽ ഒരു തുറസായ സ്ഥലത്ത് അവൻ എത്തു ന്നതുവരെ. അവിടെ നിന്ന് നോക്കിയപ്പോൾ അവൻ കണ്ടു, ഇടുപ്പ് നില ത്തുറപ്പിച്ച്, നേരെ മുകളിലേക്ക് നോക്കി, മൂക്ക് ആകാശത്തേക്ക് ചൂണ്ടി ഇരിക്കുന്ന, നീളമുള്ള, മെലിഞ്ഞ, ഒരു കാട്ടുചെന്നായ.

ബക്ക് ഒരു ശബ്ദവും ഉണ്ടാക്കിയിരുന്നില്ല, എന്നിട്ടും അവൻ ഓരി യിടൽ നിറുത്തി അവന്റെ സാന്നിദ്ധ്യം മണത്തറിയാൻ ശ്രമിച്ചു. ബക്ക് തുറസായ സ്ഥലത്തേക്ക് മെല്ലെ നീങ്ങി, പാതി കുത്തിയിരിക്കുന്നതു പോലെ, ശരീരം പൂർണ്ണമായും ഒതുക്കിപ്പിടിച്ച്, വാല് വടിപോലെ നീട്ടി, കാല്പാദങ്ങൾ ശ്രദ്ധയോടെ നിലത്ത് പതിപ്പിച്ചുകൊണ്ട്. ഓരോ നീക്ക ത്തിലും ഭയപ്പെടുത്തലിന്റെയും സൗഹൃദത്തിന്റെയും മുൻസൂചനകൾ

കുട്ടികലർത്തിയിരുന്നു. ഇരകളെ വേട്ടയാടി പിടിക്കുന്ന വന്യമൃഗങ്ങൾ സന്ധിക്കുമ്പോൾ അവരുണ്ടാക്കുന്ന ഭീഷണമായ താല്ക്കാലിക സന്ധി യാണത്. പക്ഷേ, അവനെ കണ്ടയുടനെ ആ ചെന്നായ ഓടിക്കളഞ്ഞു. ബക്ക് അവനെ പിന്തുടർന്നു, വന്യമൃഗത്തെപ്പോലെ ചാടിക്കൊണ്ട്, അവന്റെ ഒപ്പമെത്താനുള്ള ആവേശത്തിൽ. ബക്ക് അവനെ ഓടിച്ച് വഴി മുട്ടിക്കുന്നൊരിടത്തെത്തിച്ചു, വറ്റിപ്പോയ ഒരു അരുവിയുടെ തടത്തിൽ മരത്തടികൾ തീർത്ത തിട്ട വഴിമുടക്കിയിരുന്നു. ആ ചെന്നായ ചുറ്റിത്തിരി ഞ്ഞുനിന്നു, അവന്റെ പിൻകാലുകളിൽ ഊന്നിക്കൊണ്ട്. ഇങ്ങനെ തന്നെ യാണ് 'ജോ'യും ചെയ്തിരുന്നത്, അക്കാര്യത്തിൽ ആക്രമിക്കപ്പെടുന്ന എല്ലാ കർക്കശന്മാരായ നായ്ക്കളും ഒരുപോലെയായിരുന്നു. ആ ചെന്നായ മുരളുകയും രോമങ്ങൾ എണീറ്റ് നിൽക്കുകയും ചെയ്തു, അവൻ ദ്രുതഗതിയിലും തുടർച്ചയായും വായതുറക്കുകയും അടയ്ക്കു കയും ചെയ്തുകൊണ്ട് പല്ലുകൾ കൂട്ടിക്കടിച്ചുകൊണ്ടിരുന്നു.

ബക്ക് അവനെ ആക്രമിച്ചില്ല, പക്ഷേ, അവനുചുറ്റും വട്ടമിട്ടു നട ക്കുകയും സൗഹൃദപൂർവ്വം അവന്റെയടുത്തേക്ക് നീങ്ങുകയും ചെയ്തു. ആ ചെന്നായ്ക്ക് സംശയവും ഭയവും ഉണ്ടായി, കാരണം ബക്കിന് അവന്റെ മൂന്നിരട്ടി ഭാരമുണ്ടായിരുന്നു, അവന്റെ തല കഷ്ടിച്ച് ബക്കിന്റെ തോളുവരെ എത്തിയതേയുള്ളൂ. ഒരു അവസരം നോക്കിനിന്ന അവൻ, പെട്ടെന്ന് എടുത്തുചാടി ഓടിക്കളഞ്ഞു, ബക്ക് പുറകെ കൂടി, പിന്തു ടർന്നുള്ള ഓട്ടം പുനരാരംഭിച്ചു. പലതവണ അവൻ തടഞ്ഞുനിറുത്ത പ്പെട്ടു, വീണ്ടും അതുതന്നെ ആവർത്തിക്കപ്പെട്ടു, അവൻ അത്ര നല്ല നില യിലല്ലായിരുന്നതുകൊണ്ടാണ്, അല്ലെങ്കിൽ ബക്കിന് അത്രയെളുപ്പം അവനെ ഓടി മറികടക്കാൻ കഴിയുമായിരുന്നില്ല. അവൻ ഓടിക്കൊണ്ടേ യിരിക്കും, ബക്കിന്റെ തല അവന്റെ പാർശ്വഭാഗത്ത് എത്തുന്നതുവരെ; അപ്പോൾ അവൻ ഒന്ന് ചുറ്റിത്തിരിഞ്ഞ് മെല്ലെയാകും, വീണ്ടും ആദ്യത്തെ അവസരത്തിൽത്തന്നെ ഓടിക്കളയും.

പക്ഷേ, അവസാനം ബക്കിന്റെ ഔചിത്യത്തിന് ഫലമുണ്ടായി; എങ്ങ നെയെന്നുവച്ചാൽ, ആ ചെന്നായയ്ക്ക് ബക്കിൽനിന്നും ഉപദ്രവമൊന്നും വരാനിടയില്ലെന്ന് ബോദ്ധ്യമായപ്പോൾ, അവൻ ഒടുവിൽ അവന്റെ മൂക്ക് ബക്കിന്റേതുമായി ഉരസി മണംപിടിച്ചു. അപ്പോൾ അവർ സൗഹൃദത്തി ലായി, പിന്നെ കുറേ നേരം അല്പം വിരണ്ടിട്ടാണെങ്കിലും കളികളിൽ ഏർപ്പെട്ട ഭീകരമൃഗങ്ങൾ അവരുടെ ഭീകരത കളവായി മറച്ചുവച്ച് പകുതി ലജ്ജയോടെ ഇടപെടുന്നതുപോലെ. ഇങ്ങനെ കുറെനേരം കഴിഞ്ഞ ശേഷം ആ ചെന്നായ വളരെ ലാഘവത്തോടെ ചാടിച്ചാടി പോയി, അത് നല്കിയ സൂചന അവൻ എവിടെയോ പോകുന്നു എന്നായിരുന്നു. അവൻ ബക്കിനോട് വ്യക്തമാക്കിയിരുന്നു അവൻ വീണ്ടും വരുമെന്ന്, അങ്ങനെ അവർ ചേർന്നുനിന്ന് ആ കുളിർമ്മയുള്ള പോക്കുവെളിച്ചത്തിലൂടെ ഓടി, ആ അരുവിയുടെ തടത്തിലൂടെ, അത് ഉത്ഭവിക്കുന്ന കൊക്കയിലേക്ക്, പിന്നെ അത് കടന്ന് ആ കൊക്ക രൂപംകൊള്ളുന്ന വ്യക്തമല്ലാത്ത മലമട ക്കിലേക്ക്.

അവിടെയുണ്ടായിരുന്ന തണ്ണീർത്തടത്തിന്റെ എതിർവശത്തെ ചരു വിൽ അവർ എത്തിപ്പെട്ടത് ഒരു സമതല പ്രദേശത്തായിരുന്നു. അവിടെ നിരവധി വലിയ വനമേഖലകളും അനേകം നീരുറവകളും ഉണ്ടായിരുന്നു. വിശാലമായ ആ സ്ഥലങ്ങളിലൂടെ അവർ തുടർച്ചയായി ഓടി, മണിക്കൂറു കളോളം, സൂര്യൻ ഉദിച്ച് ഉയർന്നുവരുകയും പകലിന് ചൂട് വർദ്ധിക്കു കയും ചെയ്യുന്നതുവരെ. ബക്കിന് വന്യമായ സന്തോഷമായിരുന്നു. അവനു മനസ്സിലായി, ഒടുവിലിതാ, താൻ ആ വിളിക്ക് മറുപടി നല്കുക യാണെന്ന്, വനത്തിൽനിന്നുള്ള തന്റെ സഹോദരനോടൊപ്പം ഓടി, തീർച്ച യായും ആ വിളി വന്ന സ്ഥലത്തേക്കുതന്നെ ചെന്നുകൊണ്ട്. പഴയ സ്മര ണകൾ അവനിലേക്ക് അതിവേഗം ഓടിവന്നുകൊണ്ടിരുന്നു. അവൻ മുമ്പ ത്തേതുപോലെ ഇപ്പോഴും പ്രചോദിതനായി, പക്ഷേ, ഇപ്പോൾ അവൻ പ്രചോദിതനായെങ്കിൽ അത് യാഥാർത്ഥ്യവും മുമ്പത്തേത് അതിന്റെ നിഴ ലുകളുമായിരുന്നു. ഇക്കാര്യം അവൻ മുമ്പും ചെയ്തിട്ടുണ്ടായിരുന്നു, അവ്യക്തമായ ഓർമ്മകൾ മാത്രമുള്ള മറ്റേ ലോകത്തിൽ എവിടെയോ വച്ച്, ഇപ്പോൾ, അവൻ വീണ്ടും അങ്ങനെ ചെയ്യുന്നത്, തുറസ്സായ സ്ഥലത്ത് സ്വതന്ത്രനായി ഓടിക്കൊണ്ടാണ്, നഗ്നയായ ഭൂമി കാല്ക്കീഴിലും, വിശാലമായ ആകാശം തലയ്ക്കു മുകളിലും.

അവർ വെള്ളം കുടിക്കാനായി ഒഴുകുന്ന ഒരു അരുവിയുടെ തീരത്ത് നിന്നു, അങ്ങനെ നിന്നപ്പോൾ ബക്ക് ജോൺ തോൺടനെക്കുറിച്ച് ഓർത്തു. അവൻ നിലത്ത് ഇരുന്നു. ആ ചെന്നായ തീർച്ചയായും ആ വിളി വന്ന സ്ഥലം ലക്ഷ്യമാക്കി മുന്നോട്ടുപോയി, എന്നിട്ട് അവന്റെയടു ക്കലേക്ക് മടങ്ങിവന്നു, മൂക്കുകൾ കൂട്ടി ഉരുമ്മി പിന്നെ അവനെ പ്രോത്സാ ഹിപ്പിക്കുന്നതുപോലുള്ള ചേഷ്ടകൾ കാട്ടി. പക്ഷേ, ബക്ക് തിരിഞ്ഞു നിന്ന ശേഷം മടങ്ങിപ്പോകാനുള്ള വഴിയിൽ മെല്ലെ നടന്നു. ഏതാണ്ട് ഒരു മണിക്കൂറിന്റെ നല്ല ഭാഗം ആ വന്യസഹോദരൻ അവന്റെ ഒരുവശം ചേർന്ന് ഓടി, മൃദുലമായി മുരണ്ടുകൊണ്ട്. പിന്നെ അവൻ നിലത്ത് ഇരുന്നു, അവന്റെ മൂക്ക് മുകളിലേക്ക് ഉയർത്തി, എന്നിട്ട് ഓരിയിട്ടു. അതൊരു ശോകാർദ്രമായ ഓരിയിടലായിരുന്നു. ബക്ക് തന്റെ വഴിയേ നേർക്ക് നടക്കുമ്പോൾ ആ ശബ്ദം കുറഞ്ഞ് കുറഞ്ഞുവരുന്നത് കേട്ടു, ഒടുവിൽ വിദൂരതയിൽ അതും നിലച്ചു.

ബക്ക് ക്യാമ്പിലേക്ക് കുതിച്ചുചെല്ലുമ്പോൾ ജോൺ തോൺടൻ ഉച്ച ഭക്ഷണം കഴിച്ചുകൊണ്ടിരിക്കുകയായിരുന്നു. സ്നേഹംകൊണ്ട് ഹാലി ളകിയപോലെ അവൻ അയാളുടെ മേലേക്ക് ചാടിക്കയറി, അയാളെ മറി ച്ചിട്ട്, അയാളുടെ മേൽക്കുടി ഉരുണ്ട്, മുഖത്ത് നക്കിയശേഷം, അയാ ളുടെ കൈയിൽ പതിവുപോലെ കടിക്കാൻ തുടങ്ങി. ജോൺ തോൺടൻ ഇതിനെ വിശേഷിപ്പിച്ചിരുന്നത് 'മഹാ വിഡ്ഢിക്കളി' എന്നായിരുന്നു. അവൻ അങ്ങനെ ചെയ്തപ്പോൾ അയാൾ ബക്കിനെ പിടിച്ച് മുന്നോട്ടും പിന്നോട്ടും ഉലയ്ക്കുകയും സ്നേഹപൂർവ്വം അവനെ ശപിക്കുകയും ചെയ്തു.

രണ്ട് രാവും രണ്ട് പകലും ബക്ക് ക്യാമ്പ് വിട്ടു പോയതേയില്ല, തോൺടനെ അവന്റെ കൺവെട്ടത്തുനിന്ന് മാറിനില്ക്കാൻ സമ്മതി ച്ചതുമില്ല. അവൻ അയാളെ പണി ചെയ്യുന്നിടത്തേക്ക് പിന്തുടരുകയും പണിചെയ്യുന്നതു നോക്കുകയും ചെയ്തു, അയാൾ ഭക്ഷിക്കുമ്പോൾ അവൻ അത് നിരീക്ഷിച്ചു, രാത്രിയിൽ ഉറങ്ങാൻ കിടന്ന് കരിമ്പടങ്ങൾ പുതയ്ക്കുന്നതും പ്രഭാതത്തിൽ അവയിൽനിന്ന് അയാൾ പുറത്തുവരു ന്നതും അവൻ കണ്ടു. പക്ഷേ, രണ്ടുദിവസം കഴിഞ്ഞപ്പോൾ വനത്തിലെ ആ വിളിയുടെ ശബ്ദം അതിനുമുമ്പ് എന്നത്തേക്കാളും കൂടുതൽ അധി കാരത്തോടെ കേട്ടു. ബക്കിന്റെ അസ്വസ്ഥത അവന്റെമേൽ വന്നു, പിന്നെ ആ വന്യസഹോദരനെക്കുറിച്ചുള്ള ഓർമ്മകൾ അവനെ ഉപദ്രവിക്കാൻ തുടങ്ങി, അതോടൊപ്പം ആ കൊക്കയ്ക്ക് അപ്പുറമുള്ള പുഞ്ചിരിക്കുന്ന ഭൂവിഭാഗവും വശത്തോടുവശം ചേർന്നുനിന്ന് അവനുമൊത്ത് വിശാല മായ വനസ്ഥലികളിലൂടെ ഓടിപ്പോയതും മറ്റും. ഒരിക്കൽക്കൂടി അവൻ വീണ്ടും വനങ്ങളിലൂടെ അലഞ്ഞുതിരിഞ്ഞു, പക്ഷേ, ആ വന്യസഹോ ദരൻ പിന്നീട് വന്നില്ല; നീണ്ട കാത്തിരിപ്പുകളിലൂടെ അവൻ ചെവിയോർ ത്തെങ്കിലും, ദുഃഖാകുലമായ ആ ഓരിയിടൽ ഒരിക്കലും ഉയർന്നുവന്നില്ല.

രാത്രിയിൽ അവൻ പുറത്തുകിടന്ന് ഉറങ്ങാൻ തുടങ്ങി, ചിലപ്പോ ഴൊക്കെ ദിവസങ്ങളോളം അവൻ ക്യാമ്പിൽനിന്ന് വിട്ടുനിന്നു; ഒരിക്കൽ അവൻ അരുവിയുടെ തലയ്ക്കലുള്ള കൊക്കയും കടന്ന് താഴോട്ടിറങ്ങി കുഞ്ഞരുവികളുടെയും മരങ്ങളുടെയും സ്ഥലംവരെ പോയി. അവിടെ അവൻ ഒരാഴ്ചയോളം അലഞ്ഞു നടന്നു, ആ വന്യസഹോദരന്റെ എന്തെ ങ്കിലും പുതിയ അടയാളം ലഭിക്കുമോ എന്ന നിഷ്ഫലമായ അന്വേഷണ ത്തിൽ. ആ യാത്രയ്ക്കിടയിൽ അവൻ ഭക്ഷിക്കാനായി ചെറുമൃഗങ്ങളെ കൊന്നു, യാത്രയിൽ അവൻ അനായാസമായ ചെറിയചാട്ടം നടത്തിയി രുന്നതുകൊണ്ട് ഒരിക്കലും ക്ഷീണം തോന്നിയില്ല. ഒരു വീതികൂടിയ അരു വിയിൽ അവൻ സാൽമൺ മത്സ്യത്തെ പിടിച്ചു, ആ അരുവി താഴെ എവി ടെയോവച്ച് കടലിൽ ചേരുമായിരുന്നു. ഈ അരുവിയുടെ സമീപത്തു നിന്നു തന്നെയാണ് അവൻ ഒരു വലിയ കറുത്ത കരടിയെ കൊന്നതും. ആ കരടിയും ഇതുപോലെ മീൻ പിടിക്കുമ്പോൾ കൊതുകുകളുടെ ആക്ര മണത്തിൽ കാഴ്ച നഷ്ടപ്പെടുകയും വനത്തിലൂടെ നിസ്സഹായനായും ദേഷ്യപ്പെട്ടും നടക്കുകയുമായിരുന്നു. അങ്ങനെയായിരുന്നെങ്കിലും, അതൊരു കഠിനയുദ്ധമായിരുന്നു, അതിൽ ബക്കിന്റെ ക്രൂരതയുടെ അവ ശേഷിച്ച ഭാഗംവരെ പ്രയോഗിക്കേണ്ടിവന്നു. അതുകഴിഞ്ഞ് രണ്ടുദിവസ ത്തിനുശേഷം, അവൻ തന്റെ ഇരയുടെ ബാക്കി അന്വേഷിച്ച് എത്തിയ പ്പോൾ കണ്ടത് ഒരു ഡസനോളം മാംസപ്രിയരായ കാട്ടുമൃഗങ്ങൾ അവ ശിഷ്ടങ്ങൾക്കുവേണ്ടി വഴക്കുകൂടുന്നതാണ്. അവൻ അവരെ പതിരുക ണക്കെ ചിതറിച്ചുവിട്ടു; അങ്ങനെ ഓടിപ്പോയവർ രണ്ടുപേരെ പിന്നിൽ വിട്ടുപോയി. അവർ പിന്നീടൊരിക്കലും വഴക്കുപിടിക്കേണ്ടിയും വന്നില്ല.

രക്തത്തിനുവേണ്ടിയുള്ള ആശ മുമ്പ് എന്നത്തേക്കാളും ശക്തമായി

ത്തീർന്നു. അവനൊരു കൊലയാളിയായിരുന്നു, ഇരപിടിക്കുന്ന ഒരു സാധനം, ജീവനുള്ള സാധനങ്ങളെ ഭക്ഷിച്ച് ജീവിക്കുന്നവൻ, ആരുടെയും സഹായമില്ലാതെ, തനിയെ തന്റെ സ്വന്തം ശക്തിയുടെയും കരുത്തി ന്റെയും ബലത്തിൽ മാത്രം നിലനില്ക്കുന്ന പ്രതികൂല പരിസ്ഥിതിക ളിൽ വിജയകരമായി നിലനില്ക്കുന്നവൻ. ഈ ഗുണങ്ങളുടെയെല്ലാം ഫലമായി അവൻ തന്നിൽത്തന്നെ വലിയ അഹങ്കാരമുള്ള ഒരുവനായി മാറി, അത് അവന്റെ ശാരീരിക അസ്തിത്വത്തിലേക്കും ഒരു പകർച്ച വ്യാധിപോലെ സ്വയം പകരുകയായിരുന്നു. അത് അവന്റെ എല്ലാ ചലന ങ്ങളിലും പരസ്യമാക്കപ്പെട്ടു, ഓരോ മാംസപേശിയുടെ നീക്കത്തിലും അത് പ്രകടമായിരുന്നു, അവൻ സ്വയം നടന്നുപോയപ്പോൾ അത് സംഭാ ഷണംപോലെ വ്യക്തമായി സംസാരിച്ചു, പിന്നെ അവന്റെ മഹിമയുള്ള രോമക്കുപ്പായത്തെ കൂടുതൽ മഹത്തരമാക്കി. അവന്റെ മോന്തയിലെയും കണ്ണുകൾക്കു മുകളിലെയും ഒറ്റപ്പെട്ട ബ്രൗൺ നിറവും, അവന്റെ നെഞ്ചിൽനിന്ന് താഴോട്ട് നേരെ മധ്യത്തിലായുള്ള വെള്ളനിറം തെറി ച്ചതും ഒഴിച്ചാൽ, അവൻ തീർച്ചയായും ഒരു ഭീമൻ ചെന്നായ ആയി തെറ്റിദ്ധരിക്കപ്പെട്ടേനേ, അവന്റെ വർഗ്ഗത്തിലെ ഏറ്റവും വലുതിനേക്കാൾ വലിയൊരെണ്ണം. അവന്റെ അച്ഛനായിരുന്ന സെന്റ് ബെർണാഡ് വംശ ത്തിലെ നായയിൽനിന്നാണ് അവന് വലിപ്പവും ഭാരവും പാരമ്പര്യമായി കിട്ടിയത്; പക്ഷേ, അവന്റെ അമ്മയായിരുന്ന ഷെപ്പേർഡ് വംശജയാണ് ആ വലിപ്പത്തിനും ഭാരത്തിനും ആകൃതി നല്കിയത്. അവന്റെ മോന്ത ചെന്നായുടേതുപോലത്തെ നീണ്ട മോന്തയായിരുന്നു, ഒറ്റ വ്യത്യാസം അത് ഏത് ചെന്നായയുടേതിനേക്കാളും വലുതായിരുന്നു. അവന്റെ തല, ഏറക്കുറെ വീതിയുള്ളതാണെങ്കിലും, വലിയ തോതിലുള്ളൊരു ചെന്നാ യത്തല തന്നെയായിരുന്നു.

അവന്റെ സൂത്രശാലിത്വം ചെന്നായ സൂത്രശാലിത്വമായിരുന്നു, ഒപ്പം വന്യമായ സൂത്രശാലിത്വവും; അവന്റെ ബുദ്ധിശക്തി ഷെപ്പേർഡ് ബുദ്ധി ശക്തിയും പിന്നെ സെന്റ് ബെർണാഡ് ബുദ്ധിശക്തിയും. ഇതെല്ലാം ചേർന്ന്, അതിന്റെ കൂടെ ഏറ്റവും ഭയങ്കരമായ പാഠശാലകളിൽനിന്നും ലഭിച്ച അനുഭവസമ്പത്തും കൂടെയായപ്പോൾ, അവനെ ഒരു അപകടകാരി യായ ജന്തുവാക്കിതീർത്തു, വനപ്രദേശത്ത് ചുറ്റിനടന്ന ജീവികളിൽ ഏറ്റവും ബുദ്ധിയുള്ളത്. നേരിട്ടുള്ള മാംസാഹാരത്തിൽ ജീവിക്കുന്ന മാംസഭുക്കായ ഒരു മൃഗം, അവൻ യൗവനാരൂഢനായിരുന്നു, തന്റെ ജീവി തത്തിന്റെ വേലിയേറ്റത്തിൽ, കരുത്തും പൗരുഷവും കവിഞ്ഞൊഴുകി ക്കൊണ്ട്. അവന്റെ മുതുകിലൂടെ തോണ്ടൻ തലോടലിന്റേതായ ഒരു കരം തടവിവിട്ടപ്പോൾ, ഒരു ഞൊടിച്ചിലും കിരുകിരുപ്പും ആ കരത്തെ പിന്തുടർന്നു, ആ സ്പർശനത്തോടെ അവന്റെ ഓരോ രോമത്തിലെയും കെട്ടിനിറുത്തപ്പെട്ടിരുന്ന കാന്തികശക്തി ബഹിർഗ്ഗമിച്ചു. ഓരോ ഭാഗവും, തലച്ചോറും ശരീരവും, സ്നായുധാതുക്കളും നാഡിയും എല്ലാം ഏറ്റവും ഗംഭീരമായ സ്ഥായിയിൽ ചിട്ടപ്പെടുത്തിയിരുന്നു; അങ്ങനെ എല്ലാ അവയ

വങ്ങളും തമ്മിൽ പരിപൂർണ്ണമായയൊരു സന്തുലിതാവസ്ഥയും ഇണക്കവും ഉണ്ടായിരുന്നു. പ്രവർത്തനം ആവശ്യമായിരുന്ന എല്ലാ ശബ്ദങ്ങളോടും കാഴ്ചകളോടും സംഭവങ്ങളോടും, അവൻ മിന്നൽപ്പിണർ സമാനമായ വേഗതയിൽ പ്രതികരിച്ചു. കർക്കശനായ ഒരു നായയ്ക്ക് ആക്രമിക്കാനോ ആക്രമണത്തെ പ്രതിരോധിക്കാനോ എത്ര വേഗത്തിൽ ചാടാൻ കഴിയു മായിരുന്നോ, അതിന്റെ ഇരട്ടിവേഗത്തിൽ അവന് ചാടാൻ കഴിഞ്ഞു. അവൻ ഒരു നീക്കം കാണുകയും, ശബ്ദം കേൾക്കുകയും, അതുമായി പ്രതികരിക്കുകയും ചെയ്യാൻ എടുത്ത സമയം, മറ്റൊരു നായയ്ക്ക് അത് കാണുകയോ കേൾക്കുകയോ ചെയ്ത് ഗ്രഹിക്കുന്നതിനുവേണ്ടി വന്ന സമയത്തേക്കാൾ കുറവായിരുന്നു. അവൻ കാണുകയും തീരുമാനിക്കു കയും പ്രതികരിക്കുകയുമൊക്കെ ഒറ്റനിമിഷത്തിൽത്തന്നെ ചെയ്തു. സമയത്തിന്റെ കാര്യം നോക്കുകയാണെങ്കിൽ, കാണുക, തീരുമാനിക്കുക, പ്രതികരിക്കുക എന്നീ മൂന്ന് പ്രവർത്തനങ്ങളും അനുക്രമമായിരുന്നു; പക്ഷേ, അവകൾ തമ്മിലുള്ള ഇടവേളകളുടെ സമയം തുലോം തുച്ഛമാ യിരുന്നതിനാൽ, അവയെല്ലാം ഒന്നിച്ചുള്ളതാണെന്ന് തോന്നിച്ചു. അവന്റെ മാംസപേശികൾ ജീവശക്തികൊണ്ട് നിറഞ്ഞൊഴുകുകയായിരുന്നു, അതുകൊണ്ട് ഉരുക്ക് സ്പ്രിങ്ങുകൾപോലെ നിശിതമായ പ്രവർത്തന ത്തിലേക്ക് വന്നു. ജീവൻ അവനിലൂടെ ഒഴുകിയത് ഗംഭീരപ്രളയമായി ട്ടാണ്, സന്തുഷ്ടവും പുഷ്ടിയുള്ളതും, ഒടുവിൽ അതിന് തോന്നി അത് വെറും ആനന്ദാതിരേകം കൊണ്ടുതന്നെ അവനെ തുണ്ടുതുണ്ടാക്കി പൊട്ടിച്ച് ലോകത്തിന്റെ മുകളിലേക്ക് ഉദാരമായി ഒഴുക്കിവിടുമെന്ന്.

"ഇതുപോലൊരു നായ ഒരിക്കലും ഉണ്ടായിട്ടില്ല" ജോൺ തോൺ ടൻ ഒരു ദിവസം പറഞ്ഞു, ബക്ക് ക്യാമ്പിൽനിന്ന് പുറത്തേക്കുപോകു ന്നത് നോക്കിയിരിക്കുന്ന പങ്കാളികളോടായിട്ട്.

"അവനെ നിർമ്മിച്ചു കഴിഞ്ഞപ്പോൾ, ആ മൂശ പൊട്ടിപ്പോയി" പീറ്റ് പറഞ്ഞു.

"ദൈവത്തിനാണേ, ഞാനും അങ്ങനെതന്നെ വിചാരിക്കുന്നു" ഹാൻസ് യോജിച്ചു.

അവൻ ക്യാമ്പിൽനിന്ന് പുറത്തേക്ക് പോകുന്നത് അവർ കണ്ടു. പക്ഷേ, അവൻ വനത്തിന്റെ രഹസ്യസങ്കേതത്തിൽ എത്തിപ്പെട്ടയുടനെ അവനിൽ ഉണ്ടായ ഭയാനകമായ രൂപാന്തരം അവർ കണ്ടില്ല. പിന്നീട് അവൻ അധികം നടന്നില്ല. ഉടൻതന്നെ അവൻ വനത്തിലെ ഒരു സാധന മായി മാറിക്കഴിഞ്ഞു, നല്ല മൃദുവായി മോഷ്ടിക്കും, പൂച്ചയെപ്പോലെ പതുങ്ങി നടക്കും, നിഴലുകൾക്കിടയിൽ പ്രത്യക്ഷപ്പെടുകയും അപ്രത്യ ക്ഷമാകുകയും ചെയ്യുന്ന ഒരു അസ്ഥിരനിഴൽ. ഓരോ മറയും എങ്ങനെ ഗുണകരമാക്കണമെന്ന് അവന് അറിയാമായിരുന്നു, അവൻ പാമ്പിനെ പ്പോലെ അവന്റെ വയറിൽ ഇഴയും, എന്നിട്ട് പാമ്പിനെപ്പോലെ ചാടു കയും ആക്രമിക്കുകയും ചെയ്യും. അവന് ഒരു കുളക്കോഴിയെ അതിന്റെ കൂട്ടിൽനിന്ന് എടുക്കാനും, ഉറങ്ങിക്കിടക്കുന്ന ഒരു മുയലിനെ കൊല്ലാനും

മരങ്ങളിലേക്ക് ചേക്കേറാൻ പോകുന്ന ചെറുകിളികൾ പറക്കാൻ ഒരു നിമിഷം വൈകിയാൽ അവയെ വായുമദ്ധ്യത്തിൽവച്ച് പിടികൂടാനും കഴി യുമായിരുന്നു. മീനുകൾക്ക്, തുറസ്സായ കുളങ്ങളിൽ, വേഗതയിൽ അവനെ തോല്പിക്കാൻ കഴിയില്ല; അതേപോലെതന്നെ, തങ്ങളുടെ തട യണകൾ നന്നാക്കിക്കൊണ്ടിരിക്കുന്ന നീർനായ്ക്കൾക്കും. അവൻ തിന്നാൻ വേണ്ടിയാണ് കൊന്നത്, അല്ലാതെ വിനോദത്തിനല്ലായിരുന്നു; പക്ഷേ, അവൻ തന്നെ കൊന്നതിനെ തിന്നാനാണ് അവൻ മുൻഗണന നല്കിയത്. അങ്ങനെ അവന്റെ പ്രവൃത്തികളിൽ ഒരു നർമ്മം ഒളിഞ്ഞി രുന്നു, അത് അണ്ണാറക്കണ്ണന്മാരെ ഒളിച്ചുചെന്ന് ആക്രമിക്കാനുള്ള അവന്റെ ആനന്ദമായിരുന്നു; അതുകൊണ്ട് അവന്റെ കൈയിൽപ്പെടാതെ വരുമ്പോൾ മാത്രമേ, അവയ്ക്ക് മരങ്ങളുടെ മുകളിലേക്കോടി മരണഭയ ത്തോടെ ചിലയ്ക്കാൻ കഴിഞ്ഞിരുന്നുള്ളൂ.

ആ വർഷത്തെ ഇലപൊഴിയുംകാലം വന്നണഞ്ഞപ്പോൾ, മാനുകൾ കൂട്ടത്തോടെ പ്രത്യക്ഷപ്പെടാൻ തുടങ്ങി, താഴെയുള്ള അത്ര കഠിനമ ല്ലാത്ത താഴ്‌വരകളിൽപ്പോയി ശിശിരകാലത്തെ അഭിമുഖീകരിക്കാൻ അവ മന്ദഗതിയിൽ നീങ്ങുകയായിരുന്നു. ബക്ക് അപ്പോൾതന്നെ കൂട്ടം തെറ്റി വന്ന പൂർണ്ണ വളർച്ചയെത്താത്ത ഒരു മാൻകിടാവിനെ വലിച്ച് താഴെ യിട്ടിരുന്നു; പക്ഷേ, വലുതും അപകടകാരിയുമായ ഒരു വേട്ടമൃഗത്തെ കിട്ടണമെന്നാണ് അവൻ ആഗ്രഹിച്ചത്. അങ്ങനെ ഒരെണ്ണത്തെ നേരി ടാൻ ഒരു ദിവസം അവന് ആ കൊച്ച് അരുവിയുടെ തുടക്കത്തിലുള്ള മലമടക്കിൽ വച്ച് സാധിച്ചു. ഇരുപത് മാനുകളടങ്ങുന്ന ഒരു സംഘം കൊച്ച രുവികളുടെയും മരങ്ങളുടെയും പ്രദേശത്തുനിന്ന് നടന്നു പോകുകയായി രുന്നു, അവരുടെ തലവൻ ഒരു വലിയ ആൺമാൻ ആയിരുന്നു. അവൻ നിലത്തുനിന്ന് ആറടിയിലേറെ പൊക്കമുള്ളവനും കാടൻ സ്വഭാവമുള്ളവ നുമായിരുന്നതുകൊണ്ട്, ബക്കിന് ആഗ്രഹിക്കാൻ കഴിഞ്ഞതുപോലെ അപകടകാരിയായ ഒരു എതിരാളിയായിരുന്നു. അവന്റെ കൈവിരലുകൾ പോലെ വിരിഞ്ഞ കൊമ്പുകൾക്ക് പതിനാല് അഗ്രങ്ങളുണ്ടായിരുന്നു, അവയുടെ അറ്റങ്ങൾ തമ്മിൽ ഏഴടി അകലവും; ഈ കൊമ്പുകൾ മുമ്പോട്ടും പിമ്പോട്ടും ആട്ടിക്കൊണ്ടാണ് അവൻ നടന്നു നീങ്ങിയത്. അവന്റെ ചെറിയ കണ്ണുകളിൽ ദേഷ്യവും പകയും കലർന്ന വെളിച്ചം എരിഞ്ഞിരുന്നു. അവൻ ബക്കിനെ കണ്ടയുടനെ കോപംകൊണ്ട് അമറി.

ആ ആൺമാനിന്റെ ഒരു വശത്തായി, ഇടുപ്പിന് തൊട്ട് മുന്നിൽ, തൂവൽ വച്ചുകെട്ടിയ ഒരു അമ്പിന്റെ അറ്റം തള്ളി നിന്നിരുന്നു; അതായി രുന്നു അവന്റെ ഭീകരതയ്ക്ക് കാരണം. ആദികാല ലോകത്തിലെ നായാട്ട് ദിനങ്ങളുടെ ഓർമ്മയിൽനിന്നും വന്ന ചോദനയാൽ നയിക്കപ്പെട്ട ബക്ക്, ആ മാനിനെ അവരുടെ കൂട്ടത്തിൽനിന്നും തെറ്റിച്ച് ഒറ്റപ്പെടുത്താൻ നീക്കം തുടങ്ങി. അതൊരു ചെറിയ കാര്യമല്ലായിരുന്നു. അവൻ ആ മാനിന്റെ മുന്നിലായി ചുറ്റും നടന്ന് കുരയ്ക്കുകയും നൃത്തം വയ്ക്കു കയും ചെയ്തു. ഇതെല്ലാം അവന്റെ വലിയ കൊമ്പുകൾക്കും ഭീതിദ

മായി തുറിച്ചുനില്‌ക്കുന്ന കുളമ്പുകൾക്കും എത്താൻ കഴിയുന്നതിന്റെ
തൊട്ടപ്പുറത്തുള്ള അകലത്തിലായിരുന്നു, അല്ലെങ്കിൽ ഒറ്റ ചവിട്ടുകൊണ്ട്
അവന്റെ ജീവിതം ചതഞ്ഞരഞ്ഞുപോയേനെ. കൊമ്പല്ലുകളുള്ള ഈ
അപകടത്തിന് പുറംതിരിഞ്ഞുനിന്ന് തുടർന്നുപോകാൻ കഴിയില്ലെന്ന് മന
സ്സിലാക്കിയ ആ മാൻ ഇടയ്ക്കിടെ കോപത്തിന്റെ പാരവശ്യത്തിലേക്ക്
കടക്കും. അതുപോലുള്ള നിമിഷങ്ങളിൽ അവൻ ബക്കിന്റെ നേർക്ക് ചാടി
വരും, അവനാകട്ടെ തന്ത്രപൂർവ്വം പിന്മാറും, രക്ഷപ്പെടാൻ യാതൊരു
ഉപായവുമില്ലെന്ന നാട്യത്തിൽ മാനിനെ മോഹിപ്പിച്ചുകൊണ്ട്. പക്ഷേ,
അവൻ തന്റെ കൂട്ടുകാരിൽനിന്നും അപ്രകാരം വേർപെടുത്തപ്പെട്ടപ്പോൾ,
രണ്ടോ മൂന്നോ പ്രായം കുറഞ്ഞ ആൺ മാനുകൾ വന്ന് ബക്കിനുനേരെ
ചാടി വീഴുകയും മുറിവേറ്റ മാനിനെ കൂട്ടത്തോടൊപ്പം വീണ്ടും ഒത്തു
ചേരാൻ സഹായിക്കുകയും ചെയ്തു.

വന്യജീവികൾക്ക് ഒരു ക്ഷമാശീലമുണ്ട് — പിന്മാറാത്ത, തളരാത്ത,
ജീവിതംപോലെതന്നെ ചിരസ്ഥായിയായത്—അതാണ് എട്ടുകാലിയെ
മണിക്കുറുകളോളം നിശ്ചലനായി അവന്റെ വലയിൽ പിടിച്ചുനിറുത്തു
ന്നത്, പാമ്പിനെ വളഞ്ഞുകൂടി കിടക്കാനും, കടുവയെ പതുങ്ങിയിരി
ക്കാനും പ്രേരിപ്പിക്കുന്നത്. ഈ ക്ഷമാശീലം ജീവനുള്ള ഭക്ഷണം വേട്ട
യാടിപ്പിടിക്കുന്ന ജീവികൾക്കെല്ലാം പ്രത്യേകമായുള്ളതാണ്. ആ മാൻ
കൂട്ടത്തിന്റെ ഒരുവശം ചേർന്ന് പൊയ്ക്കൊണ്ടിരുന്ന ബക്കിനും അത്
ഉണ്ടായിരുന്നു. അതുകൊണ്ടാണ് അവൻ ആ കൂട്ടത്തിന്റെ പ്രയാണം
മന്ദഗതിയിലാക്കുകയും, പ്രായംകുറഞ്ഞ ആൺമാനുകളെ ദേഷ്യം പിടി
പ്പിക്കുകയും, പാതിവളർച്ചയെത്തിയ മാൻകുട്ടികളുള്ള പേടമാനുകളെ
സങ്കടത്തിലാക്കുകയും, മുറിവേറ്റ ആൺമാനിനെ നിസ്സഹായതയുടെ
കോപംകൊണ്ട് ഭ്രാന്തനാക്കുകയും ചെയ്തത്. അരദിവസത്തോളം ഈ
നില തുടർന്നു. ബക്ക് സ്വയം ഗുണീഭവിച്ചു, എല്ലാ വശങ്ങളിൽനിന്നും
ആക്രമിച്ചുകൊണ്ട്, ആ കൂട്ടത്തെ പേടിപ്പെടുത്തലിന്റെ ഒരു ചുഴലിക്കാ
റ്റുകൊണ്ട് പൊതിഞ്ഞ്, അവന്റെ ഇരകളെ അവയുടെ ഇണകളോട്
യോജിക്കുന്ന അതേ വേഗത്തിൽത്തന്നെ വേർപെടുത്തിക്കൊണ്ട്, വേട്ട
യാടപ്പെടുന്ന ജന്തുക്കളുടെ ക്ഷമ ക്ഷയിപ്പിച്ചുകൊണ്ട്, എന്തെന്നാൽ അവ
രുടെ ക്ഷമ വേട്ടയാടുന്ന മൃഗങ്ങളുടേതിനേക്കാൾ കുറവായിരുന്നു.

പകൽ എരിഞ്ഞു തീരുകയും സൂര്യൻ വടക്കുപടിഞ്ഞാറുള്ള
അതിന്റെ കിടക്കയിലേക്ക് വീഴുകയും ചെയ്തപ്പോൾ (ഇരുട്ട് മടങ്ങി
വന്നു, ഇല പൊഴിയും കാലത്തെ രാവുകൾക്ക് ആറ് മണിക്കൂർ ദൈർഘ്യ
മേ ഉണ്ടായിരുന്നുള്ളു) ചെറുപ്പക്കാരായ ആൺമാനുകൾ അവരുടെ
ക്ഷീണിതനായ നേതാവിനെ സഹായിക്കുന്ന കാര്യത്തിൽ കൂടുതൽ
കൂടുതൽ വൈമുഖ്യത്തോടെയാണ് അവരുടെ കാലുകൾ വച്ചത്. ആസ
ന്നമായിക്കൊണ്ടിരുന്ന ശരത്കാലം അവരെ ബുദ്ധിമുട്ടിക്കുകയും കഴി
വിന്റെ താഴ്ത്തെ തലത്തിലേക്ക് കൊണ്ടുപോകുകയും ചെയ്തിരുന്നതി
നാൽ അവർക്ക് തങ്ങളെ പുറകോട്ട് വലിച്ചിരുന്ന തളരാത്ത ആ ജന്തു

വിനെ തൂത്തെറിയാൻ കഴിയുമെന്ന് തോന്നിയില്ല. അതിനും പുറമെ ഭീഷ ണിയുണ്ടായിരുന്നത്, ആ കൂട്ടത്തിന്റെ മൊത്തം ജീവനോ, അല്ലെങ്കിൽ അതിലെ പ്രായംകുറഞ്ഞ മാനുകൾക്കോ അല്ലായിരുന്നു. അതിലെ ഒരു അംഗത്തിന്റെ ജീവിതം മാത്രമേ ആവശ്യപ്പെട്ടിരുന്നുള്ളൂ; അത് അവരുടെ ജീവിതങ്ങളെ സംബന്ധിച്ചിടത്തോളം ഒരു വിദൂരമായ താല്പര്യം മാത്ര മായിരുന്നു. അങ്ങനെ അവസാനം അവർ ആ പിഴ ഒടുക്കുന്നതിൽ തൃപ്തരായിരുന്നു.

സന്ധ്യാപ്രകാശം മങ്ങിയപ്പോൾ വൃദ്ധനായ ആ ആണ്മാൻ താഴ് ത്തിയ തലയുമായി നിന്നു, തന്റെ സംഘാംഗങ്ങൾ പോകുന്നത് നോക്കി ക്കൊണ്ട്—അവന് അറിയാമായിരുന്ന പെൺമാനുകൾ, അവൻ പിതൃത്വം നല്കിയ മാൻകിടാവുകൾ, അവൻ ഭരിച്ചിരുന്ന ആണ്മാനുകൾ—അവ യെല്ലാം മങ്ങുന്ന പ്രകാശത്തിലൂടെ കൂടുതൽ വേഗത്തിൽ ഇഴച്ചുവലിച്ച് നടന്നുപോകുന്നു. അവന് അവരെ അനുഗമിക്കാൻ കഴിഞ്ഞില്ല, എന്തെ ന്നാൽ അവന്റെ മൂക്കിനു മുന്നിലായി അവനെ പോകാൻ അനുവദി ക്കാതെ കോമ്പല്ലുകളുള്ള ആ ഭീകരത കരുണയില്ലാതെ ചാടുകയായി രുന്നു. അവന് അര ടണ്ണും പിന്നെ മൂന്ന് ഹൻഡ്രഡ് വെയ്റ്റും ഭാരമുണ്ടാ യിരുന്നു; അവൻ സുദീർഘമായ, ശക്തമായ ഒരു ജീവിതം ജീവിച്ചിരുന്നു, നിറയെ സംഘട്ടനങ്ങളും സമരങ്ങളും, എന്നിട്ട് അവസാനമിതാ അവൻ മരണത്തെ അഭിമുഖീകരിക്കുന്നത് അവന്റെ വലിപ്പമുള്ള കാൽമുട്ടു കൾക്ക് അപ്പുറത്തേക്ക് തല ഉയർത്താനാവാത്ത ഒരു ജന്തുവിന്റെ പല്ലു കളിൽനിന്നും.

അപ്പോൾ മുതൽ, രാവും പകലും, ബക്ക് ഒരിക്കലും തന്റെ ഇരയെ വിട്ട് പോയില്ല; ഒരിക്കലും അതിന് ഒരു നിമിഷത്തെ വിശ്രമം അനുവദി ച്ചില്ല, ഒരിക്കൽപ്പോലും അതിനെ മരങ്ങളുടെ ഇലകൾ കടിക്കാനോ ബർച്ച് മരങ്ങളുടെയോ വില്ലോ മരങ്ങളുടെയോ ഇളംനാമ്പുകൾ തിന്നാനോ സമ്മ തിച്ചില്ല. അത് മാത്രമല്ല, മുറിവേറ്റ ആ ആണ്മാനിനെ അവർ കടന്നു പോയ അരുവികളിലൂടെ നേർത്ത് ഒഴുകിയിരുന്ന ഉറവകളിൽനിന്ന് ഒരിറ്റു വെള്ളം കുടിച്ച് തന്റെ പൊരിയുന്ന ദാഹം ശമിപ്പിക്കാനുള്ള ഒരവസരവും അവൻ നല്കിയതുമില്ല. പലപ്പോഴും, കനത്ത നിരാശയിൽ, അവൻ കുറെ ദൂരേക്ക് ഓടാൻ ശ്രമിച്ചു. ആ സമയങ്ങളിലൊന്നും ബക്ക് അവനെ തട ഞ്ഞുനിറുത്താൻ ശ്രമിച്ചില്ല, മറിച്ച് അവന്റെ പാദങ്ങൾക്കടുത്തുകൂടി സാവ ധാനം ചാടിച്ചാടി നടന്നു, ആ മൃഗയാവിനോദം നടക്കുന്ന രീതിയിൽ സംതൃപ്തനായിട്ട്. ആ മാൻ ഒരിടത്ത് നില്ക്കുമ്പോൾ, അവൻ അടുത്തെ വിടെയെങ്കിലും കിടക്കും, പക്ഷേ, അവൻ തിന്നാനോ കുടിക്കാനോ ശ്രമി ക്കുമ്പോൾ ബക്ക് അവനെ ഭയങ്കരമായി ആക്രമിക്കും.

ആ വലിയ തല അതിന്റെ കൊമ്പുകൾ കൊണ്ടുള്ള മരത്തിന്റെ താഴെ കൂടുതൽ കൂടുതലായി താണു; വെച്ചുവെച്ചുള്ള നടത്തം പിന്നെയും അവശമായി. അവൻ കൂടുതൽ സമയം നില്ക്കാൻ തുടങ്ങി, മൂക്ക് നില ത്തേക്ക് താഴ്ത്തിയും ആശയറ്റ ചെവികൾ മരവിച്ച് വശങ്ങളിലേക്ക്

വീഴ്ത്തിയുമാണ് നിന്നത്; അപ്പോഴൊക്കെ ബക്ക് അവനുവേണ്ട വെള്ളം കുടിക്കാനും വിശ്രമമെടുക്കാനും കൂടുതൽ സമയം കണ്ടെത്തി. ആ സമയത്തെല്ലാം, കിതയ്ക്കുകയും ചുവന്ന നാക്ക് വെളിയിലേക്ക് ഇട്ട് ആട്ടുകയും ചെയ്തുകൊണ്ട് ആ വലിയ മാനിന്റെമേൽ ദൃഷ്ടികൾ പതിച്ചിരുന്ന ബക്കിന് തോന്നിയത് കാര്യങ്ങൾക്കാകെ പൊതുവെ ഒരു മാറ്റം വരുന്നുണ്ട് എന്നാണ്. ആ സ്ഥലത്താകെ ഒരു പുതു ചലനം അവന് അനുഭവിച്ചറിയാൻ കഴിഞ്ഞു. ആ മാൻ ആ സ്ഥലത്തേക്ക് വന്നതു പോലെ, ജീവന്റെ മറ്റ് പലരൂപങ്ങളും അവിടേക്ക് വന്നുകൊണ്ടിരുന്നു. വനവും അരുവിയും പിന്നെ വായുവും അവയുടെ സാന്നിദ്ധ്യംകൊണ്ട് തുടിക്കുന്നതുപോലെ തോന്നി. അതിന്റെ വാർത്ത അവനിലേക്കും എത്തിച്ചേർന്നു, കാഴ്ചയിലൂടെയല്ല, ശബ്ദത്തിലും മണത്തിലും കൂടെയും അല്ലായിരുന്നു, മറിച്ച് കൂടുതൽ സൂക്ഷ്മമായ മറ്റേതോ ഇന്ദ്രിയത്തിൽക്കൂടിയായിരുന്നു. അവൻ ഒന്നും കേട്ടില്ല, ഒന്നും കണ്ടതുമില്ല, എന്നിട്ടും അവൻ അറിഞ്ഞു ആ സ്ഥലം എന്തുകൊണ്ടോ വ്യത്യസ്തമാണെന്ന്; അതായത് അതിലൂടെ അപരിചിതമായ കാര്യങ്ങൾ കടന്നു വരുന്നുണ്ടെന്നും വിന്യസിക്കപ്പെടുന്നുണ്ടെന്നും. അതൊക്കെ ഇപ്പോൾ ഏർപ്പെട്ടിരിക്കുന്ന പണികഴിഞ്ഞിട്ട് അന്വേഷിക്കാമെന്ന് അവൻ തീരുമാനിച്ചു.

ഒടുവിൽ നാലാമത്തെ ദിവസത്തിന്റെ അന്ത്യത്തിൽ അവൻ ആ വലിയ മാനിനെ വലിച്ച് താഴെയിട്ടു. ഒരു പകലും ഒരു രാത്രിയും അവൻ കൊന്നിട്ട ആ മൃഗത്തിന്റെ സമീപത്തുതന്നെ ഉണ്ടായിരുന്നു, ഭക്ഷിക്കും പിന്നെ ഉറങ്ങും, തിരിച്ചുപോകും അതുപോലെ മടങ്ങിവരും. അങ്ങനെ, വിശ്രമിച്ച്, പുനരുജ്ജീവിപ്പിച്ച് ശക്തനായി, അവൻ ക്യാമ്പിന്റെയും ജോൺ തോൺടന്റെയും നേർക്ക് തലതിരിച്ചു. അവൻ തന്റെ അനായാസമായ ദൈർഘ്യമുള്ള ചാട്ടത്തിലേക്ക് മാറി, അങ്ങനെ പൊയ്ക്കൊണ്ടിരുന്നു, മണിക്കൂറിനു പുറകെ മണിക്കൂർ, കെട്ടുപിണഞ്ഞുകിടന്ന വഴികളിലൂടെ ഒരിക്കലും തെറ്റാതെ അപരിചിതമായ ആ ഗ്രാമപ്രദേശത്തു കൂടെ നേരേ വീട്ടിലേക്ക് പോയി, ദിക്കിനെക്കുറിച്ചുള്ള ആ കൃത്യത മനുഷ്യനെയും അവന്റെ കാന്തികസൂചിയെയും നാണിപ്പിക്കുന്നതായിരുന്നു.

അവൻ അങ്ങനെ പൊയ്ക്കൊണ്ടിരുന്നപ്പോൾ ആ സ്ഥലത്തിന്റെ പുതിയ ചലനത്തെക്കുറിച്ച് കൂടുതൽ ബോധവാനായിക്കൊണ്ടിരുന്നു. വേനൽക്കാലത്ത് മുഴുവൻ കണ്ടുവന്നിരുന്ന ജീവനിൽനിന്നും വ്യത്യസ്തമായിരുന്നു അവിടെ അപ്പോഴുണ്ടായിരുന്ന ജീവൻ. ഇതിനുമുമ്പ് ഒരിക്കലും ഈ വസ്തുത അവന് സൂക്ഷ്മവും, ആശ്ചര്യകരവുമായ രീതിയിൽ മനസ്സിലാക്കാൻ കഴിഞ്ഞിരുന്നില്ല. അവിടത്തെ പക്ഷികൾ അതേക്കുറിച്ച് സംസാരിച്ച്, അണ്ണാറക്കണ്ണന്മാർ അതേക്കുറിച്ച് ചിലച്ചു, ഇളം തെന്നൽപോലും അതേക്കുറിച്ച് മന്ത്രിച്ചു. നിരവധി തവണ അവൻ നടത്തം നിറുത്തിനിന്ന് പ്രഭാതത്തിലെ ശുദ്ധവായു ദീർഘമായി ഉച്ഛ്വസിച്ചു, അതിൽനിന്ന് അവൻ വായിച്ച സന്ദേശം അവനെ കൂടുതൽ

വേഗത്തിൽ ഓടിച്ചാടി പോകാൻ പ്രേരിപ്പിച്ചു. ഒരു ദുരന്തം സംഭവിക്കു ന്നതിന്റെ ബോധംകൊണ്ട് അവന് ഞെരുക്കം അനുഭവപ്പെട്ടു, ആ ദുരന്തം അതിനുമുമ്പേതന്നെ സംഭവിച്ചിട്ടില്ലായിരുന്നെങ്കിൽ; അങ്ങനെ അവസാ നത്തെ നീർത്തടവും കടന്ന്, ക്യാമ്പിലേക്കുള്ള താഴ്വരയിലേക്ക് അവൻ ഇറങ്ങിയശേഷം, അവൻ മുന്നോട്ടുപോയത് അതീവ കരുതലോടെയാ യിരുന്നു.

മൂന്ന് മൈൽ ദൂരെവെച്ച് അവനൊരു പുതിയ വഴിത്താരയിൽ വന്നെത്തി, അതോടെ അവന്റെ കഴുത്തിലെ രോമങ്ങൾ ഓളങ്ങൾപോലെ എണീറ്റ് നിന്നു, ആ വഴി നേരെ ചെന്നെത്തിയത് ക്യാമ്പിലേക്കും ജോൺ തോൺടന്റെയടുക്കലേക്കുമാണ്. ബക്ക് വേഗത കൂട്ടി, ഒളിഞ്ഞും പതു ങ്ങിയും ദ്രുതഗതിയിലും; ഓരോ ഞരമ്പും വലിഞ്ഞുമുറുകി പൊട്ടാറായി, നിരവധിയായ വിശദാംശങ്ങൾ ഒരു കഥ പറഞ്ഞു-അന്ത്യം ഒഴികെ മറ്റെല്ലാം. അവന്റെ മൂക്ക് അവനോട് പറഞ്ഞത് ജീവൻ കടന്നുപോയ തിന്റെ വ്യത്യസ്തമായൊരു വിവരണമായിരുന്നു, അതിന്റെ ചുവടുപിടി ച്ചായിരുന്നു അവൻ യാത്ര ചെയ്തിരുന്നതും. അവൻ ആ വനത്തിന്റെ അർത്ഥഗർഭമായ മൗനം കണക്കിലെടുത്തു. പക്ഷികളുടെ ജീവിതം ചിറ കടിച്ച് അകന്നുപോയിരുന്നു. അണ്ണാറക്കണ്ണന്മാർ ഒളിവിലായിരുന്നു. ഒന്നു മാത്രം അവൻ കണ്ടു—ചാരനിറമുള്ള മെലിഞ്ഞ ഒരു മനുഷ്യൻ, മരിച്ച ഒരവയവത്തിനെതിരെ ചതച്ച് പരത്തപ്പെട്ടതുകൊണ്ട് അയാളും അതിന്റെ ഒരു ഭാഗമാണെന്ന് തോന്നി, തടിയുടെമേൽ തന്നെയുള്ള തടിയുടെ അധി കവളർച്ചപോലെ.

ഇഴുകി നീങ്ങുന്ന ഒരു നിഴലിന്റെ ഗോപ്യതയോടെ ബക്ക് തെന്നി നീങ്ങിയപ്പോൾ, പെട്ടെന്ന് അവന്റെ മൂക്ക് ഒരു വശത്തേക്ക് തട്ടിനീക്ക പ്പെട്ടു, ഒരു കൃത്യമായ ശക്തി അതിനെ പിടിക്കുകയും വലിക്കുകയും ചെയ്തപോലെ. അവൻ ആ പുതിയ മണത്തെ പിന്തുടർന്ന് ഒരു കുറ്റി ക്കാട്ടിലെത്തിയപ്പോൾ നിഗ്ഗിനെ കണ്ടെത്തി. അവൻ അവന്റെ ഒരുവശം ചേർന്ന് കിടക്കുകയായിരുന്നു, അവൻ സ്വയം വലിച്ചുകൊണ്ടുപോയ അവിടെ മൃതനായിട്ട്, അവന്റെ ശരീരത്തിന്റെ ഓരോ ഭാഗത്തുനിന്നും ഓരോ അമ്പുകൾ ഉയർന്നു നിന്നു, അവയിൽ തൂവലുകളും.

അവിടെനിന്നും ഒരു നൂറുവാര അകലെ മാറി, തോൺടൻ ഡോസ നിൽനിന്ന് വാങ്ങിയ ഹിമശകട നായ്ക്കളിൽ ഒന്നിനെ ബക്ക് കണ്ടു. ഈ നായ ആ വഴിത്താരയിൽത്തന്നെ മരണവുമായി മല്ലടിച്ച് വീണുകി ടക്കുകയായിരുന്നു; ബക്ക് അവിടെ നില്ക്കാതെ അവനെ വലംവെച്ച് പോയി. ക്യാമ്പിൽനിന്നും പലരുടെയും ശബ്ദങ്ങളുടെ നേരിയ ഒച്ച കേൾ ക്കാമായിരുന്നു, ഉയർന്നും താഴ്ന്നും ഒരു നൃത്തഗാനത്തിന്റെ ശീലു പോലെ. വയറിൽ ഇഴഞ്ഞ്, ക്യാമ്പിനുവേണ്ടി തെളിച്ച സ്ഥലത്തിന്റെ അരികിൽ എത്തിയ ബക്ക് കണ്ടത് ഹാൻസിനെയാണ്, മുഖമടിച്ച് കിട ക്കുന്ന അയാളുടെ ശരീരം മുഴുവൻ ശരങ്ങൾ തറച്ച് ഒരു മുള്ളൻ പന്നി യെപ്പോലെ തോന്നിച്ചു. ആ നിമിഷംതന്നെ ബക്ക് മരക്കൊമ്പുകൾ

കൊണ്ടുതീർത്ത കൂട്ടിൽ നിന്നിടത്തേക്ക് ഒളിഞ്ഞുനോക്കിയപ്പോൾ കണ്ട കാഴ്ച അവന്റെ കഴുത്തിലും ചുമലുകളിലുമുള്ള രോമങ്ങളെ എണീ പ്പിച്ചു നിറുത്തി. അവനെ കീഴടക്കിക്കൊണ്ട് രോഷത്തിന്റെ ഒരു കൊടു ങ്കാറ്റ് വീശിയടിച്ചു. അവൻ മുരണ്ടു എന്നത് അവൻതന്നെ അറിഞ്ഞില്ല, പക്ഷേ, ഭയാനകമായ ക്രൗര്യത്തോടെ അത്യുച്ചത്തിലാണ് അവൻ മുര ണ്ടത്. അവന്റെ ജീവിതത്തിൽ അവസാന പ്രാവശ്യമാണ് കൗശല ത്തെയും യുക്തിയെയും ബലാല്ക്കാരമായി പിടിച്ചെടുക്കാൻ ആവേ ശത്തെ അവൻ അനുവദിച്ചത്, അവന് ജോൺ തോൺടനുണ്ടായിരുന്ന അത്യഗാധമായ സ്നേഹംകൊണ്ടാണ് അവൻ അവനെത്തന്നെ മറന്നു പോയതും.

ആ 'യീഹാറ്റ്സ്', മരക്കൊമ്പുകൾകൊണ്ട് തീർത്ത കുടിലിന്റെ അവ ശിഷ്ടങ്ങൾക്ക് അടുത്തുനിന്ന് നൃത്തം ചെയ്യുകയായിരുന്നു. അപ്പോഴാണ് അതിഭീകരമായ അലർച്ചയോടെ ഒരു മൃഗം അവരുടെമേൽ ചാടിവീഴു ന്നത് കണ്ടത്; അത്തരമൊരു മൃഗത്തെ അതിനുമുമ്പ് അവർ കണ്ടിട്ടില്ലാ യിരുന്നു. അത് ബക്കായിരുന്നു, രോഷത്തിന്റെ കൊടുങ്കാറ്റിന്റെ സചേതന രൂപം, അവൻ നശിപ്പിക്കാനുള്ള ഭ്രാന്തമായ ആവേശത്തോടെ സ്വയം അവരുടെ പുറത്തേക്ക് എടുത്തെറിയുകയായിരുന്നു. അവൻ ആദ്യംകണ്ട ആളുടെമേൽ ചാടിവീണ് (അത് 'യീഹാറ്റ്സി'ന്റെ പ്രധാനിയായിരുന്നു), അയാളുടെ പിടലിക്കുകടിച്ചു പറിച്ച് ആഴത്തിൽ മുറിവുണ്ടാക്കിയപ്പോൾ തൊണ്ടയിലെ പ്രധാന രക്തധമനി മുറിഞ്ഞ് രക്തം ഫൗണ്ടൻപോലെ ചീറ്റി. അവൻ തന്റെ ഇരയെക്കുറിച്ച് ഖേദിക്കാൻ അല്പനേരംപോലും നില്ക്കാതെ അയാളെവിട്ട്, അടുത്ത ചാട്ടത്തിൽ രണ്ടാമതൊരുത്തന്റെ തൊണ്ടയും നല്ലപോലെ കടിച്ചുമുറിച്ചു. അവനെ എതിർത്തു നില്ക്കാ നാവുമായിരുന്നില്ല. അവൻ അവരുടെ മധ്യത്തിലേക്കുതന്നെ എടുത്തു ചാടി, കടിച്ച്, മുറിച്ച്, നശിപ്പിച്ചു. ഇതൊക്കെ ചെയ്തത് നിരന്തരവും നിശി തവും ഭീകരവുമായ നീക്കങ്ങളിലൂടെയായതുകാരണം അവർ എയ്തു വിട്ട അമ്പുകളൊന്നും അവന്റെമേൽ തറച്ചില്ല. വാസ്തവത്തിൽ, അവന്റെ ചലനങ്ങൾ ഊഹിക്കാൻ കഴിയുന്നതിനേക്കാൾ വേഗത്തിലായിരുന്നതു കൊണ്ടും, ആ റെഡ് ഇന്ത്യക്കാർ അത്രയ്ക്ക് ചേർന്നുചേർന്ന് കുരുങ്ങി നിന്നിരുന്നതുകൊണ്ടും, അവർ അമ്പുകൾകൊണ്ട് പരസ്പരം എയ്യുന്ന സ്ഥിതി സംജാതമായി. ഒരു യുവാവായ വേട്ടക്കാരൻ, വായുവിലേക്ക് ചാടിയ ബക്കിന്റെ നേർക്ക് എറിഞ്ഞ കുന്തം, മറ്റൊരു വേട്ടക്കാരന്റെ നെഞ്ചിലാണ് തറച്ചത്; ഏറിന്റെ ശക്തി കാരണം കുന്തമുന അയാളുടെ മുതുകിലെ തൊലി തുളച്ച് പുറത്തോട്ടു ചാടിനിന്നു. അപ്പോഴേക്കും ആ 'യീഹാറ്റ്സി'നെ പരിഭ്രാന്തി പിടികൂടിക്കഴിഞ്ഞിരുന്നു, അവർ ഭയപ്പെട്ട് വനത്തിലേക്ക് ഓടി, ഓടുന്നതിനിടയിൽ അവർ പ്രഖ്യാപിച്ചത് അതൊരു ദുഷ്ടാരൂപിയുടെ മുന്നേറ്റമാണെന്നായിരുന്നു.

യഥാർത്ഥത്തിൽ ബക്ക് രൂപംമാറി വന്ന ഭൂതമായിരുന്നു, അവൻ അവരുടെ കാലടികളെ ദേഷ്യത്തോടെ പിന്തുടർന്ന്, മരങ്ങൾക്കിടയിലൂടെ

ഓടിയവരെ മാനുകളെയെന്നപോലെ വലിച്ചു താഴെയിട്ടു. 'യീഹാറ്റ്സി'ന് അതൊരു ദുർദ്ദിനമായിരുന്നു. അവർ ആ ഗ്രാമത്തിന്റെ തലങ്ങും വിലങ്ങും ചിതറിയോടി. പിന്നീട് ഒരാഴ്ച കഴിഞ്ഞപ്പോഴാണ് അവശേഷിച്ചവരിൽ അവസാനത്തെയാളുമായി ഒത്തുചേർന്ന് താഴത്തെ താഴ്വരയിൽവച്ച് അവർ നഷ്ടത്തിന്റെ കണക്കുകൾ തിട്ടപ്പെടുത്തിയത്. ബക്കിനെ സംബ ന്ധിച്ചിടത്തോളം, അവൻ ആ പിന്തുടർച്ചയിൽ തളർന്ന്, ആളൊഴിഞ്ഞ ക്യാമ്പിലേക്ക് മടങ്ങി. അവിടെ അവൻ പീറ്റിനെ കണ്ടെത്തിയത് അയാ ളുടെ കരിമ്പടങ്ങൾക്കിടയിൽത്തന്നെ കൊല്ലപ്പെട്ട് കിടക്കുന്നതാണ്, എന്താണ് സംഭവിക്കുന്നതെന്ന് ആശ്ചര്യപ്പെടുന്ന ആദ്യത്തെ നിമിഷ ത്തിൽത്തന്നെ. തോൺടന്റെ രണ്ടും കല്പിച്ചുള്ള പോരാട്ടത്തിന്റെ വിവര ങ്ങൾ ആ നിലത്ത് പുതുതായി എഴുതപ്പെട്ടിരുന്നു. ബക്ക് അതിന്റെ ഓരോ വിശദാംശവും മണത്തറിഞ്ഞ് എത്തിയത് ആഴമുള്ള ഒരു കുളത്തിന്റെ വക്കത്തേക്കാണ്. അവിടെ ആ കുളത്തിന്റെ അരികിൽ, തലയും മുൻ കാലുകളും വെള്ളത്തിലായി, സ്കീറ്റ് കിടന്നിരുന്നു, അവസാനംവരെ വിശ്വസ്തനായി. ആ കുളംതന്നെ, ചെളിയും ഓവപാത്തികളും പെട്ടിക ളുംകൊണ്ട് നിറംമാറിയിരുന്നതിനാൽ, ഫലത്തിൽ അതിനകത്ത് എന്താ ണുള്ളതെന്ന് ഒളിപ്പിച്ചുവച്ചു, അതിനകത്ത് കിടന്നത് ജോൺ തോൺടൻ ആയിരുന്നു; എന്തുകൊണ്ടെന്നാൽ ബക്ക് അയാളുടെ ഗന്ധംപിടിച്ച് ആ കുളത്തിലെ വെള്ളത്തിലേക്കുവരെ പോയി, അതിൽനിന്ന് മറ്റൊരിട ത്തേക്കും ആ ഗന്ധം പോയില്ല.

ആ ദിവസം മുഴുവൻ ബക്ക് ചിന്താമഗ്നനായി ആ കുളത്തിനു സമീപം ഇരിക്കുകയോ അല്ലെങ്കിൽ അശാന്തിയോടെ ആ ക്യാമ്പിന് ചുറ്റും നടക്കുകയോ ചെയ്തു. മരണം, ചലനമില്ലാതാവുന്ന ഒരു അവസ്ഥ യായോ, ജീവനുള്ളവരുടെ ജീവിതങ്ങളിൽനിന്ന് വെളിയിലേക്കുള്ള ഒരു കടന്നുപോക്കായോ, അവൻ അറിഞ്ഞിരുന്നു, അതുകൊണ്ട് അവന് മന സ്സിലായി ജോൺ തോൺടൻ മരിച്ചുപോയെന്ന്. അത് അവനിൽ വലി യൊരു ശൂന്യതയാണ് അവശേഷിപ്പിച്ചത്, ഏതാണ്ടൊക്കെ വിശപ്പ് പോലുള്ള ഒരവസ്ഥ; പക്ഷേ, ആ ശൂന്യത വേദനിപ്പിച്ചു വീണ്ടും വേദനി പ്പിച്ചു, ഭക്ഷണംകൊണ്ട് ആ ശൂന്യത നിറയ്ക്കാൻ കഴിയുമായിരുന്നില്ല. ചില നേരങ്ങളിൽ, ആ 'യീഹാറ്റ്സി'ന്റെ ശവശരീങ്ങളെക്കുറിച്ച് ആലോചി ക്കാനായി അവൻ നിന്ന വേളകളിൽ, അവൻ ആ വേദന മറന്നു; അതു പോലുള്ള സമയങ്ങളിൽ അവൻ സ്വയം അഭിമാനംകൊള്ളുന്നതായി അവന് ബോദ്ധ്യമായി—അവൻ അന്നോളം അനുഭവിച്ചിട്ടുള്ളതിനേക്കാ ളൊക്കെ വലിയ അഭിമാനം. അവൻ മനുഷ്യരെ കൊന്നിട്ടുണ്ടായിരുന്നു; മൃഗയാവിനോദങ്ങളിൽവച്ച് ഏറ്റവും മഹത്തരമായത്, അതും അവൻ കൊന്നത് ഗദയുടെയും വിഷപ്പല്ലിന്റെയും നിയമത്തിന്റെ മുന്നിലും. അവൻ ജിജ്ഞാസയോടെ ആ മൃതശരീരങ്ങൾ മണപ്പിച്ചുനോക്കി. എത്ര അനാ യാസമായാണ് അവർ മരിച്ചത്. അവരെ കൊല്ലുന്നതിനേക്കാൾ പ്രയാസ മായിരുന്നു ഒരു കർക്കശനായ നായയെ കൊല്ലാൻ. അവർ തനിക്കു

ചേർന്ന എതിരാളികളല്ലായിരുന്നു, അവരുടെ അമ്പുകളും പിന്നെ കുന്ത ങ്ങളും പിന്നെ ഗദകളും ഇല്ലായിരുന്നെങ്കിൽ, ഇനിയങ്ങോട്ട് അവരെക്കു റിച്ച് അവന് ഭയമുണ്ടായിരിക്കുകയില്ല, അവരുടെ കൈകളിൽ അമ്പു കളും കുന്തങ്ങളും ഗദകളും പിടിച്ചിട്ടില്ലാത്തിടത്തോളം.

രാത്രിയായി, പൂർണ്ണചന്ദ്രൻ ഉദിച്ചുയർന്ന് മരങ്ങൾക്ക് മുകളിലായി ആകാശത്തിലേക്കെത്തി, നിലാവിൽ കുളിച്ചുനിന്ന ഭൂതലം പകലിന്റെ ഒരു പ്രേതത്തെപ്പോലെ തോന്നിച്ചു. രാത്രി വന്നണഞ്ഞതോടെ, കുള ത്തിനടുത്ത് ചിന്താകുലനും ശോകാർത്തനുമായിരുന്ന ബക്കിന് ആ വന ത്തിലുണ്ടായ പുതിയ ചലനങ്ങളെക്കുറിച്ച് സജീവബോധമുണ്ടായി, 'യീഹാർട്സ്' ഉണ്ടാക്കിയ ചലനമല്ലായിരുന്നു അത്. അവൻ എണീറ്റു നിന്നു, ശ്രദ്ധിച്ചുകൊണ്ടും, മണംപിടിച്ചുകൊണ്ടും. അങ്ങ് ദൂരെനിന്ന് ലോലമായ, കർക്കശമായ ഒരു ഓരിയിടൽ ഒഴുകിവന്നു, അതിന്റെ പിന്നാലെ സംഘം ചേർന്നുള്ള അതുപോലത്തെ കർക്കശമായ ഓരിയി ടലുകളും. നിമിഷങ്ങൾ കടന്നുപോയപ്പോൾ ആ ഓരിയിടലുകൾ അടു ത്തുവരുകയും ഉച്ചത്തിലാവുകയും ചെയ്തു. വീണ്ടും ബക്കിന് മനസ്സി ലായി അവ തന്റെ സ്മരണയിൽ തങ്ങിനിന്ന മറ്റേലോകത്തിൽനിന്ന് കേട്ടി ട്ടുള്ളതുപോലെതന്നെയാണെന്ന്. അവൻ അവിടത്തെ തുറസ്സായ സ്ഥല ത്തിന്റെ മദ്ധ്യത്തിലേക്ക് നടന്നുചെന്ന് വീണ്ടും ശ്രദ്ധിച്ചു. അത് ആ വിളി യായിരുന്നു, അനേക സ്വരങ്ങളുള്ള ആ വിളി, മുമ്പ് എന്നത്തേതിനെ ക്കാളും കൂടുതലായി ആകർഷണീയവും നിർബ്ബന്ധം ചെലുത്തുന്നതും. അതോടെ മുമ്പ് ഇല്ലാതിരുന്നപോലെ, അവൻ അനുസരിക്കാൻ തയ്യാ റായി. ജോൺ തോൺടൻ മരിച്ചുപോയിരുന്നു. അവന്റെ അവസാനത്തെ ബന്ധവും അറ്റിരുന്നു. മനുഷ്യനോ മനുഷ്യന്റെ അവകാശങ്ങളോ ഇനി മേലിൽ അവനെ ബന്ധിച്ചിരുന്നില്ല.

തങ്ങൾക്കുവേണ്ട ജീവനുള്ള മാംസത്തെ വേട്ടയാടിക്കൊണ്ട്, 'യീ ഹാർട്സി'നെപ്പോലെയാണ് അവരും വേട്ടയാടിയിരുന്നത്, ദേശാടനം ചെയ്യുന്ന മാനിന്റെ രണ്ട് വശങ്ങളിലുമായി, ആ ചെന്നായ്ക്കൂട്ടം ഒടുവിൽ അരുവികളുടെയും മരങ്ങളുടെയും നാട് കടന്നുവന്ന് ബക്കിന്റെ താഴ്വരയെ ആക്രമിച്ചു. നറുനിലാവ് പരന്നൊഴുകിയ ആ തുറസ്സായ സ്ഥലത്തേക്ക് ഒരു വെള്ളി പ്രവാഹംപോലെ അവർ ഒഴുകിയെത്തി; ആ വെളിമ്പ്രദേശത്തിന്റെ മദ്ധ്യത്തിലായി ബക്ക് നിന്നു, ഒരു പ്രതിമപോലെ നിശ്ചലനായി, അവരുടെ വരവും കാത്ത്. അവർ അന്തംവിട്ടുപോയി, അത്രയ്ക്ക് നിശ്ചലനായിട്ടാണ് ആ വലിപ്പത്തിൽ അവൻ നിന്നത്. ഒരു നിമിഷനേരത്തെ ഇടവേളയ്ക്കുശേഷം, ആ കൂട്ടത്തിലെ ഏറ്റവും ധൈര്യ ശാലി അവന്റെ നേർക്ക് ചാടിവീണു. ഒരു മിന്നൽപ്പിണർപോലെ ബക്ക് ചാടിക്കടിച്ചു, അവന്റെ കഴുത്ത് ഒടിഞ്ഞു. അതിനുശേഷം, അവൻ മുമ്പത്തെപ്പോലെ, നിശ്ചലനായി നിന്നു; കടിയേറ്റ ചെന്നായ അവന്റെ പിന്നിൽ വേദനയോടെ ഉരുളുകയായിരുന്നു. മറ്റ് മൂന്ന് ചെന്നായ്ക്കൾകൂടി, ക്ഷിപ്രമായ ഇടവേളകൾവിട്ട് അതേരീതിയിൽ അവന്റെ നേർക്ക് ചാടി വീണു. ഒന്നിനു പിറകെ ഒന്നായി അവരും പിന്തിരിഞ്ഞു, മുറിവേറ്റ കഴു

ത്തിൽ നിന്നോ ചുമലുകളിൽനിന്നോ ചോരയൊഴുക്കിക്കൊണ്ട്.

ഇത് ആ ചെന്നായക്കൂട്ടത്തെ മുഴുവനായി മുന്നോട്ട് തള്ളിക്കയറാൻ പ്രേരിപ്പിക്കുന്നതിന് മതിയായ കാരണമായി. അവരാകട്ടെ തങ്ങളുടെ ഇരയെ വലിച്ച് താഴെയിടാനുള്ള ആകാംക്ഷകൊണ്ട് കൂട്ടംകൂടി, കുഴഞ്ഞു മറിഞ്ഞ്, പരസ്പരം തട്ടിയും തടഞ്ഞും, അങ്കലാപ്പോടെയാണ് ചെന്നത്. ബക്കിന്റെ അതിഗംഭീരമായ വേഗതയും ചലനാത്മകതയും അവന് നല്ല തുണയായി നിന്നു. തന്റെ പിൻകാലുകളിൽ ഊന്നിനിന്ന്, കടിച്ച് കീറിയും പിളർന്നും, ഒരേസമയം അവൻ എല്ലായിടത്തും പാഞ്ഞെത്തി. അവൻ അതിവേഗത്തിൽ ചുറ്റിത്തിരിഞ്ഞ് ഒരു വശത്തുനിന്ന് മറ്റൊരു വശത്തേക്ക് പാഞ്ഞുചെല്ലുന്നതുകണ്ടാൽ തോന്നും അതൊരു ഇടമുറിയാത്ത വ്യൂഹം തന്നെയാണെന്ന്. പക്ഷേ, അവർ തന്റെ പിൻഭാഗത്ത് എത്തിച്ചേരുന്നത് തടയുവാനായി, അവൻ പിറകോട്ട് പോകാൻ നിർബ്ബന്ധിതനായി; ആ കുളവും കടന്ന്, അരുവിയുടെ തടത്തിലൂടെ, പൊക്കമുള്ള ഒരു ചരൽ തിട്ടയിൽ എത്തുന്നതുവരെ. ഘനനം നടത്തുന്നതിനിടെ അവന്റെ ആൾ ക്കാർ തീർത്തതായിരുന്നു ആ ചരൽത്തിട്ട. ഈ തിട്ടയിൽ സമകോണ മായി ഒരു ഭാഗമുണ്ടായിരുന്നു, ആ സമകോണത്തിൽ എത്തിപ്പെട്ട ബക്കിന് എതിർക്കാൻ എളുപ്പമായിരുന്നു, മൂന്ന് വശങ്ങളിലും സുരക്ഷിത നാക്കപ്പെട്ട അവന് മുൻവശത്തെ അഭിമുഖീകരിക്കുകയെന്നതൊഴികെ മറ്റൊന്നും ചെയ്യാനില്ലായിരുന്നു.

അരമണിക്കൂറിനുശേഷം ആ ചെന്നായക്കൂട്ടം പരാജിതരായി പിന്മാറി. അവരുടെയെല്ലാം നാവുകൾ പുറത്തേക്ക് നീട്ടി ആട്ടിക്കൊണ്ടി രുന്നു, വെളുത്ത കോമ്പല്ലുകൾ നിലാവെളിച്ചത്തിൽ അതിക്രൂരമായി വെളുത്ത് കാണപ്പെട്ടു. ചില ചെന്നായ്ക്കൾ നിലത്തുകിടന്ന് തലകൾ ഉയർത്തിപ്പിടിച്ച് ചെവികൾ മുന്നോട്ട് കൂർപ്പിച്ചു പിടിച്ചിരുന്നു; വേറെ ചിലർ കാലുകളിൽ പൊന്തിനിന്ന്, അവനെ ശ്രദ്ധിച്ചു; ഇനി ഒരു കൂട്ടർ കുളത്തിൽനിന്ന് വെള്ളം നക്കികുടിക്കുകയായിരുന്നു. ഒരു ചെന്നായ, നരച്ച് നീളംകൂടി മെലിഞ്ഞ്, വളരെ സൂക്ഷിച്ച് മുന്നോട്ടുവന്നു, തികച്ചും സൗഹൃദഭാവത്തിൽ. ബക്ക് അവനെ തിരിച്ചറിഞ്ഞു, അവനോടൊപ്പം ഒരു രാവും ഒരു പകലും താൻ ഓടിയിട്ടുള്ളതാണ്, ആ വന്യസഹോദ രൻ. അവൻ മൃദുവായി മുരളുന്നുണ്ടായിരുന്നു, അപ്പോൾ, ബക്കും മുരണ്ടു, പിന്നെ അവർ മൂക്കുകൾ ചേർത്ത് ഉരസി.

അപ്പോഴേക്കും വൃദ്ധനായ ഒരു ചെന്നായ, ശോഷിച്ച് ശരീരത്തി ലാകെ പോരാട്ടത്തിന്റെ മുറിപ്പാടുകളോടുകൂടി, മുന്നോട്ട് കടന്നുവന്നു. ബക്ക് ഒരു മുരൾച്ചയുടെ പ്രാഥമികഭാഗമായി അവന്റെ ചുണ്ടുകൾ ചുളിച്ചു, പക്ഷേ, അവനുമായി മൂക്കുകൾ ചേർത്ത് ഉരസി മണപ്പിക്കുക യാണ് ചെയ്തത്. അതിനുശേഷം പ്രായമായ ആ ചെന്നായ നിലത്ത് ഇരുന്നു, ചന്ദ്രനിലേക്ക് അവന്റെ മൂക്ക് ചൂണ്ടി, പിന്നെ നീണ്ട ഒരു ഓരി യിടൽ നടത്തി, ചെന്നായയുടെ ഓരിയിടൽ. മറ്റുള്ളവരും നിലത്തിരുന്ന് ഓരിയിട്ടു. ഇപ്പോൾ യാതൊരു അർത്ഥശങ്കയ്ക്കും ഇടയില്ലാതെയാണ്

ബക്കിലേക്ക് ആ വിളിയുടെ സ്വരം വന്നത്. അവനും, നിലത്തിരുന്ന്, ഒരി
യിട്ടു. ഇത് കഴിഞ്ഞശേഷം, അവൻ ആ സമകോണത്തിന്റെ പുറത്തേക്കു
വന്നു, അപ്പോൾ ആ കൂട്ടം മുഴുവൻ അവന്റെ ചുറ്റുംകൂടി, പകുതി സൗഹൃ
ദത്തോടും, പകുതി കാടൻരീതിയിലും മണപ്പിച്ചുകൊണ്ടും സംഘമായി
ഓരിയിട്ടുകൊണ്ടും. പിന്നെ ബക്ക് അവരോടൊപ്പം ഓടി, ആ വന്യസഹോ
ദരന്റെ കൂടെ തോളോട് തോൾ ചേർത്തുകൊണ്ട്, ഓടുന്നതിനിടയിൽ
അവൻ ഓരിയിടുന്നുമുണ്ടായിരുന്നു.

* * *

ഇവിടെ ബക്കിന്റെ കഥ ഭംഗിയായി അവസാനിപ്പിക്കാം. മരങ്ങളുടെ
യിടയിലെ ചെന്നായ്ക്കളുടെ വർഗ്ഗത്തിൽ ചില മാറ്റങ്ങൾ വന്നുതുടങ്ങി
യത് 'യീഹാറ്റ്സ്' ശ്രദ്ധിക്കാൻ തുടങ്ങിയിട്ട് അധികം വർഷങ്ങൾ ആയിരു
ന്നില്ല. ചിലതിന്റെ തലയിലും മോന്തയിലും ബ്രൗൺനിറം തളിച്ചതു
പോലെ കാണും, പിന്നെ നെഞ്ചിന്റെ മദ്ധ്യഭാഗത്ത് താഴോട്ടായി ഒരു
കീറൽ പോലെ വെള്ള നിറവും. പക്ഷേ, ഇതിനേക്കാളൊക്കെ എടുത്തു
പറയേണ്ടതായി 'യീഹാറ്റ്സ്' ചൂണ്ടിക്കാണിക്കുന്നത്, ആ ചെന്നായ് കൂട്ട
ത്തിന്റെ തലവനായി ഓടുന്ന ഒരു പ്രേതനായയുടെ കാര്യമാണ്. അവർക്ക്
ഈ പ്രേതനായയെ ഭയമാണ്, എന്തുകൊണ്ടെന്നാൽ അതിന് അവരെ
ക്കാൾ കൗശലം കൂടുതലാണ്, അത് ഭീകരമായ ശൈത്യകാലത്ത് അവ
രുടെ ക്യാമ്പുകളിൽനിന്ന് മോഷ്ടിക്കും, അവരുടെ കെണികൾ കൊള്ള
യടിക്കും, അവരുടെ നായ്ക്കളെ കൊല്ലും, അവരിൽ ഏറ്റവും നല്ല വേട്ട
ക്കാരെപ്പോലും വകവയ്ക്കുകയുമില്ല.

അതുമല്ല, കഥകൾ അങ്ങനെ കൂടുതൽ മോശമായി പെരുകിക്കൊ
ണ്ടിരുന്നു. ക്യാമ്പുകളിലേക്ക് മടങ്ങിവരാത്ത വേട്ടക്കാരുണ്ടായിരുന്നു;
പിന്നെ ചില വേട്ടക്കാരെ അവരുടെ കുലത്തിൽപ്പെട്ടവർ കണ്ടെത്തു
മ്പോൾ, അവരുടെ തൊണ്ടകൾ അതി ദാരുണമായി കടിച്ചുമുറിച്ച് തുറ
ന്നിട്ടിരിക്കും, അവർക്ക് ചുറ്റുമായി മഞ്ഞിൽ പതിഞ്ഞ ചെന്നായ്ക്കളുടെ
കാല്പാടുകൾ കാണുമായിരുന്നു, അവയ്ക്ക് സാധാരണ ചെന്നായ്ക്ക
ളുടെ കാല്പാടുകളേക്കാൾ വലിപ്പവുമുണ്ടായിരുന്നു. ഓരോ വർഷത്തി
ലെയും ഇലപൊഴിയും കാലത്ത് 'യീഹാറ്റ്സ്' മാനുകളുടെ നീക്കം പിന്തു
ടർന്ന് ചെല്ലുമ്പോൾ, അവർ കടന്നുചെല്ലാൻ ഒരിക്കലും ധൈര്യപ്പെടാത്ത
ഒരു പ്രത്യേക താഴ്‌വരയുണ്ട്. അതുപോലെതന്നെ തീ കാഞ്ഞുകൊണ്ടി
രിക്കുമ്പോൾ പറഞ്ഞുപരത്തുന്ന കഥകൾകേട്ട് ദുഃഖിതരായിത്തീരുന്ന
സ്ത്രീജനങ്ങളുമുണ്ടായിരുന്നു, അവർ കേട്ടത് ദുഷ്ടാത്മാക്കൾ ആ
താഴ്‌വര ഒരു സങ്കേതമാക്കി തെരഞ്ഞെടുത്തുവെന്നാണ്.

അത് എന്തൊക്കെയായാലും, വേനൽക്കാലത്ത്, ആ താഴ്‌വരയി
ലേക്ക് ഒരു സന്ദർശകൻ എത്തും, അതേക്കുറിച്ച് 'യീഹാറ്റ്സി'ന് അറി
യുകയുമില്ലായിരുന്നു. അതൊരു വലിയ, ഉൽക്കൃഷ്ടമായ രോമക്കുപ്പായ
മണിഞ്ഞ ചെന്നായ ആയിരുന്നു, മറ്റ് ചെന്നായക്കളെപ്പോലെതന്നെ,

എങ്കിലും, അതുപോലെയല്ലാത്ത ഒരെണ്ണം. അവൻ തനിയെ, പുഞ്ചിരി ക്കുന്ന മരങ്ങളുടെ ആ നാട് കടന്ന്, താഴെ മരങ്ങളുടെ ഇടയിലെ തുറ സ്സായ ഒരു സ്ഥലത്തേക്കു വരും. ഇവിടെ ഒരു മഞ്ഞ ഉറവ ഒഴുകുന്നുണ്ട്, അത് ഉത്ഭവിക്കുന്നത് ചീഞ്ഞ് അഴുകിയ മാൻതോലുകൊണ്ടുള്ള ചാക്കു കളിൽനിന്നാണ്, നിലത്ത് ഒഴുകി താഴുകയും ചെയ്യുന്നു. അതിലുടനീളം വളർന്നുനില്ക്കുന്ന നീളമുള്ള പുല്ലുകളും, അവയുടെ പുറത്ത് പറ്റിപ്പി ടിച്ച് വളരുന്ന ചെടികളിലെ പൂപ്പലും കൂടെ ആ ഉറവയുടെ മഞ്ഞനിറം സൂര്യരശ്മികളിൽനിന്നും മറച്ചുവയ്ക്കുന്നു. ഇവിടെ അവൻ കുറെനേര മിരുന്ന് ചിന്തകളിൽ മുഴുകും, പിന്നെ അവിടം വിട്ടുപോകുന്നതിനുമുമ്പേ, ഒരിക്കൽ ഓരിയിടും, നീട്ടിയും ശോകാകുലമായയും.

പക്ഷേ, അവൻ എപ്പോഴും തനിച്ച് ആയിരുന്നില്ല. ശരത്കാലത്തെ ദൈർഘ്യമേറിയ രാത്രികൾ വരുകയും ചെന്നായ്ക്കൾ അവരുടെ ജീവ നുള്ള മാംസം തേടി കീഴെയുള്ള താഴ്വരകളിലേക്ക് വരുകയും ചെയ്യു മ്പോൾ, അവൻ ആ കൂട്ടത്തിന്റെ നായകനായി മുന്നിൽ ഓടിപ്പോകു ന്നത് കാണാം, വിളറിയ നിലാവെളിച്ചത്തിലൂടെയോ അല്ലെങ്കിൽ തിള ങ്ങുന്ന ധ്രുവദീപ്തിയിലൂടെയോ, അവന്റെ ആൾക്കാരേക്കാൾ ഉയരത്തിൽ ഗംഭീരമായി പൊങ്ങിച്ചാടിക്കൊണ്ടും, അവന്റെ വലിയ തൊണ്ടയെ ഒരു പാട്ടുപെട്ടിയാക്കി യുവലോകത്തിന്റെ ഒരു പാട്ട് പാടിക്കൊണ്ടും, അതാ യിരിക്കും ആ ചെന്നായ്ക്കൂട്ടത്തിന്റെ പാട്ട്.